ഡോറാമ്മ വിപ്ലവം

Doramma Viplavam
Novel

Thomas Sajan

CHINTHA PUBLISHERS
Thiruvananthapuram

First Edition
November 2022

Published & Typesetting
Chintha Publishers, Thiruvananthapuram

Printed at
Akshara Offset, Thiruvananthapuram

Cover Design
Vinod Mangoes

ISBN : 978-93-94753-44-0

CO - 3203 / 6235

Email: chinthapublishers@gmail.com
Website: www.chinthapublishers.com

A version is available at National Libraries
Kolkata, Mumbai, Chennai and Delhi

Distribution
DESHABHIMANI BOOKHOUSE
H O Thiruvananthapuram 695035

Branch
Head Office Kunnukuzhi • Statue Thiruvananthapuram
KSRTC Bus Terminal Thampanoor • Saphalyam Complex Thiruvananthapuram
KSRTC Bus Station Alappuzha • KSRTC Bus Station Ernakulam
Machingal Lane Thrissur • IG Road Kozhikode
Mavoor Road Kozhikode • NGO Union Building Kannur
Central Bus Terminal Complex Thavakkara Kannur

ഡോറാമ്മ വിപ്ലവം

തോമസ് സാജൻ

ചിന്ത പബ്ലിഷേഴ്സ്
തിരുവനന്തപുരം-695 035

തോമസ് സാജൻ

1981 ഒക്ടോബർ ഇരുപത്തിയാറിന് ഇടുക്കി ജില്ലയിലെ മൂലമറ്റത്ത് ജനനം. ഇന്ത്യയിലും യൂറോപ്പിലുമായി പഠനം. നോർവേയിലെ ബർഗൻ സർവ്വകലാശാലയിൽനിന്നും സാമൂഹിക നരവംശശാസ്ത്രത്തിൽ എം ഫിൽ, പി എച്ച് ഡി ബിരുദങ്ങൾ നേടി. അമേരിക്കയിലെ ഹാർവാർഡ് സർവ്വകലാശാലയിൽ നിന്നുൾപ്പെടെ നിരവധി ദേശീയ-അന്തർദ്ദേശീയ ഫെലോഷിപ്പുകൾ ലഭിച്ചു. കോപ്പൻഹേഗനിലെ ഏഷ്യൻ പഠനങ്ങൾക്കുള്ള നോർഡിക് ഇൻസ്റ്റിറ്റ്യൂട്ടിൽ വിസിറ്റിങ് സ്കോളറായിരുന്നു. ഐക്യരാഷ്ട്ര സംഘടനയിൽ ഇന്റേണായി പ്രവർത്തിച്ചിട്ടുണ്ട്. *ദി ഹിന്ദു-ബിസിനസ് ലൈനിൽ* ഡോ. റ്റിറ്റോ ഇടിക്കുളയ്ക്കൊപ്പം സ്ഥിരമായി ലേഖനങ്ങൾ എഴുതാറുണ്ട്. *കേരളത്തിലെ കുടുംബശ്രീ ഇടപെടലുകൾ* എന്ന ലേഖനസമാഹാരത്തിന്റെ എഡിറ്ററായിരുന്നു. ഇപ്പോൾ അഞ്ചൽ സെന്റ് ജോൺസ് കോളേജിൽ രാഷ്ട്രമീമാംസ അദ്ധ്യാപകനായി സേവനമനുഷ്ഠിക്കുന്നു.

വിലാസം : 8E, SFS സ്റ്റാൻഫോർഡ്
നാലാഞ്ചിറ,
തിരുവനന്തപുരം-695043
ഫോൺ : 8113056730.
ഇമെയിൽ : meetsajan@gmail.com

ഉള്ളടക്കം

പ്രസാധകക്കുറിപ്പ്

സ്നേഹപാശത്താൽ ബന്ധിതമാണ് കുടുംബം എന്നാണ് പൊതുവെയുള്ള വിശ്വാസം. പക്ഷേ, നിരുപാധികമല്ല കുടുംബത്തിനകത്തെ വ്യക്തികൾ തമ്മിലുള്ള സ്നേഹബന്ധങ്ങളെന്ന് അല്പം മാറിനിന്നാലോചിച്ചാൽ ആർക്കും മനസ്സിലാകും. പാട്രിയാർക്കൽ അധികാരഘടന നിർവ്വചിച്ചിരിക്കുന്ന കള്ളികൾക്കുപുറത്തു കടക്കാൻ വ്യക്തികൾ നടത്തുന്ന ചെറിയ ശ്രമങ്ങൾ പോലും കുടുംബത്തെയും കുടുംബ ബന്ധങ്ങളെയും ശിഥിലമാക്കും. സ്നേഹം വിദ്വേഷമാകും. സ്നേഹബന്ധങ്ങൾ വെറുപ്പും വിദ്വേഷവും കലർന്നതാകും. സ്ത്രീകളുടെ അടിച്ചമർത്തലിലും അടക്കിപ്പിടിച്ച കണ്ണീരിലുമാണ് പുരുഷാധിപത്യ സമൂഹം കെട്ടിപ്പടുത്ത കുടുംബം പലപ്പോഴും ദൃഢമായി നിലകൊള്ളുന്നത്. ഏറെ പുരോഗതി കൈവരിച്ചുവെന്ന് നാം ധരിക്കുന്ന സമൂഹങ്ങളിലും സാമ്പത്തിക അഭിവൃദ്ധിയിൽ ഏറെ മുന്നോട്ടുപോയ വ്യക്തികളിലുമെല്ലാം ഈ അധികാരബന്ധങ്ങൾ ഒരു മാറ്റവുമില്ലാതെ തുടരുന്നത് കാണാം. ഇഷ്ടപ്പെട്ട ജീവിതവും തൊഴിലും തെരഞ്ഞെടുക്കാനും അതനുസരിച്ച് ജീവിക്കാനുമുള്ള അവകാശങ്ങൾ കൗമാരത്തിലും യൗവ്വനത്തിലും നഷ്ടപ്പെട്ട ഡോറാമ്മ അത് വാർദ്ധക്യകാലത്ത് ഉറച്ചമനസ്സോടെ വീണ്ടെടുക്കുന്ന കഥയാണ് *ഡോറാമ്മ വിപ്ലവം*. മദ്ധ്യതിരുവിതാംകൂറിൽ നടക്കുന്ന ഈ കഥ പ്രവാസിജീവിതം കുടുംബ ബന്ധങ്ങളിലുണ്ടാക്കുന്ന സംഘർഷങ്ങളെക്കൂടി വരച്ചു കാട്ടുന്നു. കോട്ടയം കഥാകൃത്തുക്കൾ പൊതുവെ സ്വീകരിച്ചുപോരുന്ന നർമ്മത്തിൽ ചാലിച്ച രചനാശൈലി ഒറ്റയിരുപ്പിൽ വായിച്ചുതീർക്കാൻ പറ്റുന്ന ഒന്നായി ഈ നോവലിനെ മാറ്റുന്നു.

ചിന്ത പബ്ലിഷേഴ്സ്

സമർപ്പണം

പിശാച് എങ്ങനെയൊക്കെയാണ് വിശദാംശങ്ങളിൽ ഒളിഞ്ഞിരിക്കുന്നതെന്ന് എന്നെ പഠിപ്പിച്ച പ്രൊഫസർ ബ്രൂസ് കാപ്ഫെററിന്

നന്ദി.......

ബർഗൻ സർവ്വകലാശാലയിലെ എന്റെ ഗുരുനാഥന്മാരായിരുന്ന ബ്രൂസ് കാപ്ഫെറർ, ആൻഡ്രൂ ലറ്റാസ് എന്നിവർക്ക്.

യൂറോപ്യൻ പി എച്ച് ഡി സ്വപ്നങ്ങൾക്ക് ചിറകുകൾ നല്കിയ സുത സോമ ഫൗണ്ടേഷൻ മേധാവി ആൻജല ഹൊബാർട്ടിന്.

ഈ നോവലിന്റെ ഓരോ ഭാഗവും സൂക്ഷ്മമായി വായിച്ച് നിർദ്ദേശങ്ങൾ നല്കിയ, എന്നേക്കാളും *ഡോറാമ്മ വിപ്ലവ*ത്തെ സ്നേഹിച്ച പ്രിയസുഹൃത്ത് രാകേഷ് രാമമൂർത്തിക്ക്.

സ്കൂളിലെന്നെ മലയാളം പഠിപ്പിച്ച, മാതൃഭാഷയിലെ എഴുത്ത് സാഹസങ്ങൾക്ക് ധൈര്യംതന്ന പി കെ സുരേഷ് സാറിന്.

എനിക്കെന്നും താങ്ങായിരുന്ന പ്രൊഫസർ ഷാജി വർക്കിക്കും ഡോ. റ്റിറ്റോ ഇടിക്കുളയ്ക്കും.

പ്രിയപ്പെട്ട അദ്ധ്യാപകരായ ജെ പ്രഭാഷ്, ജി ഗോപകുമാർ, പി ജെ ചെറിയാൻ, ജെ ദേവിക, ടി എം തോമസ് ഐസക് എന്നിവർക്ക്.

രചനാവേളയിൽ എനിക്കൊപ്പംനിന്ന പ്രഭുദാസ് ജി, കരുൺ മേനോൻ, ജയശീലൻ രാജ്, ജോർജ് വർഗ്ഗീസ്, ജയശേഖർ എസ്, നിർമൽറോയ്, മനു പി ടോംസ്, ദിലീപ് രാജ്, ചിപ്പി ജോർജ്, ഷിജോ എൻ ജെ, ജിസ് തോമസ്, മഞ്ജുള ഭാരതി എന്നിവരോട്.

നോവലിന്റെ കൈയെഴുത്തുപ്രതി വായിച്ച് അഭിപ്രായം പറഞ്ഞ, എനിക്കെന്നും പ്രോത്സാഹനമായിരുന്ന അഞ്ചൽ സെന്റ് ജോൺസ് കോളേജിലെ സഹപ്രവർത്തകർക്ക്.

എന്നെയെപ്പോഴും വിശ്വസിച്ച പപ്പയ്ക്കും അമ്മച്ചിക്കും, ബേബിച്ചനും, ജിമ്മിച്ചേട്ടനും, സജിക്കുട്ടനും.

എഴുത്തിനായി എന്റെയുള്ളിലെ നോവലിസ്റ്റിനെ രാത്രിയും പകലും എനിക്കായി വിട്ടുതന്ന റോസ്മേരിക്കും പാവുവിനും. ഒപ്പം ഈ നോവലിനൊപ്പം പിറന്ന പൗലോയ്ക്കും.

ഡോറാമ്മ വിപ്ലവം പ്രസിദ്ധീകരിക്കാൻ മുൻകൈയെടുത്ത ചിന്ത പബ്ലിഷേഴ്സിനും.

തോമസ് സാജൻ

കോവിഡ് പൂച്ച

ഒന്ന്

ക്വാറന്റീൻ ഒന്നാംദിനം.

"ഡോറാമ്മേ...ഡോറാമ്മ ഒന്നിങ്ങിറങ്ങി വന്നേ." ഞങ്ങൾ നാലു പേരും കൈയിൽ കിട്ടിയ മാസ്കുമെടുത്ത് വീടിനു പുറത്തേക്കിറങ്ങി. വെട്ടിനിർത്തിയിരിക്കുന്ന ഗോൾഡൻ അരീലിയ ചെടികൾക്കിടയിലൂടെ ഓടി മുറ്റത്തെത്തി.

കോടമഞ്ഞിന്റെ കരിമ്പടം പുതച്ച വാഗമണ്ണിലെ പുലർക്കാലങ്ങളിൽ ദൂരെക്കാഴ്ച നന്നേ കുറവാണ്. മഞ്ഞിൽ പുതഞ്ഞുനില്ക്കുന്ന പൂച്ചെടികളെ വകഞ്ഞുമാറ്റി മുന്നോട്ട് നീങ്ങിയപ്പോഴാണ് അക്കാര്യം ശ്രദ്ധിച്ചത്.

സേവ്യപ്പറമ്പിൽ ബംഗ്ലാവിന്റെ ചുറ്റുമതിലിന് മുകളിലൊരു ആൾക്കൂട്ടം. ഗേറ്റിന്റെ ഇരുവശത്തുമുള്ള പൈൻ, സ്പതോടിയ, ഓക്ക് മരങ്ങളുടെ മുകളിലും കുറേപ്പേർ കയറിക്കൂടിയിട്ടുണ്ട്. താഴെയിറങ്ങാൻ കൂട്ടാക്കാതെ ശിഖരങ്ങൾ ആട്ടിക്കൊണ്ട് അവർ അലറി വിളിക്കുകയാണ്. മതിലിന് മുകളിലുള്ളവർ ആരും അടുത്തേക്കു വരേണ്ടെന്ന രീതിയിൽ കൈകളുയർത്തി കാണിക്കുന്നുണ്ട്.

പതിവില്ലാത്ത കാര്യങ്ങൾ കണ്ടു പകച്ചുപോയ നായ കൂടിനകത്ത് വട്ടംകറങ്ങി കുരയ്ക്കുകയാണ്.

"ആ പൂച്ചയെ പിടിച്ചു കെട്ടിയിട്ടോണം. അല്ലെങ്കിൽ നാട്ടുകാർ കല്ലെറിഞ്ഞു കൊല്ലും." മിതഭാഷിയായ കണിയാരത്തെ ശിവേട്ടനാണ് ആക്രോശിക്കുന്നത്.

മുറ്റത്ത് നിന്നൊരു ഞരക്കം. സേവ്യപ്പറമ്പിലെ ആസ്ഥാന പൂച്ചയായ മിച്ചു ഒന്ന് കരയാൻ പോലുമാകാതെ രക്തത്തിൽ കുളിച്ചുകിടന്ന് പിട

യുകയാണ്. ഇറ്റിറ്റ് വീണ രക്തം പുല്ലിൽ പലയിടത്തും കാണാം.

എന്നോട് കുറച്ചു വെള്ളമെടുക്കാൻ പറഞ്ഞിട്ട് ഡോറാമ്മ മിച്ചുവിനെ ഒരു കുഞ്ഞിനെയെന്നവണ്ണം വാരിയെടുത്തു. 'എന്തു പറ്റിയെടാ മോനേ' എന്നു ചോദിച്ചുകൊണ്ട് മാറോടു ചേർത്തു. സിമിമോളും സാന്ദ്രയും പഞ്ഞിയും മരുന്നും എടുക്കാനായി അകത്തേക്കോടി.

സാധാരണ കണ്ടന്മാർ മനുഷ്യരുമായി അത്രയ്ക്കങ്ങ് ഇണങ്ങാറില്ല. ശീമപ്പൂച്ചയായ മിച്ചു പക്ഷേ, ഡോറാമ്മയുടെ മാത്രമല്ല വാഗമണ്ണിന്റെയും കണ്ണിലുണ്ണിയാണ്. നിറയെ രോമങ്ങളും നീണ്ട വാലുമുള്ള അവനായി പല വീടുകളിലും പാൽപ്പാത്രമുണ്ട്.

"നിങ്ങളെന്തൊരു കണ്ണിച്ചോര ഇല്ലാത്തവരാണ്. ഒരു മിണ്ടാ പ്രാണിയെ കല്ലെറിയുക എന്നുവെച്ചാൽ." ഡോറാമ്മ പൊട്ടിത്തെറിച്ചു.

"ഡോറാമ്മയുടെ മോന്റെ ന്യൂയോർക്കിലൊക്കെ പൂച്ചകൾ വഴിയാണീ കാലമാടൻ വൈറസ് വരുന്നത്." നാട്ടുകാരിലൊരാൾ വിളിച്ചു പറഞ്ഞു.

"അതിന് സരിൻ ന്യൂയോർക്കിൽ അല്ലല്ലോ. നോർവേയിലല്ലേ." മറുപടി ഉടനെത്തി.

"നോർവേ എന്താ ഇറ്റലിക്ക് അടുത്തല്ലേ?" വാഗമൺ ഹൈസ്കൂളിലെ സൈമൺ സാർ അമർഷം മറച്ചുവെച്ചില്ല.

"പറയുമ്പം ഒന്നും വിചാരിക്കരുത്. ഇന്നാട്ടിൽ ഇല്ലാത്ത അസുഖമൊന്നും പിടിച്ചു ചാവാൻ വയ്യ. ഞങ്ങളീ മലമൂട്ടിൽ എങ്ങനെയെങ്കിലും ജീവിച്ചോളാം." വാർഡ് മെമ്പർ കൂടിയായ ശശിയേട്ടൻ വാഗമണ്ണുകാർക്കായി നയം വ്യക്തമാക്കി.

സാധാരണ ഞാനെത്തിയാലുടൻ മാൾബറോ സിഗരറ്റുകൾക്കായി ഓടിക്കിതച്ചെത്താറുള്ള ശശിയേട്ടനും നാട്ടുകാരും സേവ്യപ്പറമ്പിലുകാരെ ഊര് വിലക്കി എസ്റ്റേറ്റ് വഴികളിലൂടെ നാലുപാടും നടന്നകലുന്നത് നോക്കി ഡോറാമ്മയും മൂന്നു മക്കളും നിസ്സംഗരായി നിന്നു.

യൂറോപ്പ് കോവിഡിന്റെ പിടിയിലമർന്നു തുടങ്ങിയ 2020 മാർച്ച് അവസാനവാരം നോർവേയിൽനിന്നും രണ്ടാഴ്ചത്തെ ലീവിൽ വാഗമണ്ണിലെത്തിയതായിരുന്നു ഞാൻ. പെങ്ങമ്മാരായ സിമിമോളും സാന്ദ്രയും 'മദാമ്മയെ കെട്ടി നാടുവിട്ട' ചേട്ടായിയെ കാണാൻ വീക്കെൻഡിൽ സേവ്യപ്പറമ്പിൽ തറവാട്ടിലെത്തിയതാണ്.

പപ്പയുടെ അകാലമരണത്തിനുശേഷം, കഴിഞ്ഞ നാലര വർഷമായി അമ്മ ഇസഡോറ ഞങ്ങളുടെയും നാട്ടുകാരുടെയും ഡോറാമ്മമാത്രമാണ് ഒരുകാലത്ത് ബ്രിട്ടീഷ് ബംഗ്ലാവായിരുന്ന സേവ്യപ്പറമ്പിൽ തറവാട്ടിൽ സ്ഥിരമായുള്ളത്. പപ്പ ജീവിച്ചിരിക്കെ കൊടൈക്കനാലിൽനിന്നും കൊണ്ടുവന്ന അൽസേഷ്യൻ നായ റോക്കിയും കൂട്ടിനുണ്ട് (പപ്പ കാലാകാലങ്ങളിൽ സ്വന്തമാക്കിയിരുന്ന നായ്ക്കൾക്കെല്ലാം ഒരേ പേരായതിനാൽ ഇവൻ റോക്കി ആറാമൻ).

ലോകമെങ്ങും ആശങ്ക പരക്കുമ്പോഴും കോവിഡ്ഭീതി തെല്ലുമി

ല്ലാതെയായിരുന്നു കള്ളപ്പവും കപ്പബിരിയാണിയും പിടിയും കോഴിയുമൊക്കെയായി ഡോറാമ്മയുടെ മക്കളുടെ ഒത്തുചേരൽ. ഡ്രോയിങ് റൂമിലെ ഞെരിപ്പോടിൽ തീ പിടിപ്പിച്ച്, വട്ടംകൂടിയിരുന്ന് ചായകുടിച്ച്, ഓർമ്മകൾ അയവിറക്കി വീണ്ടും കോടമഞ്ഞിന്റെ നാട്ടിൽ.

ബർഗൻ സർവ്വകലാശാലയിൽ ആന്ത്രോപ്പോളജി അദ്ധ്യാപകനായ ഞാൻ ദോഹ വഴി കൊച്ചിയിലെത്തുമ്പോൾ പനിപരിശോധന ഒഴികെ കോവിഡുമായി ബന്ധപ്പെട്ട മറ്റു ചിട്ടവട്ടങ്ങളൊന്നും ഉണ്ടായിരുന്നില്ല. ഇറ്റലി-സ്പെയിൻ എന്നിവിടങ്ങളിൽനിന്ന് വരുന്നവർക്കായിരുന്നു ആരോഗ്യവകുപ്പ് ഹോം ക്വാറന്റീൻ നിഷ്കർഷിച്ചിരുന്നത്. പ്രധാനമന്ത്രിയുടെ ജനതാ കർഫ്യൂ ആഹ്വാനത്തിനുശേഷം ലോക്ക്ഡൗൺ സാദ്ധ്യത നാട്ടിലെങ്ങും തത്തിക്കളിക്കാൻ തുടങ്ങിയതോടെയാണ് 'തിരിച്ചുപോക്ക്' ഞങ്ങൾക്കിടയിൽ ഒരു സംസാരവിഷയമായത്.

ലോക്ക്ഡൗൺ പേടിച്ചിരിക്കെയാണ് ഇടിത്തീയായി ആ ഫോൺ കാൾ എത്തിയത്. കോട്ടയത്തുനിന്നും ജില്ലാ മെഡിക്കൽ സൂപ്രണ്ടാണ് വിളിച്ചത്.

"മിസ്റ്റർ സരിൻ ദോഹയിൽനിന്നും കൊച്ചിയിലേക്കുവന്ന QR516 ഫ്ളൈറ്റിലുണ്ടായിരുന്ന കളമശ്ശേരി മെഡിക്കൽ കോളേജിലെ ഡോക്ടർക്ക് കോവിഡ്-19 സ്ഥിരീകരിച്ചിട്ടുണ്ട്. ഡോക്ടർ സ്പെയിനിൽ നിന്നും ഒരു ട്രെയിനിങ് കഴിഞ്ഞുമടങ്ങിയതാണ്." ഇനിയെന്താണ് അദ്ദേഹം പറയാൻ പോകുന്നതെന്നറിയാതെ ഞാൻ പേടിച്ചിരിക്കെ ക്വാറന്റീൻ വാർത്തയെത്തി.

"സാറേ പേടിക്കാനൊന്നുമില്ല, പക്ഷേ, ഫ്ളൈറ്റിലുണ്ടായിരുന്ന മുഴുവൻ യാത്രക്കാരേയും അവരുമായി അടുത്തിടപഴകിയ വീട്ടുകാരേയും ഇരുപത്തിയെട്ട് ദിവസം നിർബ്ബന്ധിത നിരീക്ഷണത്തിലാക്കാൻ ആരോഗ്യവകുപ്പ് തീരുമാനിച്ചിട്ടുണ്ട്."

ഫ്ളൈറ്റിൽ എന്റെ തൊട്ടുപുറകിലുള്ള സീറ്റിലാണത്രേ കോവിഡ് പോസിറ്റീവായ ഡോക്ടർ ഇരുന്നിരുന്നത്. ഞാൻ ഹൈറിസ്ക് കാറ്റഗറിയിൽ ഉൾപ്പെട്ടിരിക്കുന്നതിനാൽ അമ്മയും സഹോദരിമാരും ഒരുകാരണവശാലും വീടിനു പുറത്തിറങ്ങാൻ പാടില്ലെന്ന് മെഡിക്കൽ സൂപ്രണ്ട് കട്ടായം പറഞ്ഞു.

വൈകുന്നേരത്തോടെ പ്രാഥമിക ആരോഗ്യകേന്ദ്രത്തിലെ ഹെൽത്ത് ഇൻസ്പെക്ടറും സംഘവുമെത്തി ഗേറ്റിൽ പച്ചയും ചുമപ്പും നിറത്തിലുള്ള 'ഹോം അണ്ടർ ക്വാറന്റീൻ' സ്റ്റിക്കർ പതിപ്പിച്ചു. വിവരമറിഞ്ഞ നാട്ടുകാരാരോ രാത്രിയിൽവന്ന് ഗേറ്റ് പുറത്തുനിന്നും താഴിട്ടു പൂട്ടി. കൊച്ചുവെളുപ്പാൻ കാലത്തെ കോടയുടെ മറവിൽ മിച്ചു ഊര് തെണ്ടാനിറങ്ങും മുൻപേ നാട്ടുകാരുടെ കൂർപ്പിച്ച ജാഗ്രതക്കണ്ണുകൾ സേവ്യപ്പറമ്പിൽ ബംഗ്ലാവിൽ പതിഞ്ഞിരുന്നു.

തിരിച്ചുപോക്ക് അനിശ്ചിതത്വത്തിലായത് കുറച്ചൊന്നുമല്ല എന്നെ കുഴപ്പിച്ചത്. നോർവീജിയൻ ബോസായ പ്രൊഫസർ ഡാഗ് എറിക്

സണുമായി ചേർന്നെഴുതുന്ന *ആഗോളവല്ക്കരണ കാലത്തെ അസമത്വ ത്തെക്കുറിച്ചുള്ള* പുസ്തകത്തിൽ ഞാൻ കമ്മിറ്റ് ചെയ്ത അദ്ധ്യായങ്ങൾ അടിയന്തരമായി പൂർത്തീകരിക്കേണ്ടതുണ്ട്. ബർഗനിൽ തിരിച്ചെത്തി ഈസ്റ്ററിനുശേഷം പൂർണ്ണമായും ബുക്ക് ചാപ്റ്റേഴ്സിൽ മുഴുകാനായി രുന്നു പ്ലാൻ.

അക്കാദമിക് വർക്കുകൾ അവതാളത്തിലാകുന്നത് മാത്രമായിരുന്നില്ല പ്രശ്നം. 'ഏപ്രിൽ ആദ്യവാരം നോർവേയിൽ തിരിച്ചെത്താനാവില്ലെന്ന് ഹെഗെയേയും കുട്ടികളെയും എങ്ങനെ അറിയിക്കും?' നോർവീജിയൻസിന് സ്പ്രിങ് ടൈമിലെ വിന്റർ ഹോളിഡേയായ ഈസ്റ്റർ നഷ്ടപ്പെടുന്നത് ചിന്തിക്കാവുന്നതല്ല. എല്ലാവർഷവും ആവേശത്തോടെ കുടുംബവുമൊത്ത് നടത്തുന്ന ഹിത്ത വാസവും സ്കീയിങ് ട്രിപ്പും ഉൾപ്പെടെ സ്കാൻഡിനേവ്യൻ ജീവിതത്തിലെ പ്രിയപ്പെട്ട പലതുമുണ്ട്.

ക്വാറന്റീൻ വിവരമറിഞ്ഞ ഹെഗെ 'ഹരേഗൂദ്' എന്നുമാത്രം പറഞ്ഞ് ഫോൺവെച്ചു. നോർവീജിയൻ ഭാഷയിൽ 'എന്റെ ദൈവമേ' എന്നർത്ഥം വരുന്ന ആ മറുപടിയിൽ ഇന്ത്യൻ ഭർത്താവിന്റെ നാട്ടിലെ പോക്കണംകേട് കാരണം സ്കീയിങ് വെക്കേഷൻ നഷ്ടപ്പെട്ട ഒരു മദാമ്മയുടെ നിലവിളിയുണ്ടായിരുന്നു.

ക്വാറന്റീൻ കുരുക്ക് പെങ്ങന്മാരെയാണ് ശരിക്കും വെട്ടിലാക്കിയത്. തിരുവനന്തപുരം ടെക്നോപാർക്കിലെ ഒരു ബഹുരാഷ്ട്ര കൺസൾട്ടിങ് സ്ഥാപനത്തിൽ മാനേജരായ സിമിമോൾക്ക് മൊബൈൽഫോൺ വഴിയുള്ള വാഗമണ്ണിലെ ഇന്റർനെറ്റുംവച്ച് 'വർക്ക് ഫ്രം ഹോം' എളുപ്പമാകില്ല. സോഫ്റ്റ്വെയർ എഞ്ചിനീയറായ സിമിമോളുടെ ഭർത്താവ് ജോയലും ഏകമകൾ ജെമിയും തിരുവനന്തപുരത്ത് ഫ്ളാറ്റിൽ തനിച്ചായതിനാൽ ഓരോന്നും പറഞ്ഞ് വിളിയോട് വിളിയാണ്. ജെമി സർവത്ര വികൃതിയും ജോയൽ പിടിപ്പുകേടിന്റെ ആശാനുമാണ്.

കോവിഡ് കാരണം ക്ലാസുകൾ നിർത്തിവെച്ചെങ്കിലും തൊടുപുഴയിൽ കോളേജ് അദ്ധ്യാപികയായ സാന്ദ്രയ്ക്ക് നാക് അക്രഡിറ്റേഷനു വേണ്ടിയുള്ള വർക്കുകൾ അടിയന്തരമായി പൂർത്തിയാക്കേണ്ടതുണ്ട്. മദ്ധ്യകേരളത്തിൽ നിരവധി ബ്രാഞ്ചുകളുള്ള ഒരു സൂപ്പർ മാർക്കറ്റ് ചെയിനിൽ പ്രധാന ഷെയർഹോൾഡറായ സാന്ദ്രയുടെ ഭർത്താവ് ഷൈൻ മുഴുവൻ സമയവും ബിസിനസ് തിരക്കിലാണ്. കുട്ടികളൊന്നും ആയിട്ടില്ലെങ്കിലും ഭർത്താവ് ഷൈനിന്റെ തൊടുപുഴയിലെ വീട്ടിൽ വയ്യാത്ത അച്ഛനമ്മമാരുണ്ട്. വീട്ടിൽ സഹായത്തിനായി ഉണ്ടായിരുന്ന തമിഴത്തി ഒരു കല്യാണത്തിനായി നാട്ടിൽ പോയിട്ട് കോവിഡ് കാരണം തിരിച്ചെത്തിയിട്ടില്ല.

"എല്ലാരും കുറച്ചുകാലം ഒരുമിച്ച് തറവാട്ടിൽ നില്ക്കുന്നതൊരു മോശം കാര്യമൊന്നുമല്ലല്ലോ. ഞാനിനി ഇവിടെ എത്രകാലം ഉണ്ടാവുമെന്ന് വെച്ചാണ്." ക്വാറന്റീൻ വാർത്തയറിഞ്ഞ് ഡൈനിങ് ടേബിളിനു ചുറ്റും 'കിളി' പോയിരിക്കുന്ന ഞങ്ങളുടെ അടുത്തേക്കുവന്ന ഡോറാമ്മ

മിച്ചുവിനെ തഴുകിക്കൊണ്ട് പറഞ്ഞു.

ഒരു നീണ്ട ഇടവേളയ്ക്കുശേഷം മക്കൾ മൂന്നുപേരും കുറച്ചുകാലം അടുത്തുണ്ടാകുന്നതിന്റെ സന്തോഷം ഡോറാമ്മയുടെ കണ്ണുകളിൽ നിന്നും വായിച്ചെടുക്കാമായിരുന്നു.

കൗതുകമുണർത്തുന്ന കാഴ്ചകളായിരുന്നു തറവാട്ടിൽ പിന്നീട ങ്ങോട്ട്. നിന്നും ഇരുന്നും കിടന്നുമായി യൂറോപ്യൻ സുഹൃത്തുകളോട് കോവിഡ് ആശങ്ക പങ്കുവെക്കുന്ന സരിൻ സേവ്യപ്പറമ്പിൽ...... മൊബൈ ലിന് ഫുൾറേഞ്ച് കിട്ടാനായി മാറാല നീക്കി തട്ടിൻപുറത്തുവരെ കയറിനോക്കുന്ന സിമിമോൾ..... ഭർത്താവിന് വീട്ടുസാധനങ്ങൾ ഓരോന്നും ഇരിക്കുന്ന സ്ഥലം ഫോണിലൂടെ പറഞ്ഞുകൊടുക്കുന്ന സാന്ദ്ര...... നിനച്ചിരിക്കാതെ അടുത്തുകിട്ടിയ മക്കൾക്ക് മുട്ടുവേദനയുടെ അസ്കിത മാറ്റിവെച്ച് ഓടിനടന്ന് വെച്ചുവിളമ്പുന്ന ഡോറാമ്മ...... വാട്ട് സ്ആപ്പിൽ ഇട്ടുകൊടുക്കുന്ന ലിസ്റ്റ് അനുസരിച്ചുള്ള വീട്ടുസാധനങ്ങൾ ഗേറ്റിന്റെ മതിലിൽ വെച്ചശേഷം ഓടിയകലുന്ന നാട്ടുകാർ.

ക്വാറന്റീൻ ജീവിതത്തിന്റെ ആദ്യത്തെ എട്ട് ദിവസങ്ങളങ്ങനെ തട്ടി യുംമുട്ടിയും കടന്നുപോയി. പിറ്റേന്നായിരുന്നു സേവ്യപ്പറമ്പിൽ തറവാ ടിന്റെ തലവര മാറ്റിയ, മഹാമാരിക്കാലത്തെ മഹാമോചനത്തിന്റെ ആ പുലരി.

വിരമിക്കൽ മന്ദിരം

രണ്ട്

കാറന്റീൻ ഒൻപതാം ദിനം.

"ദേ... സരിൻചേട്ടായി, എണീക്ക്. ഇറ്റ്സ് ടൈം ടു വേക്ക് അപ്പ്!" അതിരാവിലെ തന്നെ തോളത്തു ശക്തമായി തട്ടിവിളിക്കുകയാണ് സിമി മോൾ.

ഞാൻ തലയുയർത്തി ക്ലോക്കിലേക്ക് നോക്കി. സമയം ആറുമണി കഴിഞ്ഞതേ ഉള്ളൂ. ഉടപ്പിറന്നോൾ ഒരു ചൂലുമായി മുറിയിലുണ്ട്. അടിച്ചു വാരാനായി സാധനങ്ങൾ ഒതുക്കുന്നു.

"കുറച്ചുകൂടി കഴിയെട്ടടീ. വേറെ തിരക്കൊന്നുമില്ലല്ലോ." വീണ്ടും ഉറങ്ങാനായി ഞാൻ പുതപ്പിനുള്ളിലേക്ക് വലിഞ്ഞു.

തണുപ്പിന്റെ അവസാനവാക്കായ നോർവേയിൽ സെറ്റിൽഡായിട്ടും വാഗമണ്ണിലെ പുലർകാലങ്ങൾ എനിക്കിപ്പോഴും ഹരമാണ്. കേരളമാകെ വേനൽച്ചൂടിൽ വെന്തുരുകുമ്പോഴും ഒരു ചെറുകമ്പിളിക്കുള്ളിൽ ചുരുണ്ടുകൂടാം.

വീണ്ടുമൊന്ന് മയങ്ങാനുള്ള എന്റെ ശ്രമം പക്ഷേ, വിഫലമായി. സിമിമോളുടെ മൂക്കിൻതുമ്പത്ത് സദാ കുടിയിരിക്കുന്ന നാഗവല്ലി പുറത്തുചാടി.

"ഇനിയെത്ര തവണ പറയണം. ഈ ചേട്ടായിയുടെ നശിച്ച ഒറക്കം." എന്നെ കുലുക്കി മറിച്ചിട്ട് പുതപ്പ് വലിച്ചുമാറ്റിക്കൊണ്ടാണ് അവളുടെ ആക്രോശം. ചൂലും ഡസ്റ്റ്പാനും അതിനോടകം 'പ്ടേ' ശബ്ദത്തോടെ നിലംപൊത്തിയിരുന്നു.

“ഞാനിന്നലെയും ലേറ്റായിട്ടാണ് കിടന്നതെന്ന് നിനക്ക് അറിയാത്ത തൊന്നുമല്ലല്ലോ? ഇതൊരുമാതിരി മറ്റേടത്തെ പണിയായിപ്പോയി. അബ്സലൂട്ടിലി ഡിസ്ഗസ്റ്റിങ്.” ഉറക്കനഷ്ടത്തിന് കൂടപ്പിറപ്പ് പുല്ലുവില കൊടുത്തതിലുള്ള രോഷമെന്നിൽ ആളിക്കത്തി.

ക്വാറന്റീൻ തുടങ്ങി ആദ്യദിവസങ്ങളിൽ എന്തുചെയ്യണമെന്നറിയാതെ കുഴങ്ങിയിരുന്നെങ്കിലും ഞാൻ പതിയെ ജീവിതത്തിന്റെ താളം വീണ്ടെടുത്തിരുന്നു. ലോക്ക്ഡൗൺ ആരംഭിച്ചതുമുതൽ രാത്രി രണ്ടുമണി വരെയെങ്കിലും ബുക്ക് ചാപ്റ്ററിൽ വർക്ക് ചെയ്യുന്നതും പതിവാക്കി. പ്രൊഫസർ സായിപ്പിന്റെ ക്ഷമയുടെ നെല്ലിപ്പലകയിലൂടെ ഇഴഞ്ഞുനീങ്ങുന്ന ഗ്രന്ഥരചന ക്വാറന്റീൻ രാവുകളിൽ പത്തിവിടർത്തി ആടിയേ പറ്റൂ.

“ആ.... എന്തായാലും ഇന്നിനി ഉറങ്ങേണ്ട. വി ഹാവ് സംതിങ് ടു ഡിസ്കസ്.” ഇത്രമാത്രം പറഞ്ഞ് സിമിമോൾ മുറിക്കു പുറത്തേക്കിറങ്ങി, ചാരിക്കിടന്ന വാതിൽ മലർക്കെ തുറന്നുവച്ച്.

അപ്പോഴാണൊരു കാര്യം ഞാൻ ശ്രദ്ധിച്ചത്. കുഞ്ഞുന്നാൾ മുതൽ ഉറക്കക്കാരിയായ സാന്ദ്രയും രാവിലെതന്നെ എഴുന്നേറ്റിട്ടുണ്ട്. മിച്ചുകണക്കെ തല കുമ്പിട്ട് കസേരയിൽ ചുരുണ്ടിരിക്കുന്നു.

കഴിഞ്ഞദിവസങ്ങളിൽ എട്ടുമണിക്കും ഉറക്കംവിടാത്ത ആളാണ്. ചേട്ടത്തിതന്നെ കുത്തിപൊക്കിയതാവും. എന്തായാലും മൊത്തത്തിൽ ഒരു പന്തികേട് മണക്കുന്നുണ്ട്.

സിമിമോളുമായി ഇടഞ്ഞ് ഉറക്കം തുടരുന്നത് ബുദ്ധിയല്ലെന്നെനിക്കു തോന്നി. സാങ്കേതികമായി പിടിയാണെങ്കിലും ഇടഞ്ഞാൽ അവൾ കൊമ്പനാണ്. അങ്ങനെ പോരാട്ടവീര്യത്തിനു സുല്ലിട്ട് ഞാൻ പതിയേ കട്ടിൽ വിട്ടിറങ്ങി നെഞ്ചിനു മുകളിൽ അലക്ഷ്യമായി കയറ്റിയുടുത്ത കൈലിമുണ്ടും മുറുക്കിപ്പിടിച്ചുകൊണ്ട്.

സിമിമോളും ഡോറാമ്മയും സാന്ദ്രയും ഹാളിൽത്തന്നെയുണ്ട്. പരസ്പരം ഒന്നും ഉരിയാടാതെ, ബലം പിടിച്ച് അടുത്തടുത്ത കസേരകളിൽ. ഞാൻ മൂന്നുപേരുടേയും മുഖത്തേക്ക് സൂക്ഷിച്ചു നോക്കി.

അടിമുടി കലിപൂണ്ടിരിക്കുകയാണ് സിമിമോൾ. അവളുടെ മുഖം പഴുത്ത കാപ്പിക്കുരു കണക്കെ ചുവന്നിട്ടുണ്ട്. സാന്ദ്രയുടെ സഹജമായുള്ള ദയനീയഭാവം ഒന്നുകൂടി കനത്തിട്ടുണ്ട്. നിസ്സംഗയായി നിലത്തു നോക്കിയിരിക്കുന്ന ഡോറാമ്മയുടെ സ്ഥിതിയും ഒട്ടുംമെച്ചമല്ല. എന്നോട് എന്തൊക്കെയോ പറയാനുള്ള വെമ്പൽ ആ മുഖത്തുനിന്നും വായിച്ചെടുക്കാം.

കാര്യങ്ങളുടെ കിടപ്പുവശം എനിക്കേകദേശം പിടികിട്ടി ‘പെണ്ണുങ്ങൾക്കിടയിൽ എന്തോ പുതിയപ്രശ്നം പൊട്ടിപ്പുറപ്പെട്ടിരിക്കുന്നു.’

കഴിഞ്ഞ കുറച്ചു വർഷങ്ങളായി അതൊരു വലിയ കാര്യമേയല്ല.

പപ്പയുടെ മരണശേഷം ഡോറാമ്മയ്ക്കും പെണ്ണമ്മാർക്കും ഇടയിലുണ്ടായ പ്രശ്നങ്ങൾ പരിഹരിക്കാനായി ഞാനെത്രയോ തവണ നോർവേയിൽ നിന്നും വാട്ട്സ്ആപ്പിൽ മണിക്കൂറുകൾ നീണ്ട കോൺഫറൻസ് കാൾ വിളിച്ചിട്ടുണ്ട്. 'ഡോറാമ്മ ഇനിയുള്ളകാലം എവിടെ നില്ക്കണം? വാഗമണ്ണിൽത്തന്നെ ഒറ്റയ്ക്കോ, അതോ പെൺമക്കളുടെ കൂടെയോ?' ഈ ചോദ്യത്തെ ചുറ്റിപ്പറ്റിയായിരുന്നു ഒട്ടുമിക്ക പ്രശ്നങ്ങളും.

"സരിൻ ആദ്യം പോയി കാപ്പി കുടിക്ക്.... അത് കഴിഞ്ഞിട്ട് നമുക്ക് സംസാരിക്കാം." ചെറിയൊരു വൈക്ലബ്യത്തോടെയാണ് ഡോറാമ്മയത് പറഞ്ഞത്.

ഡൈനിങ് ടേബിളിലേക്കു നോക്കിയപ്പോൾ തെല്ലൊരാശ്വാസം. എന്റെ വാഗമൺ ശീലങ്ങളിലൊന്നായ ഏലയ്ക്ക ചേർത്ത കട്ടൻകാപ്പി തയ്യാർ. അതും എനിക്കേറെ പ്രിയപ്പെട്ട പാതിരാസൂര്യന്റെ ചിത്രമുള്ള നോർവീജിയൻ മഗ്ഗിൽ. കൂടെക്കഴിക്കാൻ വാഗമണ്ണിന്റെ സ്വന്തം, അരിയിൽ തീർത്ത വിസ്മയം മൊയ്തീൻ അപ്പം.

ഇനിയിവിടെ നടമാടുക നെടുങ്കൻ വാദപ്രതിവാദങ്ങളാണ്. അതു ചിലപ്പോൾ ഉച്ചവരെ നീളാം. അടുക്കളയിൽ എന്തെങ്കിലും കാലമാക്കി യതിന്റെ ലക്ഷണങ്ങൾ ഒന്നുമില്ല. തള്ളയ്ക്കും പെൺമക്കൾക്കും പച്ച വെള്ളംപോലും തൊടാതെ മണിക്കൂറുകളോളം തർക്കത്തിൽ ഏർപ്പെ ടാനുള്ള സവിശേഷസിദ്ധിയുണ്ട്.

എന്തായാലും ഒത്തുകിട്ടിയ മൊയ്തീൻ അപ്പം മൊത്തമായി അക ത്താക്കുന്നതാണ് ബുദ്ധി. ഞാൻ അവസരത്തിനൊത്തുയർന്നു.

മൂന്ന്

"ഡോറാമ്മ ഇത്രയുംകാലം ഞങ്ങളോട് സ്നേഹം നടിക്കുവായി രുന്നോ? എന്റെ വീട്ടിൽവരുന്ന ജോലിക്കാരിക്കു പോലുമുണ്ടല്ലോ ഇതിലും ആത്മാർത്ഥത. ആർ യു റിയലി മൈ മദർ?" ഞാൻ കാപ്പികുടിച്ചു കഴി യുന്നതുവരെ കാത്തുനില്ക്കാൻ സിമിമോൾ കൂട്ടാക്കിയില്ല.

"പപ്പയോ മരിച്ചുപോയി. ഇനിയാകെയുള്ളതൊരു അമ്മയാണ്. ഡോറാമ്മ ഇനിയുള്ള കാലം കൂടെയുണ്ടാകണമെന്ന് ഒന്നാഗ്രഹിച്ചു പോയി. നിങ്ങൾക്ക് മക്കളെ അങ്ങനെയങ്ങ് ഉപേക്ഷിക്കാൻ പറ്റുമോ? ഞങ്ങളതിന് ഒളിച്ചോടി കഴിച്ചവർ ഒന്നുമല്ലല്ലോ." അവൾ കത്തിക്കയറു കയാണ്.

"പെൺമക്കളെ കെട്ടിച്ചുവിട്ടതോടെ ജീവിതത്തിലെ കെട്ടുപാടുകൾ എല്ലാം തീർന്നുപോലും. അല്ലാ, ഇനി ഉത്തരവാദിത്വമെല്ലാം തീർന്നാൽ തന്നെ ബാങ്ക് ബാലൻസിന്റെ ബലത്തിൽ എന്തും ചെയ്യാമെന്നാണോ?"

"ഡോറാമ്മയിങ്ങനെ പോകുന്നത് പപ്പയോടുള്ള പകവീട്ടലായേ നാട്ടുകാര് കാണത്തൊള്ളു. പപ്പയുമൊത്തുള്ള ജീവിതത്തിൽ സമാധാനം

കിട്ടാതിരുന്നതുകൊണ്ടാണ് ഇപ്പണി കാണിക്കുന്നതെന്നേ അവര് പറയൂ.”

“നമ്മുടെ കുടുംബം ഇനി അറിയപ്പെടാൻ പോകുന്നത് ഡോറാമ്മയീ ചെയ്യുന്നതിന്റെ പേരിലായിരിക്കും. അല്ലെങ്കിൽത്തന്നെ നോക്കാൻ തയ്യാറുള്ള മക്കളുള്ളപ്പോൾ വയസ്സാൻകാലത്ത് ഓൾഡേജ്ഹോമിൽ പോയി കിടക്കേണ്ട വല്ലകാര്യവുമുണ്ടോ?” ഒന്നും മിണ്ടാതിരുന്ന സാന്ദ്രയാണ് പിന്നീട് സംസാരിച്ചത്.

“ഇനി ഞങ്ങടെ കൂടെവന്നു നില്ക്കില്ലെന്ന കടുംപിടുത്തമാണെങ്കിൽ ഇവിടെത്തന്നെ നില്ക്ക്. നമുക്ക് സഹായത്തിനു സ്ഥിരമായി ആരെയെങ്കിലും നിർത്താം.”

‘ഡോറാമ്മ ഓൾഡേജ് ഹോമിലേക്ക് പോവുകയാണോ?’ ഞെട്ടിത്തരിച്ചുപോയ ഞാൻ കാപ്പികുടി നിർത്തി കാത് കൂർപ്പിച്ചു.

“ഒന്ന് ആലോചിച്ചു നോക്കിയേ.... എനിക്കോ സിമിമോൾക്കോ ഡോറാമ്മയെ ഒന്നു കാണണമെന്നു തോന്നിയാൽ എന്തുചെയ്യും? വീട്ടിലേക്ക് ഓടിവരുന്നതുപോലെ വൃദ്ധസദനത്തിലേക്കു ചെല്ലാൻപറ്റുമോ? ഓൾഡേജ് ഹോമുകാർ അന്തേവാസികൾക്ക് അവശ്യസമയത്തു വേണ്ട ചികിത്സ തരുമെന്ന് വല്ല ഉറപ്പുമുണ്ടോ?”

“പപ്പയോ നേരത്തേ പോയി. ഡോറാമ്മയ്ക്കും ആ ഗതി വരരുതെന്ന നിർബ്ബന്ധം ഞങ്ങൾക്കുണ്ട്.” നിറഞ്ഞ കണ്ണുകളോടെയാണ് സാന്ദ്രയത് പറഞ്ഞത്.

“നിങ്ങളൊക്കെ ഏതുകാലത്താണ് ജീവിക്കുന്നത്? ഞാൻ പോകുന്നത് ഓൾഡേജ് ഹോമിലേക്കല്ല, പെയ്ഡ് റിട്ടയർമെന്റ് ഹോമിലേക്കാണ്. അവിടെയാരെയും പിടിച്ചുകെട്ടി ഇട്ടിരിക്കുകയൊന്നുമല്ല. എപ്പം വേണമെങ്കിലും എങ്ങോട്ടുംപോകാം. ആർക്കുവേണമെങ്കിലും അങ്ങോട്ടുവരാം. ചികിത്സയ്ക്കും മറ്റുമെല്ലാ സൗകര്യങ്ങളുമുണ്ട്.” ഒടുവിൽ ഡോറാമ്മ പ്രതികരിച്ചു.

“സോ ദാറ്റ്സ് യുവർ പ്ലാൻ! കൊച്ചിയിലെ റിട്ടയർമെന്റ് ഹോമിൽ സുഖവാസവും വോളണ്ടറി വർക്കും. ഇടയ്ക്കൊരു ചേഞ്ചിന് തൊടുപുഴയ്ക്കും തിരുവനന്തപുരത്തേക്കും വരുക. മക്കളേയും കൊച്ചുമക്കളേയും കണ്ട് എളുപ്പന്ന് സ്ഥലംകാലിയാക്കാം. വിസിറ്റിങ് മദർ!” കസേരയിൽനിന്നും ചാടിയെഴുന്നേറ്റുകൊണ്ടായിരുന്നു സിമിമോളുടെ മറുപടി.

“അവിടെയാകുമ്പോൾ ജീവിതം എന്തെളുപ്പം. കഴിക്കേണ്ട സമയങ്ങളിൽ ഡൈനിങ് ടേബിളിൽ പോയിരുന്നാൽ മതി. ഒറ്റയ്ക്കോ മക്കളോടൊപ്പമോ താമസിക്കുമ്പോൾ വയറ്റിലേക്ക് എന്തെങ്കിലും പോകണമെങ്കിൽ കുറച്ചെങ്കിലും കഷ്ടപ്പെടേണ്ടി വരും. നോ! നെവർ... വി വോണ്ട് പെർമിറ്റ് ദിസ്.”

ഞാൻ കൈപോലും കഴുകാതെ ഡൈനിങ് റൂമിൽനിന്നും പുറത്തിറങ്ങി. സംഭവങ്ങളുടെ നിജസ്ഥിതി സിമിമോളിൽ നിന്നുതന്നെ അറിയണം.

“ഹോ! ഐ കാണ്ട് ബിലീവ് ദിസ്. ഇതു വല്ലതും ഉള്ളതാണോടീ?” ഞാനൊരു സംശയിക്കുന്ന തോമസായി.

സിമിമോൾ എന്നെ കൈപിടിച്ച് വീടിനകത്തേക്കു കൂട്ടിക്കൊണ്ടു പോയി. ബെഡ്റൂമിലെ അലമാരിയിലിരുന്ന ഒരു പുസ്തകമെടുത്തു കൈയിൽ തന്നു.

“എന്റെ പൊന്നു ചേട്ടായി...... ഐ ആം നോട്ട് എക്സാജറേറ്റിങ്. ഡോറാമ്മ ഇപ്പോൾ വായിക്കുന്ന നോവലാണിത്. സത്യമായിട്ടും ആ സ്ത്രീക്ക് മൃഗസ്നേഹവും സ്വാതന്ത്ര്യദാഹവും ഇളകിയിരിക്കുവാണ്.”

ബുക്കർ സമ്മാനം നേടിയ *ദി വെജിറ്റേറിയൻ* എന്ന സൗത്ത് കൊറിയൻ നോവലിന്റെ ഇംഗ്ലീഷ് പരിഭാഷ ആയിരുന്നത്. ആദ്യത്തെ പേജിൽ വൃത്തിയുള്ള കൈയക്ഷരത്തിൽ ഇങ്ങനെ എഴുതിയിരുന്നു: ‘ആനിമൽ ഗ്യാങ് വീണ്ടും ഒന്നിക്കുംമുൻപ് ഡോറയ്ക്കു വായിച്ചു രസിക്കാൻ.’

ഹാൻ കാങ്ങിന്റെ വിഖ്യാതരചന ഞാനും വായിച്ചിട്ടുള്ളതാണ്. സ്വപ്നങ്ങളിലത്രയും ഇറച്ചിക്കായി കൊല്ലുന്ന മൃഗങ്ങൾ മാത്രമായപ്പോൾ പെട്ടെന്നൊരു സുപ്രഭാതത്തിൽ മാംസാഹാരത്തോട് ഗുഡ്ബൈ പറഞ്ഞൊരു വീട്ടമ്മയുടെ കഥ.

പതിവായി നേരത്തെ എഴുന്നേല്ക്കാറുള്ള സിമിമോളോട് ‘എടീ എനിക്കൊരു കാര്യം പറയാനുണ്ട്’ എന്ന മുഖവുരയോടെ ഇന്നുരാവിലെ ഡോറാമ്മ നടത്തിയ വെളിപ്പെടുത്തലുകൾ വിശ്വസിക്കുക എളുപ്പമായിരുന്നില്ല.

കൊച്ചിയിലെ സെന്റ് ആഗ്നെസ് കോളേജിൽ പ്രീഡിഗ്രിക്ക് ഒപ്പം പഠിച്ച ‘ചങ്ക്’ ഫ്രണ്ട്സിനൊപ്പം റിട്ടയർമെന്റ് ഹോമിലേക്കു പോകാനാണ് ഡോറാമ്മയുടെ പദ്ധതി. അതിലൊരാൾ ഇപ്പോഴവിടുത്തെ അന്തേവാസിയും മൃഗസ്നേഹികളുടെ സംഘടനയായ പീറ്റയുടെ കൊച്ചി ഏരിയ കോർഡിനേറ്ററുമാണ്. ഭർത്താവ് മരിച്ചശേഷം ആലുവയിൽ ഒറ്റയ്ക്ക് താമസിക്കുന്നൊരു ബ്രാഹ്മണസ്ത്രീയാണ് രണ്ടാമത്തെയാൾ. റിട്ടയർമെന്റ് ഹോമിൽ താമസിച്ചുകൊണ്ട് പീറ്റയ്ക്കുവേണ്ടി വോളണ്ടറി വർക്ക് ചെയ്യാനാണ് മൂവർസംഘത്തിന്റെ പ്ലാൻ.

മാത്രമല്ല ഡോറാമ്മയിപ്പോൾ കമ്പ്ളീറ്റിലി വീഗനാണ്. ഒരു മീനും കഴിക്കില്ല. പാലുംമുട്ടയും പോലും തൊടില്ല. തേൻവരെ ഒഴിവാക്കിയിരിക്കുകയാണ്.

ഞാനെത്തിയ ദിവസം ആദിവാസികൾ കെണിവച്ചുപിടിച്ച കുളമാവ് ഡാമിലെ ചെമ്പല്ലി കറിവെച്ചിരുന്നെങ്കിലും പെസഹാ നോമ്പിന്റെ കാര്യം പറഞ്ഞ് ഡോറാമ്മ കഴിച്ചിരുന്നില്ല.

എല്ലാത്തരം നോൺവെജും ‘കിടുവായി’ കുക്ക് ചെയ്യുമെങ്കിലും അലർജി കാരണം ഡോറാമ്മ പണ്ടേ ഇറച്ചി കഴിക്കാറില്ല. ചെറുപ്പത്തിലെപ്പോഴോ കോഴിയിറച്ചി ഛർദ്ദിച്ചുവെന്നും മാംസാഹാരം പാടേ ഉപേക്ഷിക്കണമെന്ന് ഡോക്ടർ ആവശ്യപ്പെട്ടെന്നുമാണ് ഡോറാമ്മ ഞങ്ങളോട്

പറഞ്ഞിട്ടുള്ളത്. ഇറച്ചിയിലുള്ള ഏതോ ഒരു സൂക്ഷ്മഘടകം ശരീരത്തിൽ പ്രവേശിച്ചാൽ മരണത്തിനുവരെ കാരണമാകും പോലും.

അമ്മമനസ്സിൽനിന്നും പിള്ളമനസ്സുകളിലേക്ക് പടച്ചുവിട്ട ആ അലർജിക്കഥ ഒരു 'മൂത്ത' വീഗനിലേക്കുള്ള മാറ്റത്തിന്റെ വിത്തായിരുന്നെന്ന് വിശ്വസിക്കാൻ പറ്റുന്നില്ല.

പിന്നീടവൾ പറഞ്ഞ കാര്യങ്ങളെന്നെ അക്ഷരാർത്ഥത്തിൽ ഞെട്ടിച്ചു. ഡോറാമ്മയുടെ പേരിലുണ്ടായിരുന്ന കാപ്പിത്തോട്ടം വിറ്റ് ഇതിനോടകം നാല്പതു ലക്ഷം രൂപ സമാഹരിച്ചുകഴിഞ്ഞു. ബന്ധുക്കളുടെ അനുഗ്രഹാശ്ശിസുകളും എല്ലാത്തിനും പിന്നിലുണ്ടത്രേ.

സംസാരം മതിയാക്കി ഞാനും സിമിമോളും ഡ്രോയിങ് റൂമിൽ തിരിച്ചെത്തി. ഡോറാമ്മ യാതൊരു കൂസലുമില്ലാതെ കസേരയിൽ തന്നെയുണ്ട്. ആരോടുമാലോചിക്കാതെ സ്വന്തം നിലയ്ക്ക് സ്ഥലം വിറ്റതും ഇത്രയും പ്രധാനപ്പെട്ടൊരു തീരുമാനം ഏക ആൺതരിയിൽനിന്നും മറച്ചുവച്ചതും ചോദ്യംചെയ്യണമെന്ന് ഞാനുറച്ചു.

"എല്ലാം ആസൂത്രിതമായ നീക്കങ്ങളാണല്ലോ. തീരുമാനമെല്ലാം സ്വയം എടുത്തിട്ട് അവസാനം മക്കളെയൊക്കെ അറിയിച്ചാൽ മതിയെന്നാണോ? ഞാൻ നാട്ടിലില്ലെങ്കിലും ജീവനോടെ തന്നെയുണ്ടല്ലോ."

"ആസൂത്രിതം ഒന്നുമല്ലെടാ. റിട്ടയർമെന്റ് ഹോമിലേക്ക് പോകുക, പീറ്റയിൽ ചേർന്ന് പ്രവർത്തിക്കുക, പെട്ടെന്നുണ്ടായൊരു ചിന്തയാണിത്. കോളേജിൽ ഒരുമിച്ചുണ്ടായിരുന്ന രണ്ടുപേർ ഇപ്പോഴങ്ങനെ ചെയ്യുന്നുണ്ട്. താല്പര്യമുണ്ടെങ്കിൽ ആലോചിക്കാവുന്നതേ ഉള്ളെന്ന് ബന്ധുക്കളും പറഞ്ഞു." ഡോറാമ്മ വിശദീകരിക്കാൻ ശ്രമിച്ചു.

"തോട്ടം വിറ്റതും റിട്ടയർമെന്റ് ഹോമിൽ റൂം ബുക്ക് ചെയ്തതുമൊക്കെ പെട്ടെന്നൊരു ആവേശത്തിലങ്ങ് ചെയ്തതാണ്. മക്കളൊക്കെ പഠിപ്പും ജോലിയുമൊക്കെ ഉള്ളവരായതുകൊണ്ട് ഇത്രയും എതിർപ്പുണ്ടാകുമെന്ന് വിചാരിച്ചില്ല."

എന്റെ മുഖം തെല്ലൊന്നു ശാന്തമായെന്നു തോന്നിയതുകൊണ്ടാകണം മറുപടിക്ക് കാത്തുനില്ക്കാതെ ഡോറാമ്മ സംസാരം തുടർന്നു. വാഗമൺ പള്ളിവികാരി ഫാദർ റോഷി പനച്ചിക്കാട്ടിലിനെ കൂട്ടുപിടിച്ചായിരുന്നു തുടർവിശദീകരണം.

"ദൈവികപദ്ധതി എന്തായിരിക്കുമെന്ന് ആർക്കുമറിയില്ലെന്നാണ് ഇതേക്കുറിച്ച് റോഷിയച്ചൻ പറഞ്ഞത്.

എല്ലാം ദൈവഹിതം ആയിരിക്കും. അച്ചന്റെ അറിവിൽ വാർദ്ധക്യകാലത്ത് പലരുടെ ജീവിതത്തിലും ഇതുപോലുള്ള ദൈവിക ഇടപെടൽ ഉണ്ടായിട്ടുണ്ട്."

"ദൈവഹിതം, ബുൾഷിറ്റ്! പറയുന്നതിൽ എന്തെങ്കിലുമൊരു ആത്മാർത്ഥത വേണ്ടേ. ഇപ്പറഞ്ഞ റോഷിയച്ചന്റെ കസിനാണ് കൊച്ചിയിലെ റിട്ടയർമെന്റ് ഹോം നടത്തുന്നത്. കസിന്റെ റിട്ടയർമെന്റ് ഹോമിൽ

ഇടവകയിൽനിന്നും ഒരാൾ മുപ്പതുലക്ഷം രൂപ മുടക്കിയൊരു മുറി ബുക്ക് ചെയ്താൽ കത്തനാർക്കെന്താ പുളിക്കുമോ?" എല്ലാം കേട്ടുനിന്ന സിമി മോൾ പൊട്ടിത്തെറിച്ചു.

"ഫക്ക്! 'മകളേ ഇസഡോറേ, നീ വേണ്ടപ്പെട്ടവരെയെല്ലാം ഉപേക്ഷിച്ച് റിട്ടയർമെന്റ് ഹോമിലേക്കു പോകൂ' എന്ന് വല്ലാർപാടത്തമ്മ നേരിട്ട് ഇറങ്ങിവന്നു പറഞ്ഞുകാണും."

"ആണ്ടിലും ചങ്കരാന്തിയിലും പള്ളീൽ പോകുന്നയാളാണ് ഇപ്പോഴെല്ലാം ദൈവഹിതമാണെന്ന് പറയുന്നത്. ഇതിപ്പം സ്വന്തംകാര്യം നടത്തിയെടുക്കാൻ ദൈവത്തെ കൂട്ടുപിടിച്ചതുപോലെയായി."

സാന്ദ്ര മുന്നോട്ടുവന്ന് കാര്യങ്ങളെനിക്ക് വിശദീകരിച്ചു തന്നു.

കഴിഞ്ഞ സെപ്തംബറിൽ ഡോറാമ്മ ഇടവകക്കാർക്കൊപ്പം വല്ലാർപാടം പള്ളിയിലേക്കൊരു തീർത്ഥയാത്ര പോയിരുന്നു. ഇപ്പോൾ വിവാദവിഷയമായിരിക്കുന്ന കൊച്ചിയിലെ റിട്ടയർമെന്റ് ഹോമിലാണ് റോഷിയച്ചൻ എല്ലാവർക്കുമുള്ള ലഞ്ച് അറേഞ്ച് ചെയ്തിരുന്നത്. അവിടെവച്ച് ക്ലാസ്മേറ്റായിരുന്ന പ്രഭയെ ഡോറാമ്മ യാദൃച്ഛികമായി കണ്ടുമുട്ടുകയും ആലുവയിലുള്ള രേണുകയുമായി ഫോണിൽ സംസാരിക്കുകയും ചെയ്തു. ബാക്കിയെല്ലാം വാട്സ്ആപ്പ് വഴിനടന്ന ആസൂത്രണമാണ്.

സാന്ദ്ര അടുക്കളയിൽ പോയി ഡോറാമ്മയുടെ മൊബൈൽ ഫോൺ എടുത്തുകൊണ്ടുവന്നു. എല്ലാവരും നോക്കിനില്ക്കേ വാട്സ്ആപ്പ് എടുത്ത് 'ആനിമൽ ഗ്യാങ്' എന്ന ഗ്രൂപ്പിൽ കയറി.

മൂന്നുപേർ മാത്രമുള്ളൊരു ഗ്രൂപ്പിലെ മെസ്സേജുകളുടെയും വോയിസ് ക്ലിപ്പുകളുടേയും ബാഹുല്യം എന്നെ അത്ഭുതപ്പെടുത്തി. ഫോർവേഡുകൾ കൂടുതലും പീറ്റയിൽ നിന്നുള്ളതും 'സ്റ്റോപ്പ് ക്രൂവൽറ്റി എഗൈൻസ്റ്റ് ആനിമൽസ്' എന്ന ഹാഷ് ടാഗോടു കൂടിയതുമാണ്.

ഞാൻ ഫോൺ മേശയിൽവച്ച് അടുത്തുകിടന്ന കസേരയിൽ താടിക്ക് കൈയും കൊടുത്തിരുന്നു; ഡോറാമ്മയ്ക്ക് അഭിമുഖമായി.

നാല്

നേരംവെളുത്തിട്ടും പുറത്തിറക്കാത്തത് റോക്കി ആറാമനെ അസ്വസ്ഥനാക്കിയിരുന്നു. അവൻ ചെറിയൊരു മുരൾച്ചയോടെ കൂട്ടിൽകിടന്നു കുരയ്ക്കാൻ തുടങ്ങി.

റോക്കിയുടെ കാര്യംപറഞ്ഞു ഡോറാമ്മ പതിയേ എഴുന്നേറ്റു. മകനുമായി നേരിട്ടൊരു സംസാരം ഒഴിവാക്കാനുള്ളൊരു ശ്രമം കൂടിയായിരുന്നത്.

"ഡോറാമ്മയിങ്ങനെ പോയാൽ റോക്കിയെ എന്തുചെയ്യും? പപ്പയുടെ എല്ലാമെല്ലാമായിരുന്ന അവനെ ചുമ്മാ റോട്ടിൽ കളയാനോ കാട് കയറ്റിവിടാനോ പറ്റുമോ?" ഞാൻ ചോദിച്ചു.

"റോക്കിയെ നമുക്ക് ബന്ധുക്കൾക്കാർക്കെങ്കിലും വളർത്താൻ കൊടുക്കാം. അത് നടക്കുന്നില്ലെങ്കിൽ ഞാനവനെ കൊച്ചിയിലേക്ക് കൊണ്ടുപൊക്കോളാം. അവിടെ പ്രഭയൊരു ഡോഗ് ഹോസ്റ്റൽ നടത്തുന്നുണ്ട്." ആലോചിച്ച് ഉറപ്പിച്ചിരുന്ന ഉത്തരം ഉടനെത്തി.

ആ വാക്കുകളിലെ നിർവ്വികാരത എന്നെ വട്ടുപിടിപ്പിച്ചു.

"ഡോറാമ്മയിപ്പോൾ സ്വന്തംകാര്യം നടത്താൻ കാണിക്കുന്ന വ്യഗ്രതയും കരുതലുമൊക്കെ ഉണ്ടായിരുന്നെങ്കിൽ പപ്പയെ വീട്ടിൽ കൂടുതൽ കിട്ടുമായിരുന്നു. ഞങ്ങൾക്ക് നല്ലൊരു കുട്ടിക്കാലവും ഉണ്ടാവുമായിരുന്നു."

തിരിച്ചൊന്നും പറയാതെ, എന്നെ ദയനീയമായൊന്നു നോക്കിയ ശേഷം ഡോറാമ്മ റോക്കിയുടെ കൂട്ടിനടുത്തേക്കു പോയി. പെങ്ങമ്മാരുടെ മുഖത്തും ദയനീയത പരന്നു.

ഞാൻ ദേഷ്യത്തിന് ചാടിക്കയറി പറഞ്ഞുപോയതാണ്. പപ്പയും ഡോറാമ്മയും വഴക്കടിച്ചു നഷ്ടപ്പെടുത്തിയ ഞങ്ങളുടെ കുട്ടിക്കാലത്തെ വലിച്ചിഴയ്ക്കണമെന്ന് ഒട്ടുംകരുതിയതല്ല.

പള്ളീലച്ചൻ എപ്പോഴും പ്രസംഗത്തിനിടെ പറയാറുള്ള 'കൂടുമ്പോൾ ഇമ്പമുള്ള കുടുംബം' ആയിരുന്നില്ല ഞങ്ങളുടേത്. നാട്ടുകാരും വീട്ടുകാരും ഇടപെട്ടു സുല്ലിട്ട എത്രയോ പൊരുത്തക്കേടുകൾ. തോട്ടത്തിലെ ചീവീടുകളുടെ കൂട്ടക്കരച്ചിലുമായി കൊമ്പുകോർത്ത എത്രയെത്ര പൊട്ടിത്തെറികൾ.

"എന്തായാലും നാട്ടുകാർക്കും ബന്ധുക്കൾക്കും സേവ്യപ്പറമ്പിൽ കുടുംബത്തെ താറടിക്കാൻ പുതിയൊരു കാര്യമായി. പഠിച്ചു നല്ലനിലയിൽ എത്തിയിട്ടും പെറ്റമ്മയെ കൊണ്ടുപോയി ഓൾഡേജ് ഹോമിൽ തള്ളിയ മക്കളെന്ന പഴി ഇനി കേക്കേണ്ടിവരും." സാന്ദ്ര പതിയെ വിഷയം മാറ്റി.

"പഴി മാത്രമല്ലടീ, നിയമനടപടിയും നേരിടേണ്ടിവരും." സിമിമോൾ ഫോൺ കൈയിലെടുത്ത് 'കനിവറ്റ മക്കളെ പൂട്ടും' എന്ന തലക്കെട്ടിൽ പത്രത്തിൽ വന്നൊരു വാർത്ത തപ്പിപിടിച്ചു.

വൃദ്ധസദനങ്ങളിൽനിന്നും മാതാപിതാക്കളെ ഒപ്പംകൂട്ടാൻ തയ്യാറാകാത്ത മക്കൾക്കെതിരെ കേരള സർക്കാർ നിയമനടപടിക്ക് ഒരുങ്ങുന്നുവെന്ന വാർത്ത ആയിരുന്നത്. പുതിയ വയോജനക്ഷേമ സംരക്ഷണ നിയമമനുസരിച്ച് മാതാപിതാക്കളെ സംരക്ഷിക്കാത്ത മക്കൾക്കെതിരെ തടവുശിക്ഷയും പിഴയും ഉൾപ്പെടെയുള്ള നിയമനടപടികൾ സ്വീകരിക്കാനുള്ള വ്യവസ്ഥയുണ്ട്. വൃദ്ധസദനങ്ങളിൽനിന്നും മാതാപിതാക്കളെ ഏറ്റെടുക്കാത്ത സർക്കാർ ഉദ്യോഗസ്ഥരായ മക്കൾക്കെതിരെ അച്ചടക്കനടപടിക്കും ശുപാർശയുണ്ട്.

ഞാനും സാന്ദ്രയും വാർത്ത വായിച്ചു കഴിഞ്ഞപ്പോഴേക്കും ഡോറാമ്മ റോക്കിയെ കൂട്ടിൽക്കയറ്റി തിരിച്ചെത്തി. സ്വന്തം തീരുമാനവുമായി ഡോറാമ്മ മുൻപോട്ടുപോയാൽ നാട്ടിലുള്ള പെൺമക്കൾ, പ്രത്യേകിച്ച് സർക്കാർ ഉദ്യോഗസ്ഥയായ സാന്ദ്ര, നേരിടാനിടയുള്ള നിയമനട

പടിയെക്കുറിച്ച് ഞാൻ സൂചിപ്പിച്ചു. ഒരു വയോധിക സ്വയം തീരുമാനിച്ച് റിട്ടയർമെന്റ് ഹോമിലേക്ക് പോയാൽ ഈ നിയമം ബാധകമാവില്ലെന്ന് ഉത്തമ ബോദ്ധ്യമുണ്ടായിരുന്നെങ്കിലും ഞാൻ ശക്തിയുക്തം വാദിച്ചു.

"നിയമത്തിന് അങ്ങനെ ആൺ–പെൺ വ്യത്യാസമൊന്നുമില്ല. സാമ്പത്തികശേഷിയും ആരോഗ്യസ്ഥിതിയുമുള്ള മക്കൾ വൃദ്ധരായ മാതാപിതാക്കളെ സംരക്ഷിക്കുന്നുണ്ടോ എന്നതുമാത്രമാണ് വിഷയം. കാർന്നോമ്മാരെ വഴിയാധാരമാക്കിയെന്നു കോടതിക്കു ബോദ്ധ്യപ്പെട്ടാൽ എത്ര കൊമ്പത്തെ മക്കളാണേലും പിടിച്ച് അകത്തിടും. പിന്നെ വനിതാ ജയിലിലേ കിടക്കേണ്ടിവരൂ. അക്കാര്യത്തിൽ ഏതായാലും ആൺ–പെൺ വ്യത്യാസമുണ്ട്." സിമിമോൾ ഇടയ്ക്കു കയറിപ്പറഞ്ഞു.

"ഞാനെന്റെ സ്വന്തം ഇഷ്ടപ്രകാരമാണ് പോയതെന്നുപറഞ്ഞാൽ പിന്നെ ആർക്കെന്തു കേസാടാ." സുവ്യക്തമായിരുന്നു ഡോറാമ്മയുടെ മറുപടി. ഒന്നിനെയും കൂസാത്ത ഭാവം.

"ശരി, ജയിലിന്റെ കാര്യം വിട്. പക്ഷേ, ഡോറാമ്മ കരുതുന്നതുപോലെ പൂർണ്ണസ്വാതന്ത്ര്യത്തിൽ പോയി വിരാജിക്കാവുന്ന സ്ഥലമൊന്നുമല്ല റിട്ടയർമെന്റ് ഹോം. ഒരു ഹോട്ടലിൽ പോയി മുറിയെടുക്കുന്നത് പോലെയാണ് അവിടത്തെ താമസമെന്നാണോ വിചാരം?" സാന്ദ്രയുടെ പ്രതികരണം ഉടനെത്തി.

"നമ്മുടെ നാട്ടിലുള്ള ഓൾഡേജ് ഹോമിലെ അന്തേവാസികൾക്ക് യാതൊരു സ്വാതന്ത്ര്യവുമില്ല. എൻ എസ് എസ് കുട്ടികളുമായി കോളേജിനടുത്തുള്ളൊരു ഓൾഡേജ് ഹോമിൽ ഞാൻ സ്ഥിരമായി പോകാറുള്ളതാണ്. അവിടെ എന്തെല്ലാം ചിട്ടവട്ടങ്ങൾ ഉണ്ടെന്നറിയാമോ? മേട്രൻ പറയുന്ന വരയ്ക്കകത്തു തന്നെ എല്ലാവരും നില്ക്കണം."

"ഓൾഡേജ് ഹോമുകളിൽ ചിലപ്പോൾ അങ്ങനെയായിരിക്കും. പക്ഷേ, റിട്ടയർമെന്റ് ഹോമിൽ സ്വാതന്ത്ര്യത്തിന് യാതൊരു കുറവുമില്ല." എന്തുകേട്ടിട്ടും കുലുങ്ങാതെ നിലപാടിൽ ഉറച്ചുനില്ക്കുകയാണ് ഡോറാമ്മ.

"യു ആർ എ ക്രൂക്ക്! ആകെയുള്ളൊരു ആൺതരി മദാമ്മയെ കെട്ടി മഞ്ഞുനാട്ടിൽ പോയിക്കിടക്കുന്നത് മുതലാക്കാനാണ് പ്ലാൻ. ഇനി കുറേ ഹോമുകൾകൂടി കയറിയിറങ്ങിയാലേ ഞങ്ങള് പെൺമക്കളുടെ സ്നേഹം മനസ്സിലാകത്തൊള്ളു എന്നുവച്ചാൽ." സ്വിച്ചിട്ടപോലെ സംസാരം നിർത്തി സിമിമോൾ സാന്ദ്രയേയുംകൂട്ടി മുറിയിലേക്കു പോയി. 'കഴിക്കാനെന്തെങ്കിലും ഉണ്ടാക്കണമല്ലോ' എന്നുപറഞ്ഞ് ഡോറാമ്മ അടുക്കളയിലേക്കും.

എല്ലാവരും പോയതോടെ സ്വീകരണമുറിയിൽ ഞാനൊറ്റയ്ക്കായി. ഡോറാമ്മ തുറന്നുവിട്ട റിട്ടയർമെന്റ് ഹോമെന്ന ഭൂതത്തെ എങ്ങനെ പിടിച്ചുകെട്ടണമെന്ന് യാതൊരു പിടിയുമില്ല. ടി വി ഓണാക്കി ഞാനൊരു ന്യൂസ് ചാനൽ വച്ചു.

കോവിഡ് വാർത്തകളാണ് മുഴുവൻ. ലോകത്ത് കൊറോണ വൈറസ് ബാധിച്ചവരുടെ എണ്ണം അഞ്ചുലക്ഷം കടന്നു.... മരണം ഇരുപത്തിഅയ്യായിരം അടുക്കുന്നു.......കേന്ദ്ര ഗവൺമെന്റ് പ്രത്യേക കോവിഡ് പാക്കേജ് പ്രഖ്യാപിച്ചു.....

പെട്ടെന്ന് വന്നൊരു വാർത്ത 'വാഗമണ്ണിലും കോവിഡ്' പെങ്ങമ്മാരെ വീണ്ടും ഡ്രോയിങ് റൂമിലെത്തിച്ചു. അടുക്കളയിലായിരുന്ന ഡോറാമ്മയും പാഞ്ഞെത്തി.

ദുബായിൽനിന്നും പുള്ളിക്കാനത്തെത്തിയ പ്രവാസിക്കാണ് രോഗം സ്ഥിരീകരിച്ചിരിക്കുന്നത്.

"നമ്മുടെ അടുത്താണല്ലോ." സാന്ദ്ര മെല്ലെ പറഞ്ഞു.

കോവിഡ് സ്ഥിരീകരിച്ചയാൾ എയർപോർട്ടിൽ എത്തിയതുമുതൽ ആരോഗ്യവകുപ്പ് നിർദ്ദേശിച്ച മുൻകരുതലുകളെല്ലാം എടുത്തതിനാൽ മറ്റുള്ളവരിലേക്ക് രോഗം പകർന്നിരിക്കാനുള്ള സാദ്ധ്യത കുറവാണ്. ഭാര്യയേയും കുട്ടികളേയും അദ്ദേഹം നേരത്തെതന്നെ ബന്ധുവീട്ടിലേക്കു മാറ്റിയിരുന്നു.

"നമ്മുടെ വാഗമണ്ണുകാർക്ക് എന്തായാലും കാര്യത്തിന്റെ ഗൗരവം മനസ്സിലാക്കി ചെയ്യാനുള്ള വകതിരിവുണ്ട്. ആ റാന്നിയിലെ ചെക്കനെ പോലെയല്ല." കോവിഡ് രോഗിയുടെ സാമൂഹിക പ്രതിബദ്ധതയെ പ്രശംസിച്ചുകൊണ്ടുള്ള ജില്ലാ കളക്ടറുടെ ബൈറ്റ് വന്നപ്പോൾ ഡോറാമ്മ ഇടയ്ക്കുകയറി പറഞ്ഞു.

"വാഗമണ്ണുകാരുടെ വകതിരിവിനെക്കുറിച്ച് എന്നെക്കൊണ്ടൊന്നും പറയിപ്പിക്കരുത്. നീ വാടീ" അത്രമാത്രം പറഞ്ഞ് സിമിമോൾ സാന്ദ്രയ്ക്കൊപ്പം മുറിയിലേക്കു പോയി. ഡോറാമ്മ തിരിച്ച് അടുക്കളയിലേക്കും.

ഞാൻ ടി വിയിൽ നോക്കി അവിടെത്തന്നെ ഇരുന്നു. കോവിഡ് വാർത്തകൾ അരങ്ങ് തകർക്കുകയാണ്. ഡോറാമ്മ ഭാവിപദ്ധതികളുമായി മുമ്പോട്ടു നീങ്ങിയാൽ മൂത്തമകന് വീടിനകത്തും പുറത്തും ഉണ്ടായേക്കാവുന്ന ഭവിഷ്യത്തുകളായിരുന്നു എന്റെ മനസ്സിൽ.

'എന്തെങ്കിലും ചെയ്തേ പറ്റൂ.' ഭിത്തിയിലെ ഈശോയുടെ രൂപത്തിന് അടുത്തിരുന്ന് പപ്പയും ചിരിനിർത്തി തലപുകഞ്ഞാലോചിച്ചു.

അഞ്ച്

ക്വാറന്റീൻ പത്താം ദിനം.

ഡോറാമ്മയുമായി ഒറ്റയ്ക്കൊന്നു സംസാരിക്കാനായി അടുക്കളയിൽ എത്തിയിരിക്കുകയാണ് ഞാൻ. വീട്ടുകാരി ഉച്ചയൂണിന് അവിയൽ ഉണ്ടാക്കാനായി പച്ചക്കറി കഷണങ്ങൾ മുറിക്കുകയാണ്. ചിരവയിൽ ഒരു തേങ്ങ പൊട്ടിച്ചു വച്ചിട്ടുണ്ട്.

"ഡോറാമ്മയ്ക്ക് വാഗമണ്ണിലും പെൺമക്കളുടെ അടുത്തുമായി മാറി

മാറി നിന്നുകൂടേ. സിമിമോൾ ഒരു സഹായത്തിന് ഡോറാമ്മ കൂടെവേണ മെന്ന് ആഗ്രഹിക്കുന്നുണ്ട്." തേങ്ങയെടുത്ത് ചിരണ്ടുന്നതിനിടയിൽ ഞാൻ ചോദിച്ചു.

മറുപടി കിട്ടാതെ വന്നപ്പോൾ എനിക്ക് ദേഷ്യം ഇരച്ചു കയറി.

"നല്ല സൗകര്യത്തിൽ ജീവിക്കുന്ന മക്കൾ നാട്ടിലുണ്ടാവുകയും അവർ നോക്കാൻ തയ്യാറാവുകയും ചെയ്യുമ്പോൾ ഒരമ്മ ഇങ്ങനെയൊക്കെ ചിന്തിക്കാമോ? ഡോറാമ്മയ്ക്കിത് എന്തുപറ്റി?"

"എടാ, നിനക്കീ നാട്ടിലെ കാര്യങ്ങളൊന്നും അറിയാത്തതു കൊണ്ടാണ്. തള്ളമാരെ സംബന്ധിച്ച് പെൺമക്കടെ കൂടെപ്പോയി നില്ക്കുന്നതിലും വല്ല്യൊരു നരകമില്ല. പറയുമ്പം അമ്മയെന്ന വല്യ സ്ഥാന മൊക്കെ കാണും. പക്ഷേ, ഉള്ളതുപറഞ്ഞാൽ ആ വീട്ടിൽ ഒരധികാരവും ഇല്ലാത്ത, വിശ്വസിക്കാവുന്ന ഒരു പണിക്കാരി. പെണ്ണുങ്ങൾക്ക് അമ്മായി യമ്മപ്പോരും പേടിക്കേണ്ട." ഡോറാമ്മയുടെ മനസ്സിന്റെ ഉള്ളറകളിലേക്കു വെളിച്ചം വീശുന്ന മറുപടി വന്നു.

"അതിന് ഡോറാമ്മ എപ്പോഴാണ് കുറച്ചുദിവസമെങ്കിലും സിമി മോളുടെയോ സാന്ദ്രയുടെയോ കൂടെപ്പോയി നിന്നിട്ടുള്ളത്?" തേങ്ങ ചിരണ്ടൽ പാതിവഴിയിൽ നിർത്തി ഞാനെഴുന്നേറ്റു.

"നീയിത്രയും കിടന്നുചാടാൻ ഞാനാരുടേയും കൂടെ ഇറങ്ങി പോകു ന്നൊന്നും ഇല്ലല്ലോ. യൂറോപ്പിലൊക്കെ പഠിക്കുകയും അവിടെത്തന്നെ താമസിക്കുകയും ചെയ്യുന്ന സരിന് സ്വന്തം അമ്മ റിട്ടയർമെന്റ് ഹോമിൽ പോകുന്നതും പീറ്റയിൽ ചേരുന്നതുമൊക്കെ വല്യൊരു കാര്യമാണോ?" നിഷ്കളങ്കമെന്ന് തോന്നിക്കുമെങ്കിലും കൊനഷ്ട് പിടിച്ച വാക്കുകളാ യിരുന്നു ഡോറാമ്മയുടേത്.

"ശരിയാണ്......വിദേശത്തൊക്കെ ഒരു പ്രായം കഴിഞ്ഞാൽ എല്ലാവരും പോകുന്നത് കെയർ ഹോമിലേക്കാണ്. പക്ഷേ, ഡോറാമ്മ ഇത്രയുംകാലം ജീവിച്ചത് കേരളത്തിലല്ലേ. അതും സാധാരണക്കാർ കൂടുതലുള്ള നമ്മുടെ വാഗമണ്ണിൽ." ഞാൻ പ്രതിരോധം തീർത്തു.

"ഇത്രയും കാലം ഞാനീ നശിച്ച ഹൈറേഞ്ചിൽ കിടന്നു നരകി ച്ചതാണ്. നിന്റെകൂടെ ഒരുതവണ നോർവേയിൽ വന്നതൊഴിച്ചാൽ വേറൊ രിടത്തും പോയിട്ടില്ല. ഒന്നാലോചിച്ചാൽ ഞാനെന്നുമൊരു ക്വാറന്റീൻ കാരി ആയിരുന്നില്ലേ?

മനസ്സിൽ തോന്നിയതൊക്കെ മാറ്റിവച്ചേ ഇതുവരെ ജീവിച്ചിട്ടൊള്ളു. ഇനിയുള്ള കാലം പഴയ കൂട്ടുകാർക്കൊപ്പം ഇഷ്ടമുള്ളതൊക്കെ ചെയ്തുതന്നെ ജീവിക്കണം. ഞങ്ങൾ പീറ്റയിലുള്ളവർ ചേർന്നൊരു ഹിമാ ലയൻ യാത്ര പ്ലാനിട്ടിട്ടുണ്ട്. പല വെജിറ്റേറിയൻ വിഭവങ്ങളും ഞാനിതു വരെ കഴിച്ചിട്ടില്ല. പാലക് പനീർ എന്നൊക്കെ കേട്ടിട്ടേയൊള്ളൂ." ഭാവി പദ്ധതികൾ വിശദീകരിക്കുമ്പോൾ ഡോറാമ്മയുടെ മുഖത്തുണ്ടായ തെളിച്ചം ഞാനാദ്യമായി കാണുകയാണ്.

'ഇത്രയും സ്വന്തംകാര്യം നോക്കുന്നൊരു സ്ത്രീയെയാണോ ഞാൻ അമ്മയെന്നു വിളിക്കുന്നത്?' എന്തു പറയണമെന്നറിയാതെ ഞാൻ കുഴങ്ങി. ദേഷ്യവും വെറുപ്പും ഇരച്ചുകയറിയപ്പോൾ ഒരബദ്ധവും പറ്റി. വാഷ്ബേസിനടുത്തിരുന്ന നോർവീജിയൻ കോഫി മഗ്ഗ് കൈതട്ടി താഴെ വീണുപൊട്ടി.

ഞാൻ പതിയെ അടുക്കളയിൽനിന്നും പുറത്തിറങ്ങി. എല്ലാം വിചിത്രമായി തോന്നുന്നു. ആകപ്പാടെ എന്തോപോലെ. വല്ലാത്തൊരു പരവേശം. ഡൈനിങ് ടേബിളിലെ കെറ്റിലിൽ ബാക്കിയുണ്ടായിരുന്ന കാപ്പിമട്ട് ഞാൻ വേഗത്തിൽ മൊത്തികുടിച്ചു.

പിന്നീടവിടെ നില്ക്കാനേ തോന്നിയില്ല. വീടിനു പുറത്തേക്കു ഇറങ്ങവേ ഡോറാമ്മയെ ഞാനൊന്നു പാളിനോക്കി. യാതൊരു ഭാവഭേദങ്ങളുമില്ലാതെ പച്ചക്കറി മുറിക്കുകയാണ്.

ഞാൻ വിറകുപുരയ്ക്കു പുറകിലുള്ള ചെരിഞ്ഞ കാപ്പിമരത്തിനടുത്തേക്കു നടന്നു. ചിന്നൻ എന്നാണവന്റെ പേര്.

ചെറുപ്പത്തിൽ വികൃതി കാട്ടി ഡോറാമ്മ തല്ലാൻ പിടിക്കുമ്പോൾ രക്ഷപ്പെടാൻ ഓടിക്കയറി തുടങ്ങിയതാണ് ചിന്നനുമായുള്ള ബന്ധം. വളർന്നപ്പോൾ അവന്റെ പുറത്തിരുന്ന് എത്രയോ പുസ്തകങ്ങൾ വായിച്ചുതള്ളിയിരിക്കുന്നു. *ബാലരമ* മുതൽ *ഫ്രീഡം അറ്റ് മിഡ്നൈറ്റ്* വരെ. വായിച്ചുതളരുമ്പോൾ ചിന്നന്റെ തോളിൽ തലവെച്ച് മയക്കം. മനസ്സ് വിഷമിച്ചപ്പോഴൊക്കെ അവനായിരുന്നു തുണ.

ഒരു നീണ്ട ഇടവേളയ്ക്കുശേഷം എന്റെ ആവലാതികളെ താങ്ങി ചിന്നൻ കൂടുതൽ ചെരിഞ്ഞു.

പപ്പയുടെ മരണം സൃഷ്ടിച്ച ഏകാന്തവാസത്തിന് വിരാമമിട്ട് പുതുജീവിതത്തിലേക്കു ഉയർത്തെഴുന്നേല്ക്കാൻ ഒരുങ്ങുകയാണോ ഡോറാമ്മ? പാശ്ചാത്യരെപ്പോലെ റിട്ടയർമെന്റ് ഹോമിലേക്ക് ചേക്കേറി വാർദ്ധക്യകാലം ആഘോഷമാക്കാൻ അരയുംതലയും മുറുക്കി ഇറങ്ങിയിരിക്കുകയാണോ ഞങ്ങളുടെ പൊന്നമ്മച്ചി?

പ്രതിപക്ഷ നേതാക്കളെ ഗ്രസിച്ചതായി മുഖ്യമന്ത്രി പറയുന്ന 'സ്ഥലജല വിഭ്രമം' എന്നെയും ബാധിക്കുന്നതായി തോന്നി. 'ഞാനിപ്പോൾ കേരളത്തിൽ തന്നെയാണോ, അതോ നോർവേയിൽ തിരിച്ചെത്തിയോ' എന്നൊരു സംശയം. സംഭവിക്കുന്ന കാര്യങ്ങൾക്കൊക്കെ ഒരു നോർവീജിയൻ ടച്ച്!

ബർഗനിൽ ഞങ്ങൾ താമസിക്കുന്ന ഫാൻറ്റോഫ്ട് ബൊറോയിലൊരു റിട്ടയർമെന്റ് ഹോം പ്രവർത്തിക്കുന്നുണ്ട്. അടുക്കളയോടുകൂടിയ ഒറ്റമുറി ഫ്ളാറ്റുകളുടെ ഒരു സമുച്ചയം. അന്തേവാസികളിൽ കൂടുതലും ജീവിതപങ്കാളിയുമായി പിരിഞ്ഞോ അവരുടെ കാലശേഷമോ താമസത്തിനെത്തിയവരാണ്. ഫാൻറ്റോഫ്ടിലെ ജിമ്മും സൂപ്പർ മാർക്കറ്റും പബ്ലിക് പാർ

ക്കുമെല്ലാം സദാസമയവും വൃദ്ധനിബിഡമായിരുന്നു.

ഹെഗെയുടെ മദർ മൂന്നാമത്തെ ഹസ്ബെന്റിന്റെ മരണശേഷം ഇതേ റിട്ടയർമെന്റ് ഹോമിൽ അന്തേവാസിയാണ്. അവരെ കാണാനായി ആഴ്ചയിലൊരിക്കൽ കുട്ടികളേയുംകൂട്ടി ഞങ്ങളവിടെ പോകാറുണ്ട്. നോർവേയിൽ വന്നസമയത്ത് ഡോറാമ്മയും രണ്ടോമൂന്നോ പ്രാവശ്യം കൂടെവന്നിട്ടുണ്ട്.

എന്റെ അമ്മായിയമ്മ ആളൊരു സംഭവമാണ്. ചെറുപ്പകാലത്ത് വായിക്കാൻ പറ്റാതിരുന്ന പുസ്തകങ്ങളുടെ ഒരു വമ്പൻ ലിസ്റ്റ് അവര് ഹെഗെയെ ഏല്പിച്ചിട്ടുണ്ട്. അതിലുള്ള ഓരോ ബുക്കുകളുമായാണ് പല പ്പോഴുമുള്ള ഞങ്ങളുടെ സന്ദർശനം. നെയ്പോളിന്റെ *ദി ഹൗസ് ഓഫ് മിസ്റ്റർ ബിശ്വാസ്* ഞാനൊരിക്കൽ ലണ്ടനിൽനിന്നും വാങ്ങിക്കൊടു ത്തിട്ടുണ്ട്.

യാത്രകളാണ് മറ്റൊരു ഹരം. റിട്ടയർമെന്റ് ഹോമിൽത്തന്നെയുള്ള അടുത്ത ഫ്രണ്ട്സുമായി ചേർന്നാണ് നോർവേക്ക് പുറത്തേക്കുള്ള സഞ്ചാരങ്ങൾ അധികവും. ഡോറാമ്മ ബർഗൻ സന്ദർശിച്ചപ്പോൾ ഹെഗെ യുടെ മദറിനും സംഘത്തിനുമൊപ്പം ഒരു വെനീസ് യാത്ര നടത്തി യിട്ടുണ്ട്.

യൂറോപ്യൻ കാഴ്ചകളുടെ പറുദീസയായ വെനീസിൽ പോയിവന്ന ഡോറാമ്മ പറഞ്ഞകാര്യങ്ങൾ ഞാനിപ്പോഴും ഓർക്കുന്നുണ്ട്. മദ്ധ്യകാല കനാലുകളുടെ സൗന്ദര്യമോ സെന്റ് മാർക്ക് ചതുരത്തിന്റെ പ്രൗഢിയോ മൂപ്പത്തിയെ ഭ്രമിപ്പിച്ചതായി കണ്ടില്ല. വെനീസിലെ തടവുകാർ ജീവിതത്തിൽ അവസാനമായി വെളിച്ചം കണ്ടിരുന്ന ഡോജീസ് പാല സിലെ ആകാശ ഇടനാഴിയെക്കുറിച്ചു മാത്രം എന്തോപറഞ്ഞു. ഡോറാ മ്മയുടെ സംസാരം മുഴുവനും ഹെഗെയുടെ മദർ ഉൾപ്പെടെയുള്ള 'നോർ വീജിയൻ കിളവികൾ' നയിക്കുന്ന സ്വതന്ത്രജീവിതത്തെ ചുറ്റിപ്പറ്റി യായിരുന്നു. 'കേരളത്തിലെ കിളവികൾ മരിച്ചു ജീവിക്കുന്നു. നോർ വേയിൽ ജീവിച്ചു മരിക്കുന്നു' എന്നൊരു കാവ്യാത്മകമായ പരാമർശവും നടത്തി.

'ഡോറാമ്മയുടെ നോർവീജിയൻ അനുഭവങ്ങളാകുമോ റിട്ടയർമെന്റ് ഹോം എന്ന തീരുമാനത്തിലേക്കുള്ള പ്രചോദനം?' യൂറോപ്യൻ ജീവി തത്തിനിടയിൽ പരിചയപ്പെട്ട, ജരാനരകൾക്കിടയിലും വാർദ്ധക്യജീവിതം ആഘോഷമാക്കിയ മദാമ്മമാരുടെ മുഖങ്ങൾ എന്റെ മനസ്സിലൂടെ മിന്നി മാഞ്ഞുപോയി.

ഫാൻറ്റോഫ്ട് റിട്ടയർമെന്റ് ഹോമിലെ ഒറ്റമുറി ഫ്ളാറ്റിൽ അവസാന കാലം ചെലവഴിക്കുന്നൊരു മദാമ്മയായി ഡോറാമ്മയെ ഞാനൊന്നു സങ്കല്പിച്ചു നോക്കി. കൈയിലൊരു ഗ്ലാസ് വൈനുമായി തനി നോർ വീജിയൻ സ്റ്റൈലിൽ ബുണാഡ് അണിഞ്ഞ് നൃത്തം വെക്കുന്നൊരു

നാടൻ മദാമ്മ. പാരീസിലേക്കുള്ള കണക്ഷൻ ഫ്ളൈറ്റിനായി ആംസ്റ്റർഡാം എയർപോർട്ടിലെ ട്രാൻസ്ഫർ ഡെസ്കിനു മുൻപിലെ ക്യൂവിൽ അക്ഷമയായി ലഗേജ് ട്രോളിയിൽ കൈയുംകുത്തി നില്ക്കുന്നൊരു ആഗോളവനിത.

പൊട്ടിച്ചിതറിയ നോർവീജിയൻ മഗ്ഗിൽനിന്നും മായാവി കണക്കെ പുറത്തുചാടിയ പാതിരാസൂര്യൻ കോലാഹലമേട്ടിൽ ചേക്കേറിയിട്ടുണ്ടാകുമോ? ചിന്നനും ആകാശത്തിനുമിടയിൽ ഞാനൊരു ഭ്രാന്തൻ ലോകം തീർത്തു.

ആറ്

ക്വാറന്റീൻ പതിനൊന്നാം ദിനം.

സിമിമോളും സാന്ദ്രയും ബ്രേക്ക്ഫാസ്റ്റിനു ശേഷം ജോലിത്തിരക്കുകളിലേക്കു കടക്കുകയാണ്.

സിമിമോൾക്ക് പന്ത്രണ്ട് മണിക്കൊരു റിവ്യൂ മീറ്റിങ്ങുണ്ട്. നേരിട്ട് റിപ്പോർട്ട് ചെയ്യേണ്ട അസിസ്റ്റന്റ് മാനേജഴ്സ് എല്ലാവരും പലയിടങ്ങളിൽ ആയതുകൊണ്ട് സൂമിലാണ് മീറ്റിങ്. സാന്ദ്രയ്ക്ക് കോളേജിലെ നാക് വിസിറ്റുമായി ബന്ധപ്പെട്ട ഡിപ്പാർട്ട്മെന്റ് റിപ്പോർട്ടുകൾ തയ്യാറാക്കേണ്ടതുണ്ട്. വീട്ടിലിരിക്കുന്ന ഫയലുകൾ ഷൈനിനെക്കൊണ്ട് തപ്പിയെടുപ്പിച്ച് സ്കാൻചെയ്ത് അയപ്പിച്ചാലേ അവളുടെ ജോലി നടക്കൂ.

രണ്ടുപേരും ഒരുമിച്ചാണ് മുറികളിലേക്കു പോയത്. കോറിഡോറിലേക്ക് ഇറങ്ങുംമുമ്പ് സിമിമോൾ എന്നോട് ഇത്രമാത്രം പറഞ്ഞു:

“തള്ളയുടെ വട്ടുകൾക്ക് ചേട്ടായി വളംവച്ച് കൊടുക്കരുത്. സ്കാൻഡിനേവ്യൻ ഫെമിനിസമൊന്നും ദയവായി മൂത്തമകൻ പുറത്തെടുക്കരുത്.” അവൾക്കെന്തോ എന്നെ വിശ്വാസമില്ലാത്തതുപോലെ.

ഡ്രോയിങ് റൂമിലേക്ക് തിരിച്ചുനടക്കുമ്പോഴാണ് ഭിത്തിയിൽ തൂക്കിയിട്ടിരുന്ന വാഗമൺ സഹകരണ ബാങ്കിന്റെ കലണ്ടർ ശ്രദ്ധയിൽപ്പെട്ടത്. കേരള സംസ്ഥാന വനിതാ കമ്മീഷന്റെ പരസ്യമാണ് മുൻപേജിൽ.

‘മറച്ചുവയ്ക്കാനുള്ളതല്ല, അവളുടെ ആഗ്രഹങ്ങൾ’ എന്നതാണ് തലക്കെട്ട്. പർവ്വതാരോഹകയായ ഒരു സ്ത്രീയാണ് പശ്ചാത്തലത്തിൽ. കൂടെ ഒരു വിശദീകരണ കുറിപ്പുമുണ്ട്.

“ആഗ്രഹങ്ങളും സ്വപ്നങ്ങളും ഉള്ളിലടക്കിവച്ച് നാലുചുവരുകൾക്കുള്ളിൽ ഒതുങ്ങേണ്ടവളല്ല പെണ്ണ്. ആഗ്രഹിക്കുന്ന ദൂരം താണ്ടാനും ഉയരങ്ങൾ കീഴടക്കാനും സ്ത്രീകൾക്ക് കഴിയും. സ്വപ്നങ്ങൾ യാഥാർത്ഥ്യമാക്കാനുള്ളതാണെന്ന് തിരിച്ചറിയൂ, മുന്നേറൂ.....”

‘ദിവസവും കാണുന്ന കലണ്ടറിലെ വാചകങ്ങളായിരിക്കുമോ ഡോറാമ്മയിലെ പെണ്ണിന് സ്വപ്നങ്ങൾ പിന്തുടരാൻ പ്രചോദനമായത്?’ എന്റെ ചിന്തകൾ കൊടുംകാട് കയറി.

ഡോറാമ്മ ഏഷ്യാനെറ്റിൽ ലോകജാലകം കാണുകയാണ്. കോവിഡ് മഹാമാരി മരണമായി പെയ്തിറങ്ങുന്ന ഇറ്റലിയും സ്പെയിനുമാണ് പ്രതിപാദ്യം. ദിവസവും കുതിച്ചുയരുന്ന കരുണയറ്റ മരണകണക്കുകൾ.

"എടാ, നമ്മുടെ തെക്കേലെ ഷൈനി ഇറ്റലിയിലല്ലേ? അവളുടെ സ്ഥലത്തെങ്ങാനുമാണോ ഇത്രയും പ്രശ്നമുള്ളത്?" ഓടിവന്നു മടിയിൽ കയറിയ മിച്ചുവിനെ ചെവിയിൽ പിടിച്ചുകൊണ്ട് ഡോറാമ്മ ചോദിച്ചു.

"ഷൈനിചേച്ചി നേപ്പിൾസിലാണ്. കോവിഡ് കൂടുതലുള്ള ലൊമ്പാർഡിയിലേക്ക് അവിടെനിന്നും കുറെ ദൂരമുണ്ട്." ചോദിച്ചതിനു മാത്രം ഉത്തരം.

"മരിക്കുന്നവർ കൂടുതലും അറുപതിനു മുകളിൽ പ്രായമുള്ളവരാണെന്നാണ് ഈ പരിപാടിയിൽ പറഞ്ഞത്. അവൾക്കും കുടുംബത്തിനും കുഴപ്പമുണ്ടാകാൻ ഇടയില്ല." ഡോറാമ്മ എന്നോടായി പറഞ്ഞു.

"ഒരുകാര്യം മനസ്സിൽ വെച്ചോണം. യൂറോപ്പിലൊക്കെ വൃദ്ധമന്ദിരങ്ങളാണ് കൂട്ടമരണങ്ങൾക്കു വഴിയൊരുക്കുന്നത്. മരിച്ചവരിൽ മൂന്നിലൊന്നും റിട്ടയർമെന്റ് ഹോമിലെയും മറ്റു ദീർഘകാല പരിചരണകേന്ദ്രങ്ങളിലേയും അന്തേവാസികളാണ്." ചിലത് പറയാനുറച്ചു ഞാൻ തുടർന്നു.

"സ്പെയിനിലെ അവസ്ഥയൊക്കെ ഭീകരമാണ്. പ്രായമായവർ ആരുംനോക്കാനില്ലാതെ ബെഡ്ഡിൽ കിടന്നു മരിച്ച് മണിക്കൂറുകൾ കഴിഞ്ഞിട്ടാണ് അധികൃതർ അറിയുന്നതുതന്നെ. കോവിഡ് പടരുന്നതിനാൽ റിട്ടയർമെന്റ് ഹോമുകളിലെ ജോലിക്കാർ പലരും ആദ്യമേതന്നെ സ്ഥലംവിട്ടു. രോഗം പിടിക്കാത്ത അന്തേവാസികളെ പുറത്തേക്കു വിടില്ല. ബന്ധുക്കളെയൊന്നും അകത്തേക്കും കയറ്റത്തില്ല."

"യൂറോപ്പിലെ റിട്ടയർമെന്റ് ഹോമുകളിൽപ്പോലും ഇതുപോലുള്ള 'ക്രിമിനൽ നെഗ്ലെക്റ്റ്' നടക്കുന്നുണ്ടെങ്കിൽ നമ്മുടെ നാട്ടിലെ കാര്യം വല്ലോം പറയണോ?" എന്റെ സംസാരം എങ്ങോട്ടാണ് പോകുന്നതെന്ന് മനസ്സിലാക്കിയിട്ടാകണം ഡോറാമ്മ മെല്ലെ മുഖംതിരിച്ചു.

"ഇനിയുള്ള കാലത്ത് നിപ്പയും കോവിഡും പോലുള്ള വൈറസ് രോഗങ്ങൾ കൂടുതലായിരിക്കുമെന്നാണ് ശാസ്ത്രജ്ഞർ പറയുന്നത്. ഡോറാമ്മ റിട്ടയർമെന്റ് ഹോമിൽ ആയിരിക്കുമ്പോൾ വല്ലതും സംഭവിച്ചാൽ സിമിമോളോ സാന്ദ്രയോ അറിയത്തുപോലുമില്ല." വീണുകിട്ടിയ അവസരം ഞാൻ ശരിക്കും മുതലാക്കി.

"ചാവുമ്പം ചാവട്ടെടാ. ഇനിയെത്ര കാലം ജീവിക്കും എന്നതൊക്കെ ദൈവത്തിന്റെ കൈയിലുള്ള കാര്യമല്ലേ. വീടുകളിൽ താമസിക്കുന്നവർ എന്താ അസുഖം വന്നു മരിക്കുന്നില്ലേ." ഡോറാമ്മ വിദഗ്ദ്ധമായി ഞാനുയർത്തിയ വിഷയങ്ങളിൽനിന്നും ഒഴിഞ്ഞുമാറി.

“പിന്നെയീ കോവിഡ് അടുത്തകാലത്തൊന്നും പോകുമെന്ന് വിചാരിക്കേണ്ടാ. മനുഷ്യനെ പുറത്തിറങ്ങാൻ സമ്മതിക്കാതെ കൊറോണ വൈറസ് കൊറച്ച് വർഷങ്ങൾകൂടി ഇവിടെത്തന്നെ കാണും. ഇനിയുള്ള കാലം വോളണ്ടറി വർക്കൊക്കെ നടക്കുമോയെന്ന് കണ്ടറിയാം.”

സംസാരം നിർത്തി ജോലി തുടങ്ങാനായി ഞാൻ മുറിയിലേക്ക് നടന്നു.

രണ്ടരയോടെയാണ് ഞാൻ ഉച്ചയൂണിനായി മുറിയിൽനിന്നും പുറത്തിറങ്ങിയത്. പെങ്ങമ്മാരും ആ സമയം ഡൈനിങ് റൂമിലെത്തിയിരുന്നു.

സിമിമോൾ ഡോറാമ്മയുടെ തീരുമാനത്തെപ്പറ്റി ആരോടോ ഫോണിൽ സംസാരിക്കുകയാണ്. ഞങ്ങളുടെ ഫസ്റ്റ് കസിനായ ജോമോൻ ചേട്ടായിയെയാണ് വിളിക്കുന്നതെന്ന് സാന്ദ്ര ആംഗ്യം കാണിച്ചു. ഫോൺ സ്പീക്കറിലാണ്.

“എടീ, ഞങ്ങൾ ഇസഡോറയാന്റിയുടെ ബന്ധുക്കളായിട്ട് കൊണ്ടുവന്ന ഏർപ്പാടൊന്നും അല്ലിത്. വല്ലാർപാടം യാത്രയിൽ സംഭവിച്ചതെന്താണെന്ന് ഞാൻ പറയാം” സിമിമോളെ യാഥാർത്ഥ്യം ബോദ്ധ്യപ്പെടുത്താൻ ജോമോൻ ചേട്ടായി പാടുപെടുകയാണ്.

തുടർന്നെത്തിയ വിശദീകരണം ഇപ്രകാരമായിരുന്നു:

വല്ലാർപാടം തീർത്ഥാടന സംഘത്തിലുണ്ടായിരുന്ന ഒരു ആന്റിക്കായി വിദേശത്തുള്ള മക്കൾ റോഷിയച്ചന്റെ കസിൻ നടത്തുന്ന റിട്ടയർമെന്റ് ഹോമിൽ റൂം ബുക്ക് ചെയ്തിരുന്നു. അവരും ഡോറാമ്മയും ബസിൽ ഒരുമിച്ചാണിരുന്നത്. പള്ളിയിൽനിന്നും സംഘം ഉച്ചഭക്ഷണത്തിനായി രവിപുരത്തെ റിട്ടയർമെന്റ് ഹോമിലെത്തിയപ്പോൾ ഡോറാമ്മ യാദൃച്ഛികമായി പഴയ ക്ലാസ്മേറ്റിനെ കണ്ടുമുട്ടി.

തങ്ങളെപ്പോലെ വികാരിയച്ചനും ഇതിൽ യാതൊരു പങ്കുമില്ലെന്നാണ് ജോമോൻ ചേട്ടായി പറഞ്ഞുവെച്ചത്.

“വാഗമണ്ണിൽ കിടന്ന് ജീവിതം കളയാതെ ഇനിയുള്ള കാലം കൊച്ചിയിൽ പോയി അടിച്ചുപൊളിച്ചു കൂടേയെന്ന് ചേട്ടായി ഡോറാമ്മയോട് ചോദിച്ചുവെന്നാണല്ലോ ഞാനറിഞ്ഞത്?” സിമിമോൾ വിട്ടുകൊടുക്കുന്നില്ല.

“ഇനി ചോദിച്ചിട്ടുണ്ടെങ്കിൽ തന്നെ എന്താടീ കുഴപ്പം?. നിന്റെയൊന്നും കൂടെവന്നു നില്ക്കുന്നത് ഇഷ്ടമല്ലെന്ന് ഇസഡോറയാന്റി പലപ്പോഴും പറഞ്ഞിട്ടുണ്ട്.” രൂക്ഷമായിട്ടായിരുന്നു പ്രതികരണം.

“നിങ്ങളുടെ അമ്മയ്ക്ക് റിട്ടയർമെന്റ് ഹോമിൽ പോകണമെന്ന് താല്പര്യമുണ്ടെങ്കിൽ അതിനുള്ള സ്വാതന്ത്ര്യവുമുണ്ട്. ഏതു പ്രായത്തിലുമുള്ള പെണ്ണുങ്ങൾക്കും അവരുടേതായ ഇഷ്ടങ്ങളുണ്ടാവും. അതിനെ ബഹുമാനിക്കാൻ പഠിക്കണം.” ചേട്ടായി പരുക്കനായി.

എല്ലാം കേട്ടുനിന്ന സാന്ദ്ര പെട്ടെന്ന് ഫോൺ തട്ടിപ്പറിച്ചു.

"പണ്ട് ചേച്ചിയുടെ ഇഷ്ടം പൊളിച്ചടുക്കിയ ജോമോൻ ചേട്ടായി തന്നെയാണല്ലോ സ്ത്രീസ്വാതന്ത്ര്യത്തിന്റെ പുതിയ പ്രവാചകൻ. പെണ്ണുങ്ങൾക്കും അവരുടേതായ ഇഷ്ടങ്ങളുണ്ടാകും പോലും! എന്നെക്കൊണ്ട് കൂടുതലൊന്നും പറയിപ്പിക്കരുത്." സാന്ദ്രയത് പറഞ്ഞതും അങ്ങേത്തലയ്ക്കൽ ഫോൺ കട്ട് ചെയ്തു.

സിമിമോൾ കരഞ്ഞുകൊണ്ട് മുറിയിലേക്കോടി. 'ചേച്ചി സോറി' എന്നുപറഞ്ഞ് സാന്ദ്ര പിന്നാലെയും.

വാഗമണ്ണിന്റെ പ്രണയചരിത്രത്തിൽ ഇടംപിടിച്ച ഒരു സ്കൂൾകാല പ്രേമകഥയിലെ ദുരന്തനായികയാണ് സിമിമോൾ.

പ്ലസ്ടുവിന് പഠിക്കുമ്പോൾ പ്ലസ്വൺ ക്ലാസിലെ മിടുക്കൻ പയ്യൻ സെബിനുമായി സിമിമോൾക്കുണ്ടായിരുന്ന തീവ്രപ്രണയം ഹെഡ്മിസ്ട്രസ് കൈയോടെ പിടിച്ചു. രണ്ട് വീട്ടുകാരേയും സ്കൂളിലേക്ക് വിളിപ്പിച്ചു. കുട്ടിപ്രേമം നാട്ടിലെങ്ങും പാട്ടായി. ഞാനപ്പോൾ തിരുവനന്തപുരത്ത് ഡിഗ്രിക്ക് പഠിക്കുകയാണ്.

അന്ന് സെബിനെ തല്ലാനിറങ്ങിയ ബന്ധുക്കളിൽ പ്രധാനിയായിരുന്നു ജോമോൻ ചേട്ടായി. സ്വന്തമായൊരു ജോലി സമ്പാദിച്ചിട്ട് വീണ്ടും വരുമെന്ന് വെല്ലുവിളിച്ചിട്ടാണ് തല്ലും കൊണ്ടവൻ പോയത്.

സെബിൻ ഡിഗ്രി പഠിക്കാനായി ബാംഗ്ലൂർക്ക് പോയെങ്കിലും അവർക്കിടയിലെ പ്രണയം തുടർന്നിരുന്നതായി സാന്ദ്ര പറഞ്ഞ് ഞാൻ കേട്ടിരുന്നു.

വർഷങ്ങൾക്കപ്പുറം കാനറ ബാങ്കിൽ പ്രൊബേഷനറി ഓഫീസർ ജോലിനേടി കല്യാണാലോചനയുമായി അവനെത്തി. നോർവേയിൽ നിന്നും അവധിക്കു നാട്ടിലെത്തിയപ്പോൾ നെടുമ്പാശ്ശേരിയിൽ സിമിമോൾക്കൊപ്പം സെബിനും ഉണ്ടായിരുന്നു. ലഗ്ഗേജ് കളക്റ്റ് ചെയ്ത് എയർപോർട്ടിന് പുറത്തേക്കു വരുമ്പോൾ സ്വീകരിക്കാൻ ചിരിച്ചുകൊണ്ട് അനിയത്തിയും കാമുകനും.

സിമിമോളുടെ ഇഷ്ടം നടത്തിക്കൊടുക്കണമെന്ന നിലപാടാണ് എനിക്കുണ്ടായിരുന്നതെങ്കിലും പപ്പ കൺഫ്യൂസ്ഡ് ആയിരുന്നു. മികച്ച ജോലിയും കുടുംബപശ്ചാത്തലവുമൊക്കെ ഉണ്ടായിരുന്നിട്ടും 'ഒന്നേകാൽ വയസ്സ് കുറവുള്ളൊരു ചെക്കൻ' എന്ന കാരണംപറഞ്ഞ് സെബിന്റെ കല്യാണാലോചന മുടക്കിവിടാൻ ജോമോൻ ചേട്ടായി മുന്നിൽനിന്നു. എന്തുവന്നാലും നമ്മുടെ പെണ്ണിനെ ആ 'പയ്യന്' കൊടുക്കാൻ പാടില്ലെന്ന് ചേട്ടായി പപ്പയെ കണ്ട് കട്ടായം പറഞ്ഞു.

ഡോറാമ്മയുടെ സപ്പോർട്ട് സിമിമോൾ പ്രതീക്ഷിച്ചെങ്കിലും അതുണ്ടായില്ല. കല്യാണച്ചെക്കന് പെണ്ണിനേക്കാൾ പ്രായക്കൂടുതൽ വേണമെന്ന നാട്ടുനടപ്പിനെ കൂട്ടുപിടിക്കുകയാണ് ഡോറാമ്മ ചെയ്തത്.

പിന്നീടങ്ങോട്ട് എട്ടുവർഷത്തോളം ഇനി കല്യാണമേ വേണ്ടെന്ന

നിലപാടിൽ സിമിമോൾ ഉറച്ചുനിന്നു. വാഗമണ്ണിലെ പെണ്ണുങ്ങൾ കണ്ണ് വെച്ചിരുന്ന മുട്ടോളം നീണ്ട മുടിമുറിച്ചു. കരിയറിൽ മാത്രമായിരുന്നു 'മൊട്ടച്ചി' ശ്രദ്ധിച്ചത്. കമ്പനികൾ മാറിമാറി ഒടുവിൽ മുപ്പത്തിരണ്ടാം വയസ്സിൽ മാനേജരായി ആഗോള കൺസൾട്ടിങ് ഭീമനായ മക്കൻസിയിലേക്ക്. 'സെലിബ്രേറ്റിങ് ഫീമെയിൽ ലീഡർഷിപ്പ്' എന്ന തലക്കെട്ടുമായി സിമിമോളുടെ നിയമനത്തെക്കുറിച്ച് കമ്പനിയുടെ വെബ്സൈറ്റിൽ പ്രത്യേക പോസ്റ്റുണ്ടായിരുന്നു.

മുപ്പത്തിമൂന്നാം വയസ്സിലാണ് എല്ലാവരുടേയും നിർബ്ബന്ധത്തിന് വഴങ്ങി ജോയലുമായുള്ള സിമിമോളുടെ വിവാഹം. അനിയത്തിയുടെ കല്യാണാലോചനകൾ പലതും മുടങ്ങിയപ്പോഴാണ് ചേച്ചിയുടെ മനസ്സുമാറ്റം.

എന്റെ അറിവിൽ സെബിൻ ഇപ്പോഴും കല്യാണം കഴിച്ചിട്ടില്ല. ട്രാൻസ്ഫർ ചോദിച്ചുവാങ്ങി ആസാമിൽ എവിടെയോ ജോലിചെയ്യുന്നു.

സ്വതവേ ഗൗരവക്കാരിയായ സിമിമോൾ അവസാനമായി മനസ്സ് തുറന്ന് ചിരിച്ചുകണ്ടത് സെബിനുമായി എയർപോർട്ടിൽ എത്തിയപ്പോഴാണ്. ജോയലുമായുള്ള കല്യാണം നടന്നശേഷം ഞാനൊരിക്കലും അവൾ സന്തോഷിച്ചു കണ്ടിട്ടില്ല. ഇനിയെന്തായാലും അടുത്തകാലത്തൊന്നും അതുണ്ടാവില്ല.

വിളമ്പിവെച്ചിരുന്ന ചോറ് കഴിച്ചെന്നുവരുത്തി ഞാൻ മുറിയിലേക്കു തിരിച്ചുനടന്നു. ഉറക്കത്തിലേക്ക് വീണുപോയ ലാപ്ടോപ്പിനെ തൊട്ടുണർത്തി ഷട്ട്ഡൗൺ ചെയ്തു

ഏഴ്

ക്വാറന്റീൻ പന്ത്രണ്ടാം ദിനം.

"ചേട്ടായി, എവിടെയാ.... പെട്ടെന്നിങ്ങു വാ..... ആരോഗ്യവകുപ്പിൽ നിന്നുള്ള ഫോൺ" സാന്ദ്ര രാവിലെതന്നെ വീടിനുചുറ്റും നടന്നു വിളിക്കുകയാണ്.

'ഓ... ഇവന്മാരുടെ ഒരു കാര്യം.' കുലച്ച് ചാഞ്ഞുതുടങ്ങിയ വാഴകൾക്കു മുട്ട് കൊടുത്തുകൊണ്ടിരുന്ന ഞാൻ കമ്പിപ്പാര തോട്ടത്തിലുപേക്ഷിച്ച് വീട്ടിലേക്കോടി.

ക്വാറന്റീൻ തുടങ്ങിയതുമുതൽ മുടക്കമില്ലാതെ തുടരുന്നൊരു കലാപരിപാടിയാണിത്. കോവിഡ് ലക്ഷണങ്ങൾ എന്തെങ്കിലുമുണ്ടോ എന്നറിയാൻ പ്രാഥമിക ആരോഗ്യകേന്ദ്രത്തിലെ ഹെൽത്ത് ഇൻസ്പെക്ടർ ദിവസവും വിളിക്കും. ഞങ്ങൾ വീട്ടിൽത്തന്നെയുണ്ടെന്ന് ഉറപ്പാക്കാനായി നാലുപേരുമായി ലാൻഡ് ഫോണിൽ മാറിമാറി സംസാരിക്കും.

ഫോൺകാൾ അവസാനിച്ചതോടെ പ്രഭാതഭക്ഷണത്തിനായി മൂന്നു മക്കളും മേശയ്ക്കു ചുറ്റുമിരുന്നു. ആദിവാസി വിഭവമായ മുളയരി പുട്ടും

കടലക്കറിയുമാണ് വിഭവം. ഫ്ളാസ്കിൽ ചായയുമുണ്ട്.

'മുട്ട പുഴുങ്ങാനായി വച്ചിട്ടുണ്ട്, ഉടൻ റെഡിയാകും'എന്നൊരു അറിയിപ്പുമായി ഡോറാമ്മയും കഴിക്കാനെത്തി.

വ്യത്യസ്തമായൊരു ബ്രേക്ഫാസ്റ്റ് ആയിരുന്നത്. കഴിച്ചുതീരും വരെ ആരുമൊന്നും സംസാരിച്ചില്ല. ഒരു അവാർഡ് സിനിമയിലെന്നവണ്ണം പരസ്പരം നോക്കാതെ ഒട്ടും സോഫ്റ്റല്ലാത്ത പുട്ടുമായി മല്ലിട്ടു. ഒടുക്കം പ്രതീക്ഷിച്ചിരുന്ന ബോയ്ൽഡ് എഗ്ഗ് എത്തി.

മുട്ടയുടെ തോട് പൊളിക്കുന്നതിനിടയിൽ സാന്ദ്രയൊരു ബോംബ് പൊട്ടിച്ചു. ഒരു ഡെയ്സി കട്ടർ.

“ഡോറാമ്മയ്ക്ക് റിട്ടയർമെന്റ് ഹോമിൽ പോകാനുള്ള പ്രായമൊന്നും ആയിട്ടില്ലല്ലോ? അവിടെയൊക്കെ അഡ്മിഷൻ കിട്ടാനൊരു അറുപത് വയസ്സെങ്കിലും വേണ്ടിവരില്ലേ?”

“അമ്പത്തിയഞ്ച് വയസ്സുമുതൽ അവിടെ അഡ്മിഷൻ കിട്ടും. പിന്നെ ഞാനിപ്പോഴും ആ പഴയ ചെറുപ്പക്കാരി ആണെന്നാണോ നിങ്ങടെ വിചാരം? എനിക്ക് അറുപതൊക്കെ എന്നേകഴിഞ്ഞു.” മറുപടി ഉടനെത്തി.

ചെറിയൊരു പരിഹാസച്ചിരിയോടെ സാന്ദ്ര എന്നെയും സിമി മോളേയും മാറിമാറി നോക്കി. എന്നാൽ കൂടുതലൊന്നും പറയാൻ മെന ക്കെടാതെ അവൾ ഉപ്പും കുരുമുളകുമിട്ട് മുട്ട കഴിക്കാൻ തുടങ്ങി.

‘‘ഡോറാമ്മ ശരിക്കും ഏതു വർഷമാണ് ജനിച്ചത്?’’ ഞാൻ ഇടപെട്ടു.

“ഒരു അറുപത്തിനാല് വർഷം പുറകോട്ടു പോയിനോക്ക്. ഇനി കണ ക്കുകൂട്ടാനും ഞാൻ പഠിപ്പിക്കണോ?” ശബ്ദം കഴിവതും സ്വാഭാവികമാക്കി ക്കൊണ്ടാണ് ഡോറാമ്മയത് പറഞ്ഞത്. താൻ പറയുന്നത് സത്യമാ ണെന്നു ബോദ്ധ്യപ്പെടുത്താനുള്ള ശ്രമം ശരീരഭാഷയിലും പ്രകടം.

പൊടുന്നനെയുള്ള മറുപടിയിൽ എന്തോ ‘പിശക്’ ഉള്ളതായി തോന്നിയെങ്കിലും ഞാനൊരു മറുചോദ്യത്തിന് മുതിർന്നില്ല. എന്നാൽ, ഡോറാമ്മ പറഞ്ഞുതീർന്നതും സാന്ദ്ര പൊട്ടിത്തെറിച്ചു.

“സ്വന്തം പ്രായം സൗകര്യപൂർവ്വം തള്ളമാര് മറന്നാലും മക്കള് മറ ക്കണമെന്നില്ല. നിങ്ങളിതല്ല ഇതിനപ്പുറവും ചെയ്യും.” അവളിത്രയും രൂക്ഷമായി സംസാരിക്കുന്നത് ഞാനാദ്യമായി കാണുകയാണ്.

സാന്ദ്രയുടെ ഭാവമാറ്റം കണ്ട് അമ്പരന്നിട്ടാകണം ഡോറാമ്മ എന്തോ പറയാൻ ഒരുങ്ങിയെങ്കിലും പിന്തിരിഞ്ഞു. പകരം കഴിപ്പ് നിർത്തി, കൈ പോലും കഴുകാതെ അകത്തേക്കുപോയി. അല്പസമയത്തിനകം ഒരു കൂട്ടം രേഖകളുമായി തിരിച്ചുവന്നു.

“സംശയമുള്ളവരൊക്കെ കണ്ട് ബോദ്ധ്യപ്പെട്.” റേഷൻ കാർഡ്, തിരഞ്ഞെടുപ്പ് തിരിച്ചറിയൽ കാർഡ്, പാസ്പോർട്ട്, ആധാർകാർഡ് എന്നി വയാണ് അതിലുണ്ടായിരുന്നത്.

ഞാനെല്ലാ കാർഡുകളും എടുത്തുനോക്കി. എല്ലാത്തിലും ഒരേ ജനനത്തീയതി: 09-02-1956.ഡോറാമ്മ പറയുന്നത് ശരിയാണല്ലോ എന്നമട്ടിൽ ഞാൻ പെങ്ങമ്മാരെ നോക്കി.

"ഞങ്ങടെ കിളവിത്തള്ള അവിടെയൊന്നു നിന്നാട്ടെ! എന്തിനാ ഏഴിൽ നിർത്തിയത്? ഒരു പത്ത് വയസ്സ് കൂട്ടി പറഞ്ഞുകൂടായിരുന്നോ. അല്ലപിന്നേ." സിമിമോൾ വിഷയം ഏറ്റെടുത്തു, സ്വതസിദ്ധമായ ശൈലിയിൽ ആക്രമണം തുടങ്ങി.

"ഈ ഒഫീഷ്യൽ ഡേറ്റ് ഓഫ് ബർത്തിന്റെ സത്യാവസ്ഥയൊക്കെ ഞങ്ങള് പെൺമക്കൾക്കറിയാം. ഇങ്ങനെയൊന്നുമല്ലല്ലോ ഡോറാമ്മ പപ്പ ജീവിച്ചിരിക്കുമ്പം പറഞ്ഞിരുന്നത്."

"പപ്പയുമായി ശരിക്കും ഒൻപത് വയസ്സിന്റെ വ്യത്യാസമുണ്ടെന്നും ഞാൻ വളരെ ചെറുപ്പമാണെന്നും നാഴികയ്ക്ക് നാല്പതുവട്ടം വിളമ്പുമായിരുന്നല്ലോ?" സിമിമോൾ വെറിളി പിടിച്ചപോലെ എഴുന്നേറ്റു.

"ഇന്നാട്ടിൽ ഓരോ കാർന്നോത്തികളും ചെറുപ്പമാകാൻ വേണ്ടി എന്തൊക്കെയാണ് കാട്ടിക്കൂട്ടുന്നത്? അപ്പോഴാണ് ഇവിടെയൊരു തള്ള പ്രായം കൂട്ടിപ്പറഞ്ഞു കിളവിയാകാൻ നോക്കുന്നത്. സ്റ്റോർ റൂമിൽ ബാക്കിയിരിക്കുന്ന ആ വെള്ളപ്പെയിന്റ് കുറേയെടുത്ത് തലയിൽ കമത്ത്. കുറച്ചുകൂടെ പ്രായം തോന്നിക്കും."

"എന്റെ പ്രായം കൃത്യമായി പറയാൻ നീയല്ലേ എന്നെ പെറ്റത്?" ഡോറാമ്മ തെളിവുകളുമായി മുറിയിലേക്കു പോയി.

ഡോറാമ്മയുടെ യഥാർത്ഥ പ്രായവും തിരിച്ചറിയൽ രേഖകളിലുള്ളതും തമ്മിലെന്തോ പൊരുത്തക്കേടുണ്ടെന്ന് എനിക്കറിയാമായിരുന്നു. പക്ഷേ, അത് എത്രയാണെന്നോ എങ്ങനെ സംഭവിച്ചുവെന്നോ അറിയില്ലായിരുന്നു.

സിമിമോളും സാന്ദ്രയും ചേർന്ന് കാര്യങ്ങൾ വിശദീകരിച്ചപ്പോഴാണ് ഞാനതറിയുന്നത് ടി എൻ ശേഷനുമായി ചേർന്ന് പപ്പ നടത്തിയ ഒരു കൊടും പാതകത്തിന്റെ കഥ.

ഡോറാമ്മ ശരിക്കും ജനിച്ചത് 1963 ഫെബ്രുവരി ഒൻപതിനാണ്. കല്യാണസമയത്ത് ഡോറാമ്മയുടെ പ്രായം പതിനേഴു വയസ്സായിരുന്നു. പപ്പയുടേത് ഇരുപത്തിയാറും. അത്രയും വ്യത്യസം ക്രിസ്ത്യാനികൾക്കിടയിൽ പതിവില്ലാത്തതാണ്.

തുടക്കത്തിലേ കല്ലുകടിച്ച അവരുടെ ദാമ്പത്യജീവിതത്തിലെ പ്രധാന വില്ലൻ പ്രായവ്യത്യാസമായിരുന്നു. ഡോറാമ്മ ചെറുപ്പം നിലനിർത്താൻ കോളേജുകാലത്തെ പൊടിക്കൈകൾ പുറത്തെടുക്കുന്നത് പപ്പയെ ചൊടിപ്പിച്ചിരുന്നു. എളുപ്പെന്ന് നര വന്നുതുടങ്ങിയതും കൃത്യമായി ഷേവ് ചെയ്തു മുടി ചീകിയൊതുക്കി നടക്കുന്ന പതിവ് പപ്പയ്ക്കില്ലാത്തതും കാര്യങ്ങൾ വഷളാക്കി.

തട്ടിയുംമുട്ടിയും വിവാഹജീവിതം മുൻപോട്ടു പോകുമ്പോഴാണ് ഇന്ത്യൻ തിരഞ്ഞെടുപ്പ് രംഗം ശുദ്ധീകരിക്കാൻ മുഖ്യതിരഞ്ഞെടുപ്പ് കമ്മിഷണറായ ടി എൻ ശേഷൻ ഇറങ്ങിപുറപ്പെടുന്നത്. എല്ലാ സമ്മതിദായർക്കും പ്രായം തെളിയിക്കുന്ന ഫോട്ടോ പതിപ്പിച്ച തിരിച്ചറിയൽ കാർഡ് കൊടുക്കുന്നതായിരുന്നു പ്രധാന പരിഷ്കരണം. എസ് എസ് എൽ സി ബുക്ക് നഷ്ടപ്പെട്ടതിനാൽ ഡോറാമ്മയുടെ കൈവശം പ്രായം തെളിയിക്കുന്ന രേഖകളൊന്നും ഉണ്ടായിരുന്നില്ല. കുശാഗ്രബുദ്ധിയായ പപ്പ ശേഷനെ വച്ചൊരു കളികളിച്ചു.

രജിസ്ട്രാർ ഓഫീസിൽ കൈക്കൂലി കൊടുത്ത് ഡോറാമ്മയുടെ പ്രായം ഏഴ് വർഷം കൂട്ടിക്കൊണ്ട് പുതിയ ബർത്ത് സർട്ടിഫിക്കറ്റ് ഉണ്ടാക്കി. പിന്നീട് പ്രസ്തുതരേഖ ഉപയോഗിച്ച് റേഷൻകാർഡിലെ ജനനത്തീയതി സപ്ലൈ ഓഫീസുവഴി തിരുത്തി. അങ്ങനെ ഡോറാമ്മയ്ക്ക് ഔദ്യോഗികമായി ഏഴ് വയസ്സ് കൂടുകയും പപ്പയുമായുള്ള പ്രായവ്യത്യാസം രണ്ട് വയസ്സായി കുറയുകയും ചെയ്തു.

ഗവൺമെന്റ് സ്കൂളിൽ തിരഞ്ഞെടുപ്പ് കമ്മീഷൻ നിയോഗിച്ച ഉദ്യോഗസ്ഥനു മുൻപിൽ പുതിയ രേഖകളുമായി ഊഴം കാത്തു നില്ക്കുമ്പോൾ ഡോറാമ്മ നിർവ്വികാരയായിരുന്നു. ക്യൂവിൽ മുൻപിലുണ്ടായിരുന്ന പപ്പയുടെ ഫോട്ടോയാണ് ആദ്യമെടുത്തത്. 'വയസ്സെത്രയായി' എന്ന ചോദ്യത്തിനു മുൻപിൽ ഡോറാമ്മ പകച്ചപ്പോൾ പപ്പ തന്നെ പുതിയ പ്രായം വാഗമണ്ണിനോടായി വിളിച്ചുപറഞ്ഞു. വേണ്ടതിലും ശബ്ദത്തിൽ.

തിരിച്ചറിയൽ കാർഡിനായി തടിച്ചു കൂടിയവർക്കിടയിൽ ഡോറാമ്മയുടെ പ്രായം ഒരു കാട്ടുതീ പോലെ പടർന്നു. അവരിൽനിന്നും സകലരിലേക്കും.

'അമ്പടീ, ഇവൾക്കിത്രയും പ്രായമുണ്ടായിരുന്നോ' വാഗമണ്ണിലെ പെണ്ണുങ്ങൾ അടക്കം പറഞ്ഞു.

തിരിച്ചു വീട്ടിലെത്തിയ ഡോറാമ്മ അലറിക്കരഞ്ഞുകൊണ്ട് കട്ടിലിലേക്കു വീണു. 'ഈ ജീവിതത്തിൽ എനിക്കാകെ ബാക്കിയുണ്ടായിരുന്നത് എന്റെ ചെറുപ്പമാണ്. ഈ നശിച്ച മനുഷ്യൻ അതും തകർത്തു' എന്നു പറഞ്ഞായിരുന്നു കരച്ചിൽ.

പിന്നീടുള്ള ദിവസങ്ങളിൽ കണ്ടത് വാർദ്ധക്യം സ്വയം ആവാഹിക്കാൻ ശ്രമിക്കുന്ന ഡോറാമ്മയെയാണ്.

മുടി പോണിടെയിൽ കെട്ടിയിടുന്നത് നിർത്തി നടുവിൽനിന്നും വകഞ്ഞു. പുരികങ്ങൾക്കിടയിൽ തൊട്ടിരുന്ന ചെറിയ പൊട്ട് വലുതായി, നെറ്റിയിലേക്കു മാറി. ഞാത്തുള്ള കമ്മലുകളോട് ഗുഡ്ബൈ പറഞ്ഞ് തട്ടിൽ നില്ക്കുന്നവ ശീലമാക്കി. സിൽക്ക് സാരികൾ എന്നെന്നേക്കുമായി ഉപേക്ഷിച്ചു. കനംകുറഞ്ഞ, ചെറിയ കരയുള്ള കോട്ടൺ സാരികൾ വാങ്ങിക്കൂട്ടി. വർക്കുള്ള മുന്താണിയോട് അയിത്തമായി. വിത്ത് ബ്ലൗസ്

പല ഷേപ്പിൽ വെട്ടിത്തയ്ക്കുന്നത് നിർത്തി. പല സാരികൾക്കും ഇടാവുന്ന ബ്ലൗസുകൾ തുണിയെടുത്തു തയ്ച്ചു. അതും അയഞ്ഞത്.

കാഴ്ചയിൽ വന്ന വ്യത്യാസം നാട്ടുകാരുടെ കാഴ്ചപ്പാടും മാറ്റി. ഡോറക്കൊച്ച്, ഡോറ ചേച്ചി എന്നൊക്കെ വിളിക്കപ്പെട്ടിരുന്ന ഇസഡോറ, നക്സൽബാരിക്കുശേഷം എഴുപതുകളിൽ വാഗമണ്ണുകാർ കേട്ട ഏറ്റവും കിടുക്കൻ പേര്, പതുക്കെപ്പതുക്കെ എല്ലാവരുടെയും ഡോറാമ്മ ആയി. അമ്മയെന്നു വിളിച്ചാണ് ചെറുപ്പത്തിലേ ശീലിച്ചതെങ്കിലും നാട്ടുകാരുടെ വിളി കേട്ടുകേട്ട് ഞാനും പെങ്ങന്മാരും പതിയെ ഡോറാമ്മയിലേക്കു മാറി.

വർഷങ്ങൾക്കുശേഷമെത്തിയ ആധാർ കാർഡിലും നോർവെയിലേക്കു വരാനായി എടുത്ത പാസ്പോർട്ടിലും പുതിയ പ്രായം കടന്നുകൂടി. എല്ലാ തിരിച്ചറിയൽ രേഖകളിലും ഒരേപ്രായം കേരളത്തിൽ പലർക്കുമില്ലാത്തൊരു സൗഭാഗ്യം!

കൈകഴുകി ഡ്രോയിങ് റൂമിലേക്കിറങ്ങിയപ്പോൾ ഞാനൊന്ന് പപ്പയെ നോക്കി. ഡോറാമ്മ വീണ്ടെടം വിഷ്ണുലോകം ആക്കുന്നതു കണ്ട് ഈശോയോടൊപ്പം അന്തം വിട്ടിരിക്കുകയാണ് കക്ഷി.

ആനിമൽ ഗ്യാങ്

എട്ട്

കാറന്റീൻ പതിമൂന്നാം ദിനം.

മനസ്സൊട്ടും ശാന്തമല്ലെങ്കിലും ബുക്ക് ചാപ്റ്ററിന്റെ വർക്ക് പുനരാരംഭിക്കാൻ ഞാൻ തീരുമാനിച്ചു. നോർവേയിൽ തിരിച്ചെത്തിയാലുടൻ പ്രൊഫസർ എറിക്സന് രണ്ട് ചാപ്റ്ററെങ്കിലും അയച്ചുകൊടുക്കണം. കുടുംബപ്രശ്നങ്ങൾ കാരണം ജോലി നടന്നില്ലെന്ന ന്യായമൊന്നും സായിപ്പിന്റെയടുത്ത് ചെലവാകില്ല. എഴുത്തിന്റെ പ്രോഗ്രസ് ഇന്നലത്തെ സംസാരത്തിനിടെ ഹെഗെയും അന്വേഷിച്ചിരുന്നു.

“എനിക്ക് കുറച്ചു പണിയുണ്ട്. ഉച്ചയ്ക്ക് കഴിക്കാൻ വിളിക്കേണ്ടാ” ഡോറാമ്മ കേൾക്കാൻ പാകത്തിൽ പറഞ്ഞിട്ട് ഞാനെന്റെ മുറിയിൽ കയറി.

എന്തോ ഒന്നുംചെയ്യാൻ തോന്നുന്നില്ല. ലാപ്ടോപ്പ് തുറന്നെങ്കിലും ഓണാക്കാൻ മടിച്ചു. വായന തുടരാനായി ആമസോൺ കിൻഡിൽ കൈയിലെടുത്തെങ്കിലും തിരിച്ചുവച്ചു.

ഞാനെഴുന്നേറ്റ് സായിപ്പ് ഉപയോഗിച്ചിരുന്ന, പപ്പയുടെ പ്രിയപ്പെട്ട ചാരുകസേരയിൽ പോയിരുന്നു. റിട്ടയർമെന്റ് ഹോമിൽ താമസിച്ചുകൊണ്ട് വോളണ്ടറി വർക്ക് ചെയ്യാനുള്ള ഡോറാമ്മയുടെ കാലത്തിനു മുൻപേ സഞ്ചരിക്കുന്ന തീരുമാനമാണ് എന്റെ മനസ്സിൽ.

പെട്ടെന്നാണ് മുറിയിലുണ്ടായിരുന്ന ഒരു ചരിത്രവസ്തുവിൽ കണ്ണുടക്കിയത്. ഡോറാമ്മയുടെ സ്ത്രീധനത്തിൽപ്പെട്ട ഗമണ്ടൻ അലമാരിക്കൊപ്പം സേവ്യപ്പറമ്പിൽ തറവാട്ടിലെത്തിയ കൊച്ചുപുസ്തകപ്പെട്ടിയിൽ.

ഡോറാമ്മ പൊന്നുപോലെ കാത്തുസൂക്ഷിക്കുന്ന കുറേ നോവ

ലുകളും സ്കൂൾകാലം തൊട്ടുള്ള ഡയറികളുമാണ് അതിലുള്ളത്. കടുത്ത അക്ഷരവിരോധിയായിരുന്ന പപ്പ അതൊന്നും കണ്ടിരിക്കാനിട യില്ലെങ്കിലും വീട്ടിൽ വഴക്ക് മൂക്കുമ്പോൾ പുസ്തകപ്പെട്ടിയെക്കുറിച്ചു പറയുമായിരുന്നു. 'നിന്റെ പെട്ടിയിലെ കുന്താമണ്ടികൾ എല്ലാമെടുത്ത് ഞാൻ കത്തിക്കും. പറഞ്ഞില്ലെന്നു വേണ്ടാ!' എന്നൊക്കെയാകും ആക്രോശം.

ഡോറാമ്മയുടെ പുസ്തകശേഖരം എനിക്ക് പണ്ടേ പരിചിതമാണ്. പത്മരാജന്റെ കഥകൾമുതൽ ഉറൂബിന്റെ നോവലുകൾ വരെയുണ്ട് ശേഖ രത്തിൽ. ഇംഗ്ലീഷ് പുസ്തകങ്ങൾ കുറവാണെങ്കിലും ലോകക്ലാസി ക്കുകൾ പലതുമുണ്ട്. ചെറുപ്പത്തിൽത്തന്നെ നോവലുകൾ പലതും ഞാൻ വായിച്ചിട്ടുണ്ടെങ്കിലും ഡയറിക്കുറിപ്പുകൾ കാണണമെന്ന് ഒരിക്കലും തോന്നിയിട്ടില്ല.

'എങ്ങനെയായിരിക്കും ഇസഡോറയുടെ സ്കൂൾകാലഘട്ടം? സംഭവ ബഹുലമായിരിക്കുമോ കോളേജ്കാലം?'

കൊച്ചി സെന്റ് ആഗ്നസ് കോളേജിലെ പ്രീഡിഗ്രി പഠനം പാതി വഴിയിൽ നിന്നുപോയെന്നാണ് കേട്ടിട്ടുള്ളത്. എന്തുകൊണ്ടാണ് പ്രീഡി ഗ്രി പഠനം ഉപേക്ഷിക്കേണ്ടിവന്നതെന്ന് ഞാനിതുവരെ ഡോറാമ്മയോട് ചോദിച്ചിട്ടില്ല. കൃത്യമായൊരു കാരണം പെങ്ങമ്മാരോട് പറഞ്ഞതായും അറിവില്ല.

'ഇസഡോറ കോളേജിൽ പുലി ആയിരുന്നോ? കൊച്ചിയിലെ പെൺ പിള്ളേർക്കിടയിലെ ഒരു പുപ്പുലി! പുകഞ്ഞ കൊള്ളിയെ പുറത്താക്കുക വഴി കന്യാസ്ത്രീകൾ കണ്ണിലെ കരട് എടുത്തു കളയുകയായിരുന്നോ?'

പെറ്റമ്മയുടെ ഭാവിയറിയാൻ അവരുടെ അജ്ഞാതമായ ഭൂതകാല ത്തേക്ക് ഊളിയിടാൻ വർത്തമാനകാലം മകനോട് ആവശ്യപ്പെടുകയാണ്. ധാർമ്മിക നൈതിക പ്രശ്നങ്ങളൊന്നുമില്ലാതെ ആന്ത്രോപ്പോളജിസ്റ്റ് ഗവേഷണസജ്ജനായി ചാരുകസേരയിൽനിന്നും ചാടിയെഴുന്നേറ്റു.

വാതിൽ അകത്തുനിന്നും കുറ്റിയിട്ടശേഷം ഞാൻ ശബ്ദമൊട്ടും കേൾപ്പിക്കാതെ പുസ്തകപ്പെട്ടി തുറന്നു. ചെറുകഥകളും നോവലുകളും വച്ചിരിക്കുന്ന കള്ളികളിലേക്ക് നോക്കിയതേയില്ല. ഡോറാമ്മയുടെ കൈ പ്പടയിലുള്ള എഴുത്തുകൾ മാത്രമായിരുന്നു ലക്ഷ്യം.

താഴത്തെ കള്ളി ആകെ അലങ്കോലമായിരുന്നെങ്കിലും സിവിക് ചന്ദ്രന്റെ *എഴുപതുകൾ വിളിച്ചപ്പോൾ* ആദ്യമേ ശ്രദ്ധയിൽപ്പെട്ടു. ഒരു കാലഘട്ടത്തെ തീ പിടിപ്പിച്ച, ക്ഷുഭിത യൗവനത്തെ അടയാളപ്പെടുത്തുന്ന വരികൾ ചുവന്ന പേനകൊണ്ട് മാർക്ക് ചെയ്തിരുന്നു.

'മുപ്പതുകളിലെ കോൺഗ്രസുകാരെപ്പോലെ, നാല്പതുകളിലെ സോഷ്യലിസ്റ്റുകാരെപ്പോലെ, അൻപതുകളിലെ കമ്യൂണിസ്റ്റുകാരെ പോലെ എഴുപതുകളിൽ ഞങ്ങളും വന്നു... അതേ സാഹസികതയോടെ, അതേ സ്വപ്നങ്ങളോടെ, അതേ സർഗ്ഗാത്മകമായ ഉശിരോടെ......'

'ഇനി ഇസഡോറ വല്ല നക്സലൈറ്റും ആയിരുന്നോ?' കോളേജിൽ

ഇടതു വിദ്യാർത്ഥി പ്രസ്ഥാനത്തിന്റെ യൂണിറ്റ് ഉണ്ടാക്കാൻ ശ്രമിച്ചവരിൽ ഡോറാമ്മയും ഉണ്ടായിരുന്നുവെന്ന് പറഞ്ഞുകേട്ടിട്ടുണ്ട്.

മൃഗങ്ങൾക്ക് നേരേയുള്ള ക്രൂരത തടയുന്നതിനായി പ്രവർത്തിക്കുന്ന എസ് പി സി എയുടെ ന്യൂസ് ലെറ്ററുകൾ കുറേയെണ്ണമുണ്ട്. എല്ലാത്തിലും കോളേജ് സീൽ കാണാം 'ലൈബ്രറിയിൽനിന്നും അടിച്ചുമാറ്റിയതാകണം.'

തൊട്ടപ്പുറത്തായി ഒരു ചവിണ്ട തുണിസഞ്ചി. ഞാൻ തിരയുന്ന ഡയറികൾ അതിലുണ്ടായിരുന്നു. മൊത്തം എട്ടെണ്ണം. ചിലതിൽ മഷി പരന്നിട്ടുണ്ട്, പക്ഷേ, വായിക്കാം. ഡോറാമ്മയുടെ മാറാപ്പും തൂക്കി ഞാൻ സായിപ്പുകസേരയിലേക്കു നടന്നു.

അഞ്ചാം ക്ലാസ് മുതലുള്ള ഡയറികളാണുള്ളത്. അതിലെ കുറിപ്പുകൾ കൂടുതലും കൊച്ചുഡോറയുടെ എല്ലാമെല്ലാമായിരുന്ന വളർത്തുമൃഗങ്ങളെപ്പറ്റിയാണ്. 'ഫലം' തരുന്നതുവരെ ഊട്ടിവളർത്തുകയും പിന്നീട് കശാപ്പിന് വിടുകയും ചെയ്യുന്ന ഓമനമൃഗങ്ങളെപ്പറ്റി. സ്ഥിരം പെറ്റുകളായ പട്ടിയെക്കുറിച്ചോ പൂച്ചയെക്കുറിച്ചോ പരാമർശമില്ലാത്തത് എന്നെ അത്ഭുതപ്പെടുത്തി.

അഞ്ചാം ക്ലാസിലെ ഡയറിയിൽ കണ്ടൊരു പരിവേദനം ഇങ്ങനെയായിരുന്നു:

'എന്താണീ ലോകം ഇങ്ങനെ? പാല് തരുന്ന പശുവിനെ കൊന്നു തിന്നും. മുട്ട തരുന്ന കോഴിയെ കൊല്ലും. നമ്മുടെ തീട്ടം തിന്നുന്ന പന്നിയെ വരെ തിന്നും. മറ്റൊരു ജീവിയും ഇങ്ങനെ ചെയ്യാത്തത് എന്താണ്? മനുഷ്യന്മാർ തമ്മിൽ കൊല്ലുന്നതും തിന്നാൻ വേണ്ടിയാണോ?'

വായിച്ചതിൽ ഏറ്റവും ഹൃദയഭേദകമായി തോന്നിയ സംഭവം സൂസന്നയുടെ അരുംകൊലയാണ്. കൊച്ചുഡോറയുടെ എല്ലാമെല്ലാമായിരുന്ന, തലയിൽ കറുത്തചന്ദ്രക്കലയുള്ള വെള്ളക്കോഴിയായിരുന്നു സൂസന്ന.

നാടൻ കോഴിക്കുഞ്ഞുങ്ങൾ പൊതുവേ ആരുമായി ഇണങ്ങാറില്ലെങ്കിലും കൊച്ചുഡോറ കൈ കാണിച്ചാൽ സൂസന്ന നിലത്തു പതുങ്ങുമായിരുന്നു. ചിലപ്പോൾ പിടിക്കാനും നിന്നുകൊടുക്കും.

സൂസന്ന ആദ്യമായി മുട്ടയ്ക്ക് കാറിയപ്പോൾ കൊച്ചുഡോറ അടുത്തുണ്ടായിരുന്നു. കാക്കയുടെ പോലൊരു ശബ്ദം. സൂസന്ന ആദ്യമായി മുട്ടയിട്ടതും ഡോറയുടെ കളിപ്പാട്ടങ്ങളും പാവകളും വച്ചിരുന്ന വല്ലത്തിലാണ്. പിറ്റേദിവസം അമ്മച്ചി പിടിച്ചു കൂട്ടിൽ കൊണ്ടുപോയി ഇരുത്തി.

സൂസന്ന പൊരുന്ന വിട്ടാൽ അടുപ്പിച്ച് പതിനഞ്ച് മുട്ടവരെ ഇടും. മുട്ട കൂട്ടിൽനിന്നെടുത്ത് അടുക്കളയിൽ കൊണ്ടുപോയി വെക്കുന്ന ജോലി ഡോറയുടേതായിരുന്നു. അതിൽ കൂടുതലും പൊരിച്ചും പുഴുങ്ങിയതും അവൾക്കു വേണ്ടിത്തന്നെ.

വർഷങ്ങൾ കടന്നുപോയി. സൂസന്ന മുട്ടകൾ ഇട്ടുകൊണ്ടേയിരുന്നു. ഇസഡോറ ക്ലാസുകൾ ജയിച്ചുകയറി ഏഴാം ക്ലാസിലെത്തി.

സൂസന്നയുടെ അവസാനനിമിഷങ്ങൾ വിവരിച്ചിരിക്കുന്നിടത്ത് മഷി കൂടുതൽ പരന്നിട്ടുണ്ട്. വടിവൊത്ത അക്ഷരങ്ങളിൽ വിടവ് വീണിട്ടുണ്ട്.

'മോളേ നീയാ ഗോതമ്പ് പാത്രവുമെടുത്ത് ഒന്നിങ്ങ് ഇറങ്ങിവന്നേ.' കോഴിക്കു തീറ്റ കൊടുക്കാനുള്ള പതിവ് വിളി ഇസഡോറയെ തേടി അന്നുമെത്തി.

ഒന്നുമറിയാതെ ഗോതമ്പു മണികൾ നിലത്തു വിതറിക്കൊണ്ട് അവൾ കോഴികളെ മാടിവിളിച്ചു: 'ബബ്ബ ബബ്ബ ബബ്ബ......' അമ്മച്ചിയും പതിവില്ലാത്ത ശബ്ദത്തിൽ നീട്ടിവിളിച്ചു.

അത് സൂസന്നയ്ക്കുള്ള കൊലവിളി ആയിരുന്നുവെന്ന് ഇസഡോറയ്ക്ക് അറിയില്ലായിരുന്നു.

ഡോറയുടെ കാൽച്ചുവട്ടിലെ ഗോതമ്പുമണികൾക്കായി തലകുനിച്ച സൂസന്നയെ പെട്ടെന്നുതന്നെ അമ്മച്ചി കൈപ്പിടിയിൽ ഒതുക്കി. വളരെ ലാഘവത്തോടെ സൂസന്നയുടെ കാലുരണ്ടും ചവിട്ടിപ്പിടിച്ച് കഴുത്ത് പിരിച്ചൊടിച്ചു. കീഴ്പോട്ട് ഒടിഞ്ഞു തൂങ്ങിയ തലയുമായി പിടഞ്ഞുപിടഞ്ഞ് മാണ്ടിയിലേക്ക് വീണ് സൂസന്ന ചത്തു.

'സൂസന്നയെ ഏതായാലും ചട്ടിയിലാക്കാൻ ഇരിക്കുകയായിരുന്നു. മുട്ടയിട്ടിട്ട് മാസങ്ങളായി. പറമ്പിലൂടെ നടന്നൊന്നും കൊത്തിപ്പെറുക്കി തിന്നില്ല. ഗോതമ്പ് കൊടുക്കുന്നതും കാത്ത് രാവിലെതന്നെ പറ്റിക്കൂടി നില്ക്കും. അങ്ങനെയൊന്നും ഒരു പൊരുന്നക്കോഴിയെ തീറ്റ കൊടുത്ത് അവസാനംവരെ പോറ്റാനാകില്ല.' ലോകം അവസാനിച്ചതുപോലെ നില്ക്കുന്ന കൊച്ചുഡോറയോട് അമ്മച്ചി അരുംകൊലയുടെ കാരണം വിശദീകരിച്ചു.

സൂസന്ന ആയിരുന്നു അന്നത്തെ ഉച്ചയൂണിലെ താരം.

'ഡോറയുടെ കൂടെയെപ്പോഴും നടന്നിരുന്ന കോഴിയെ കൊന്നു. നല്ല ഇറച്ചിയാണ്.' അമ്മച്ചി കഴിക്കാനെടുത്തു വെച്ചശേഷം അപ്പച്ചനോടായി പറഞ്ഞു.

'ആയ കാലത്ത് കണ്ട മണ്ണിരയേയും പഴുതാരയെയും കൊത്തി തിന്ന് നടന്നതല്ലേ, സ്വാദ് കാണും. നല്ല കോഴിയിറച്ചി കഴിച്ചിട്ട് കുറേക്കാലമായി.' അപ്പച്ചൻ ഊണിലേക്കു കടന്നു.

ഇസഡോറ 'വേണ്ടാ...വേണ്ടാ' എന്ന് പലവട്ടം പറഞ്ഞെങ്കിലും ഒരു കഷണം അപ്പച്ചൻ നിർബ്ബന്ധിച്ചു കഴിപ്പിച്ചു.

സൂസന്നയെ ചവച്ചയുടൻ അവൾ ഛർദ്ദിച്ചു. കൊച്ചുഡോറയുടെ ആമാശയവും പറിച്ചുകൊണ്ടൊരു ഛർദ്ദി ആയിരുന്നത്. രാവിലെ കഴിച്ച കപ്പപുഴുക്ക് ദുർഗ്ഗന്ധം വമിച്ചു പുറത്തുവന്നു. അത് തീൻമേശയിലൂടെ ഒഴുകി. കറിപാത്രത്തിൽ വീണു. തേങ്ങ വറുത്തരച്ച സൂസന്നക്കറിയിൽ മഞ്ഞനിറം പരന്നു. അനിയന്മാർ ഓക്കാനിച്ച് എഴുന്നേറ്റോടി.

കഴിപ്പ് മതിയാക്കി അപ്പച്ചനും എഴുന്നേറ്റു. കൊച്ചുഡോറയെ ചേർത്തുനിർത്തി ആശ്വസിപ്പിക്കുന്ന അമ്മച്ചിയെ നോക്കി ഇത്രമാത്രം പറഞ്ഞു: 'പെങ്കൊച്ചുങ്ങളെ വളർത്തേണ്ടതുപോലെ വളർത്തണം.

അല്ലെങ്കിൽ വലുതാകുമ്പോള് വല്ലവന്റെയും വീട്ടിൽ പോയിക്കിടന്ന് ചവിട്ട് മേടിക്കും.'

പിന്നീടൊരിക്കലും ഇസഡോറ ഇറച്ചി ചവച്ചിട്ടില്ല. എല്ലാംകൊണ്ടും 'ഇറച്ചിമാൻ' ആയിരുന്ന പപ്പയുടെ ചവിട്ടും മേടിച്ച് നാട്ടിലും കാട്ടിലുമുള്ള ഒട്ടുമിക്ക മൃഗങ്ങളേയും ചട്ടിയിലാക്കി മൂന്നു പതിറ്റാണ്ട് ജീവിച്ചിട്ടും.

ഒൻപത്

ഹൈസ്കൂൾക്കാലത്തെ മൃഗപക്ഷ ഡയറികളിൽ വികാരമല്ല വിചാരമാണ് മുഴച്ചുനിന്നിരുന്നത്. നായാടി ജീവിച്ചുതുടങ്ങിയ കാലംമുതൽ ഇറച്ചി മാറ്റിനിർത്തിയൊരു ഭക്ഷണക്രമം മനുഷ്യന് ഉണ്ടായിരുന്നില്ലെന്ന തിരിച്ചറിവ് കുറിപ്പുകളിൽ കാണാം. മാംസാഹാരം ഒരു അനിവാര്യതയാണെന്ന് അംഗീകരിക്കുമ്പോഴും ഇറച്ചി കഴിക്കാൻ മനുഷ്യൻ എന്തിനാണിത്രയും ക്രൂരത കാണിക്കുന്നതെന്നായിരുന്നു ഇസഡോറയെന്ന കൗമാരക്കാരി ചിന്തിച്ചത്. മാംസമാക്കാൻ മനസ്സിൽ ഉറപ്പിച്ച മൃഗങ്ങളെ മനുഷ്യനെന്തിനാണ് സ്നേഹിച്ചു വളർത്തുന്നതെന്ന ചോദ്യം ഒൻപതാം ക്ലാസിലെ ഡയറിയിലുണ്ട്. ഇറച്ചിക്കായി സ്നേഹം നിഷേധിച്ച് മൃഗങ്ങളെ വളർത്തുകയാണ് മനുഷ്യൻ ചെയ്യേണ്ടതെന്ന ഉത്തരവും അതിലുണ്ട്.

സൂസന്ന ഒരു നീറ്റലായി കൂടെയുള്ളതുകൊണ്ടാകാം കോഴികളെ വളർത്തുമ്പോൾ സ്നേഹക്കോഴി–ഇറച്ചിക്കോഴി എന്നൊരു വേർതിരിവ് വേണമെന്നായിരുന്നു ഇസഡോറയുടെ പക്ഷം. സ്നേഹം നിഷിദ്ധമായി മരണത്തിലേക്കു വളരുന്ന ബ്രോയ്ലർ കോഴികൾ കേരളം കീഴടക്കുന്നതിനും വർഷങ്ങൾക്കുമുൻപാണ് ഇറച്ചിക്കുവേണ്ടി മാത്രമുള്ള വളർത്തുമൃഗങ്ങളെപ്പറ്റി ഒരു സ്കൂൾക്കുട്ടി ചിന്തിക്കുന്നതെന്ന് ഞാനോർത്തു. 'ഇനി ഇസഡോറയെന്ന പാവാടക്കാരി ആയിരിക്കുമോ 'ഇറച്ചിക്കോഴി' എന്ന വാക്കിന്റെ ഉപജ്ഞാതാവ്?'

പത്താം ക്ലാസിലെ ഡയറിയിൽ എന്നെ ആഴത്തിൽ സ്പർശിച്ചത് 'സ്നേഹക്കോഴികളുടെ കല്യാണക്കുരുതി' എന്ന ഭാഗമാണ്.

വലിയ വീടുകളിലെ കല്യാണങ്ങൾക്കാണ് അക്കാലത്ത് പന്നിക്കും പോത്തിനും പുറമേ കോഴിയിറച്ചി ഉണ്ടാവുക. കോഴിക്കട കേട്ടുകേൾവി മാത്രമായിരുന്നതിനാൽ 'കൊള്ളാവുന്ന' കുടുംബത്തിലൊരു കല്യാണം ഉറപ്പിച്ചാൽ പിറ്റേദിവസം തന്നെ നാട്ടിലെ സ്നേഹക്കോഴികളെ മുഴുവൻ കല്യാണവീട്ടുകാർ പറയുന്ന വിലയ്ക്കു വാങ്ങിക്കും. കല്യാണത്തലേന്നുവരെ അവയ്ക്ക് ഗോതമ്പും മണ്ണിരയുമൊക്കെയായി കുശാലാണ്.

അടുക്കളമുറ്റമാണ് കല്യാണത്തലേന്ന് മരണക്കളമായി മാറുക. സ്നേഹക്കോഴികളെ ഓരോന്നായി വീട്ടിലെ ആണുങ്ങൾ കോക്കിയുടെ അടുക്കൽ കൊണ്ടുവരും. കുട്ടികളടക്കം നാട്ടുകാരും ബന്ധുക്കളും അടങ്ങുന്നൊരു പടതന്നെ കാഴ്ചക്കാരായി ഉണ്ടാകും. ഇസഡോറയുടെ അപ്പച്ചൻ നാട്ടിലെ അറിയപ്പെടുന്നൊരു കോക്കിയായിരുന്നു.

കാലിൽ ചവിട്ടിപ്പിടിച്ച് രണ്ടുചിറകും ഇടത് കൈയിലൊതുക്കിയ ശേഷമാണ് കോക്കി കോഴിയെ കഴുത്തു ഞെരിച്ചുകൊല്ലുക. മരണ വെപ്രാളത്തിൽ ഒടിഞ്ഞുതൂങ്ങിയ തലയുമായി പിടഞ്ഞെഴുന്നേറ്റ് ഒരു മുഴം പറന്നിട്ടാണ് അവ ചത്തിറങ്ങുക. തുടർന്നവിടം ചത്ത് പറക്കുന്ന കോഴികളുടെ ഒരു ശവപ്പറമ്പാകും.

'ഹെൻസ് ആർ ബേർഡ്സ്' എന്ന് സ്കൂളിൽ കേട്ടിട്ടുണ്ടെങ്കിലും കോഴികളുടെ പക്ഷിത്തം ഇസഡോറ ആദ്യമായി കാണുന്നത് അത്തരമൊരു കല്യാണത്തലേന്നായിരുന്നു.

ഇസഡോറ ഏറ്റവും വെറുക്കുന്ന ജീവിയായിരുന്നു പന്നിയെങ്കിലും കല്യാണത്തലേന്നുള്ള പന്നിവേട്ടയെക്കുറിച്ചും ഡയറിയിൽ വിശദമായി പരാമർശിച്ചിട്ടുണ്ട്.

രണ്ടെണ്ണം പിടിപ്പിച്ചിട്ടാണ് കോക്കിയും സംഘവും പന്നിവേട്ടയ്ക്കിറങ്ങുക. കൂട്ടിൽ ചടഞ്ഞുകൂടി കിടക്കുന്ന പന്നിയുടെ വാലിൽ പിടിച്ചുവിടും. പന്നി ജീവനുംകൊണ്ട് അലക് വേലിയും ചാടിയോടും. 'പിടിയടാ, പിടിയടാ' എന്നുപറഞ്ഞുകൊണ്ട് കോക്കിയും സംഘവും പുറകേയോടും.

ഓടിച്ചിട്ട് എറിഞ്ഞുകൊല്ലുന്ന പന്നിയുടെ ഇറച്ചിക്ക് മാത്രമേ ടേസ്റ്റ് ഉണ്ടാവൂ എന്നാണ് വെയ്പ്. 'അതിന്റെ ആയകാലത്ത് അകത്താക്കിയ തീട്ടത്തിന്റെ മുഴുവൻ കെട്ട് വിടുംവരെ ഓടിക്കണം. എന്നാലേ പന്നിയിറച്ചി കൊള്ളാത്തൊള്ളൂ' എന്ന് ഇസഡോറയുടെ അപ്പച്ചൻ പറയുമായിരുന്നു.

കണ്ണിന്റെ ഭാഗത്തു കലക്കൻ ഏറ് കൊള്ളുമ്പോഴാണ് പന്നി വീഴുക. എറിഞ്ഞു വീഴ്ത്തുന്നവനാണ് കല്യാണത്തലേന്നത്തെ വീരൻ. വീരാളി പട്ടം പൊതുവെ അപ്പച്ചൻ ആർക്കും വിട്ടുകൊടുക്കാറില്ല.

ഞാൻ കോളേജ് കാലത്തെ ഡയറികൾ കൈയിലെടുത്തു. ഹോസ്റ്റൽ മേറ്റ്സായിരുന്ന പ്രഭയ്ക്കും രേണുകയ്ക്കുമൊപ്പം രൂപീകരിച്ച സെൻറ് ആഗ്നസ് ആനിമൽ റൈറ്റ്സ് ഫോറത്തെക്കുറിച്ചായിരുന്നു ഒരു ഡയറി മുഴുവൻ.

'പ്രഭ, രേണുക റിട്ടയർമെന്റ് ഹോമുമായി ബന്ധപ്പെട്ട് പറഞ്ഞുകേട്ട ഡോറാമ്മയുടെ ചങ്ക് ഫ്രണ്ട്സ്!' ഞാൻ ഉത്സാഹത്തോടെ വായന തുടർന്നു.

തെരുവ് നായ്ക്കളുടെ സംരക്ഷണവും മൃഗങ്ങളോടുള്ള ക്രൂരതക്കെതിരെ അവബോധം സൃഷ്ടിക്കലുമായിരുന്നു 'ആനിമൽ ഗ്യാങ്' എന്ന വിളിപ്പേരിൽ അറിയപ്പെട്ടിരുന്ന മൂവർ സംഘത്തിന്റെ പ്രധാനപ്രവർത്തനം. മഠത്തിലെ പശുക്കളുടെ സംരക്ഷണത്തിൽ സഹായിച്ചിരുന്നതുകൊണ്ട് കന്യാസ്ത്രീകൾക്കും ഫോറത്തോട് എതിർപ്പില്ലായിരുന്നു.

പെട്ടെന്നാണ് 'പ്രിയദർശിനിക്കൊപ്പം' എന്ന തലക്കെട്ടുള്ള ഇന്ദിര ഗാന്ധിയുടെ ചിത്രമൊട്ടിച്ച ഡയറി ശ്രദ്ധയിൽപ്പെട്ടത്.കോളേജിന്റെ സുവർണ്ണജൂബിലി ആഘോഷങ്ങൾ ഉദ്ഘാടനം ചെയ്യാനാണ് ഇന്ദിര ഗാന്ധി സെന്റ് ആഗ്നസിൽ എത്തിയത്. അടിയന്തരാവസ്ഥയ്ക്കുശേഷം

പ്രധാനമന്ത്രിപദത്തിൽ തിരിച്ചെത്തിയ മിസ്സിസ് ഗാന്ധിയുടെ ആദ്യത്തെ കേരള സന്ദർശനവുമായിരുന്നത്.

ഇന്ത്യയുടെ പ്രഥമ മരുമകളും, പില്ക്കാലത്ത് രാജ്യത്തെ മൃഗസ്നേഹികളുടെ പോറ്റമ്മയുമായി മാറിയ മനേക ഗാന്ധിയും സന്ദർശനത്തിന്റെ ഭാഗമായിരുന്നു. കോളേജ് മാഗസിനിലെ ആനിമൽ റൈറ്റ്സ് ഫോറത്തെക്കുറിച്ചുള്ള റൈറ്റപ്പ് കണ്ട മനേക ഗാന്ധി പ്രവർത്തകരെ തിരക്കുകയും സിസ്റ്ററുമാർ ആനിമൽ ഗ്യാങ്ങിനെ വിളിച്ചുവരുത്തുകയും ചെയ്തു.

തങ്ങളുടെ പ്രവർത്തനവും ഭാവിപദ്ധതികളും ഒരു കഥപോലെ കേട്ടിരുന്ന ഗോതമ്പിന്റെ നിറമുള്ള സുന്ദരിയെക്കുറിച്ച് ഡയറിയിൽ വിശദമായി കുറിച്ചിട്ടുണ്ട്. മനേക ഗാന്ധി വഴിയാണ് മുൻകൂട്ടി തയ്യാറാക്കിയിരുന്ന നിവേദനം ഇസഡോറയും കൂട്ടുകാരും പ്രധാനമന്ത്രിക്ക് കൈമാറുന്നത്.

കോൺഗ്രസ് പാർട്ടിയുടെ തിരഞ്ഞെടുപ്പ് ചിഹ്നം 'പശുവും പാലുകുടിക്കുന്ന കിടാവും' എന്നതിൽനിന്നും കൈപ്പത്തിയിലേക്കു മാറ്റാൻ ആലോചിക്കുന്നതിന് എതിരെയായിരുന്നു നിവേദനം. യുവതലമുറയിൽ പാരിസ്ഥിക അവബോധവും മൃഗങ്ങളോടുള്ള ആരോഗ്യകരമായ സമീപനവും സൃഷ്ടിക്കാൻ നിലവിലുള്ള ചിഹ്നത്തിന് കഴിയുന്നുണ്ടെന്നായിരുന്നു ഉള്ളടക്കം. നെഹ്രുവിന്റെ മകൾ പാലക്കാട്ടെ ഒരു ക്ഷേത്രദർശനത്തിൽനിന്നു പ്രചോദനം ഉൾക്കൊണ്ട് കോൺഗ്രസ് പോലൊരു മതേതരപാർട്ടിയുടെ ചിഹ്നം മാറ്റരുതെന്ന ഒളിയമ്പും അതിലുണ്ടായിരുന്നു.

ഒരു ചെറുപുഞ്ചിരിയോടെയാണ് ഇന്ദിര ഗാന്ധി ഉദ്ഘാടന വേദിയിലിരുന്ന് നിവേദനം വായിച്ചത്. സുവർണ്ണജൂബിലി ആഘോഷിക്കുന്ന സെന്റ് ആഗ്നസ് കോളേജിന് ആശംസകൾ നേർന്നുകൊണ്ട് തുടങ്ങിയ പ്രധാനമന്ത്രിയുടെ പ്രസംഗത്തിൽ പരിസ്ഥിതിക്കായിരുന്നു ഊന്നൽ.

ഇംഗ്ലണ്ട് സന്ദർശനത്തിനിടെ തന്റെ അൽമമാറ്ററായ ഓക്സ്ഫഡിലെത്തി വിദ്യാർത്ഥികളുമായി സംവദിച്ചത് ഇന്ദിരാഗാന്ധി ഓർത്തെടുത്തു. 'ഓക്സ്ഫഡ് വെജിറ്റേറിയൻസ്' എന്ന ഗ്രൂപ്പിന്റെ ഭാഗമായ വിദ്യാർത്ഥികൾ മൃഗങ്ങളുടെ അവകാശങ്ങൾ ഉയർത്തിപ്പിടിക്കുന്നതിൽ ഇന്ത്യക്ക് എന്തു ചെയ്യാനാകുമെന്ന് ചോദിച്ചിരുന്നത്രേ. ലോകത്തിലെ മുൻനിര സർവ്വകലാശാലകളിലെ വിദ്യാർത്ഥികൾ ചിന്തിച്ചുതുടങ്ങിയ കാര്യങ്ങൾ നടപ്പിലാക്കാൻ മുന്നിട്ടിറങ്ങിയിരിക്കുന്ന ചുണക്കുട്ടികളുള്ള രാജ്യത്തിന്റെ പ്രധാനമന്ത്രി ആയിരിക്കുന്നതിൽ തനിക്ക് അഭിമാനമുണ്ടെന്ന് കോളേജിലെ ആനിമൽ റൈറ്റ്സ് ഫോറത്തെ പരാമർശിച്ചുകൊണ്ട് ഇന്ദിര ഗാന്ധി പറഞ്ഞപ്പോൾ സദസ്സിലാകെ നീണ്ട കരഘോഷമായിരുന്നു. ഭാവിയുടെ വാഗ്ദാനങ്ങളായ ഇത്തരം കുട്ടികൾക്കുവേണ്ടിയാണ് തന്റെ പിതാവിന്റെ നാമധേയത്തിൽ ഡൽഹിയിൽ പുതിയ സർവ്വകലാശാല ആരംഭിച്ചിരിക്കുന്നതെന്നു പറഞ്ഞുകൊണ്ടാണ് പ്രസംഗം അവസാനിപ്പിച്ചത്.

സമ്മേളനത്തിനുശേഷം പ്രധാനമന്ത്രിക്കൊപ്പമുള്ള ഫോട്ടോ സെഷനിൽ കോളേജ് യൂണിയൻ ഭാരവാഹികൾക്കൊപ്പം ആനിമൽ ഗ്യാങ്ങിനും

അവസരം ലഭിച്ചു. ഫോട്ടോക്ക് പോസ് ചെയ്യുന്നതിനിടയിൽ വല്യാങ്ങള ജെ എൻ യുവിൽ പഠിക്കുന്നകാര്യം ഇസഡോറ ഇന്ദിര ഗാന്ധിയോട് പറഞ്ഞു. 'ഭാവിയിൽ അനിയത്തിക്കും അതാകാമല്ലോ' എന്നായിരുന്നു മറുപടി.

ഇന്ദിര ഗാന്ധിക്കും മനേക ഗാന്ധിക്കും ഒപ്പമുള്ള ബ്ലാക്ക് ആൻഡ് വൈറ്റ് ഫോട്ടോകൾ ഡയറിയിൽ ഒട്ടിച്ചിട്ടുണ്ട്. ഡോറാമ്മയുടെ കോളേജ് കാലത്തെയൊരു ഫോട്ടോ ഞാനാദ്യമായി കാണുകയാണ്.

ലോകം കണ്ടൊരു കരുത്തുറ്റ വനിതയുടെ കരംപിടിച്ചു നില്ക്കുന്ന ഇസഡോറയെ ഞാൻ സൂക്ഷിച്ചുനോക്കി. കാലം ഫോട്ടോയ്ക്ക് മങ്ങൽ വീഴ്ത്തിയിട്ടുണ്ടെങ്കിലും ആ കണ്ണുകളിലെ തിളക്കവും നിശ്ചയദാർഢ്യവും ഇപ്പോഴും വ്യക്തം. 'ഇതേ തിളക്കമല്ലേ റിട്ടയർമെന്റ് ഹോമിനെക്കുറിച്ചു പറയുമ്പോൾ ഡോറാമ്മയുടെ കണ്ണുകളിലും കണ്ടത്?'

ഇസഡോറയുടെ അഡ്രസ് എഴുതിവാങ്ങിയശേഷമാണ് മനേക ഗാന്ധി മടങ്ങിയത്. ആനിമൽ റൈറ്റ്സ് ഫോറത്തിന്റെ പ്രവർത്തനങ്ങൾ എഴുതി അറിയിക്കാൻ ഡൽഹിയിലെ അഡ്രസ്സും അവർ നല്കി. നമ്പർ വൺ, സഫ്ദർജങ് റോഡ്, ന്യൂഡൽഹി –110011 എന്ന പ്രധാനമന്ത്രിയുടെ അഡ്രസ്.

ഇസഡോറയ്ക്കും കൂട്ടുകാരികൾക്കും താരപരിവേഷം നല്കിയാണ് പ്രധാനമന്ത്രിയും സംഘവും ക്യാമ്പസ് വിട്ടത്. രാജ്യത്തിന്റെ ഭരണാധികാരിയുടെ മുൻപിൽ സെന്റ് ആഗ്നസിന്റെ യശ്ശസുയർത്തിയ കുട്ടികളെ പ്രിൻസിപ്പാൾ ഓടിവന്നു കെട്ടിപ്പിടിച്ചു. മദർ സുപ്പീരിയർ കോളേജിന്റെ ചുണക്കുട്ടികളെ മഠത്തിലേക്കു വിളിച്ച് റോമിൽനിന്നും വെഞ്ചരിച്ച കൊന്ത സമ്മാനിച്ചു.

പത്ത്

പ്രധാനമന്ത്രിയുടെ അംഗീകാരത്തിന്റെ ചിറകിലേറി ആനിമൽ ഗ്യാങ്ങിന്റെ പ്രവർത്തനങ്ങൾ പ്രീഡിഗ്രി രണ്ടാംവർഷവും ശക്തിയുക്തം തുടർന്നു, ക്രിസ്മസ് വെക്കേഷന് തൊട്ടുമുൻപ് മാട്ടുപ്പെട്ടിയിലെ സുനന്ദിനി പശുക്കൾ ഇസഡോറ–പ്രഭ–രേണുകമാരുടെ ജീവിതം വഴിതിരിച്ചു വിടുംവരെ.

ഇസഡോറയും കൂട്ടുകാരും മഠത്തിലെ പശുത്തൊഴുത്തിൽ സ്ഥിരം സന്ദർശകരായിരുന്നു. തൊഴുത്തിന്റെ മേൽനോട്ടച്ചുമതലയുള്ള സിസ്റ്ററുടെ ഗുഡ്ബുക്കിൽ ഇടംപിടിക്കുകയും കറവക്കാരനുമായി പരിചയമാകുകയും ചെയ്തതോടെ അവർ തീവ്രവാദികളായി.

പശുവിന്റെ അകിട്ടിലെ പാൽ ആത്യന്തികമായി കിടാവിന് അവകാശപ്പെട്ടതാണെന്നായിരുന്നു ആനിമൽ ഗ്യാങ്ങിന്റെ നിലപാട്. കിടാവ് കുടിച്ചിട്ട് ബാക്കിയുള്ളതു മാത്രമേ മനുഷ്യർ കറന്നെടുക്കാവൂ. പശു പ്രസവിച്ച് ആദ്യ മാസങ്ങളിലെങ്കിലും അങ്ങനെ വേണം.

തങ്ങളുടെ നിലപാട് നടപ്പിലാക്കാൻ അവർ അവലംബിച്ചത് പക്ഷേ, 'ചീപ്പ്' തന്ത്രങ്ങളായിരുന്നു. അതിരാവിലെ കറവക്കാരൻ എത്തുമ്പോൾ ത്തന്നെ ഇസഡോറയോ പ്രഭയോ കന്നുകുട്ടികളെ കാണാനെന്ന വ്യാജേന തൊഴുത്തിലെത്തും. കന്യാസ്ത്രീകളെല്ലാം ആ സമയം കുർബ്ബാനയ്ക്കുള്ള ഒരുക്കങ്ങളുമായി ചാപ്പലിൽ ആയിരിക്കും.

കൂലിതരുന്ന കന്യാസ്ത്രീകളോട് ഉള്ളതിനേക്കാൾ കൂറ് കറവക്കാരന് ചിണുങ്ങിക്കൊണ്ട് കാവൽനില്ക്കുന്ന കോളേജുകുമാരികളോട് ആയപ്പോൾ തൊഴുത്തിൽ കാട്ടുനീതി നടപ്പിലായി.

മഠത്തിലെ കറവപ്പശുക്കൾ സസ്തനികളാകാൻ മത്സരിച്ചു. കാലുറയ്ക്കാത്ത മൂരിക്കുട്ടന്മാർ പാല് കുടിച്ചുതികട്ടി കങ്കാരു കണക്കെ ചാടി.

കറന്നെടുക്കുന്ന പാലിന്റെ അളവ് കുറഞ്ഞതോടെ മഠത്തിലെ ആവശ്യങ്ങൾക്കായി മിൽക്ക് സൊസൈറ്റിയെ ആശ്രയിക്കേണ്ട സ്ഥിതിവന്നു.

കമ്മട്ടിപ്പാടത്തുനിന്നു കൊണ്ടുവന്ന പുല്ല് മാറ്റിക്കൊടുത്തു നോക്കിയെങ്കിലും ഫലമുണ്ടായില്ല. കൈമടക്ക് കൊടുത്തു കൊണ്ടുവന്ന മൃഗാശുപത്രിയിലെ കമ്പോണ്ടർ കൈമലർത്തി. പിശാച് ബാധയെന്ന സംശയത്തിൽ കുട്ടിക്കന്യാസ്ത്രീകൾ മുട്ടിപ്പായി പ്രാർത്ഥിച്ചു.

അക്കാലത്താണ് സ്വിറ്റ്സർലന്റിലെ കോൺവെന്റിൽ നിന്നൊരു കന്യാസ്ത്രീ സ്ഥലംമാറി കൊച്ചിയിലെത്തുന്നത്. കട്ടപ്പനയിലെ കുടിയേറ്റ കർഷകകുടുംബത്തിൽ ജനിച്ചുവളർന്ന അവർക്ക് പേരിനുമാത്രം പാൽ ചുരത്തുന്ന പശുക്കളെ തീറ്റിപ്പോറ്റുന്ന രീതിയോടു പൊരുത്തപ്പെടാനായില്ല. തൊഴുത്തിലൊരു ശുദ്ധികലശമാണ് സിസ്റ്റർ മുന്നോട്ടുവച്ചത് നിലവിലുള്ള മുഴുവൻ പശുക്കളെയും കന്നുകുട്ടികളെയും അറവുകാർക്കു കൊടുത്തിട്ട് മൂന്നാർ മാട്ടുപ്പെട്ടിയിൽ പുതുതായി ആരംഭിച്ച ഇന്തോ-സ്വിസ് പ്രോജെക്റ്റിൽനിന്നും മുന്തിയ ഇനം സുനന്ദിനി പശുക്കളെ വാങ്ങുക.

തുടക്കത്തിൽ കൂടുതൽ മുതൽമുടക്ക് ആവശ്യമായി വരുമെങ്കിലും മഠത്തിലും ഹോസ്റ്റലിലേക്കുമുള്ള വർദ്ധിച്ചുവരുന്ന പാലിന്റെ ആവശ്യം മൊത്തം നടക്കും. കീറാമുട്ടിയായ പാൽ പ്രശ്നത്തിന് ഒരു പരിഹാരമെന്ന നിലയിൽ മദർ സുപ്പീരിയറും സമ്മതം മൂളി.

പൂജ അവധി കഴിഞ്ഞ് ഹോസ്റ്റലിൽ തിരിച്ചെത്തിയപ്പോഴാണ് രേണുക പറഞ്ഞ് ഇസഡോറയും പ്രഭയും ആ വാർത്തയറിയുന്നത്. ഒരു നിമിഷം സ്തബ്ധരായി നിന്ന മൂവരും പതിയേ നാളുകൾ എണ്ണപ്പെട്ട സ്നേഹപ്പശുക്കളുടെ അടുത്തേക്കു നീങ്ങി.

ക്ലാസ്മുറികളേക്കാൾ പരിചിതമായ കാലിത്തൊഴുത്ത് ഒരു മരണവീടായി തോന്നിയെന്നാണ് ഇസഡോറ ഡയറിയിൽ എഴുതിയിരിക്കുന്നത്. സാധാരണ ചെയ്യുംപോലെ ആരും പുല്ല് കെട്ടിൽനിന്നെടുത്ത് പശുക്കൾക്ക് ഇട്ടുകൊടുത്തില്ല. മിണ്ടാപ്രാണികളുടെ കഴുത്തിൽ കെട്ടിയിരിക്കുന്ന മണിയുടെ ശബ്ദം മരണമണി മുഴങ്ങുംപോലെ.

'ഇനിയിപ്പോൾ മൂന്നുപേരും സ്ഥിരം ഇവിടെത്തന്നെ ആയിരിക്കു

മല്ലോ. സുന്ദരികളായ സുനന്ദിനി പശുക്കൾ വരുകയല്ലേ.' അതുവഴിവന്ന ഒരു കൊച്ചുകന്യാസ്ത്രീ വാർത്തയ്ക്കു സ്ഥിരീകരണം നല്കി.

"എന്തെങ്കിലും ചെയ്യുന്നുണ്ടെങ്കിൽ ഉടൻ വേണം." എല്ലാത്തിലും അറച്ചു നില്ക്കാറുള്ള രേണുക പറഞ്ഞു. ഇസഡോറയും പ്രഭയും പരസ്പരം നോക്കി.

ഉടൻതന്നെ മൂവർ സംഘം കച്ചിക്കൂനയുടെ മറവിൽ ഗൂഢാലോചന നടത്തി. ഇസഡോറയുടെ തലയിൽ വിരിഞ്ഞ ആശയം പ്രഭയും രേണുകയും ചേർന്നു ചെത്തിമിനുക്കി.

പദ്ധതി ഇപ്രകാരമായിരുന്നു.

മഠത്തിന്റെ പിൻവശത്തുനിന്നും അലക്കാനിട്ടിരിക്കുന്ന മൂന്ന് തിരുവസ്ത്രങ്ങൾ സംഘടിപ്പിക്കുക. കന്യാസ്ത്രീകളുടെ വേഷത്തിൽ തൊഴുത്തിന്റെ പുറകിലത്തെ വഴിയിലൂടെ ആരുടേയും ശ്രദ്ധയിൽ പ്പെടാതെ ഹോസ്റ്റൽ കോമ്പൗണ്ടിനു പുറത്തെത്തുക. അവിടെനിന്നും റോഡ് ക്രോസ് ചെയ്താൽ പ്രശസ്തമായ മാനക്കാളൂർ ക്ഷേത്രത്തിന്റെ ദേവസ്വം ഓഫീസിലെത്താം.

ക്ഷേത്ര അധികാരികളെ കന്യാസ്ത്രീമഠത്തിൽ നിന്നുള്ളൊരു മെസ്സേജ് അറിയിക്കുകയാണ് ആഗമനോദ്ദേശ്യം.

'മഠത്തിലും ഹോസ്റ്റലിലുമുള്ള പാലിന്റെ വർദ്ധിച്ച ആവശ്യം കണ ക്കിലെടുത്ത് മാട്ടുപ്പെട്ടിയിൽനിന്നും മുന്തിയ ഇനം പശുക്കളെ കൊണ്ടു വരുന്നു. ആയതിനാൽ നിലവിലുള്ള നാടൻ പശുക്കളെ ക്ഷേത്രത്തിലെ ഗോശാലയ്ക്കു കൈമാറാൻ മദർ ആഗ്രഹിക്കുന്നു. പശുക്കളെ കൊണ്ടു പോകാൻ ശനിയാഴ്ച ഉച്ചയോടെ മഠത്തിലെത്തിയാൽ സൗകര്യപ്രദം.'

ശനിയാഴ്ച രാവിലെ മദറും മുതിർന്ന സിസ്റ്ററുമാരും ആലുവയിലെ പ്രോവിൻഷ്യൽ ഹൗസിൽ ധ്യാനത്തിനായി പോവുകയാണ്. മിണ്ടാവ്രത മായതിനാൽ രണ്ടുദിവസത്തിലേക്ക് മഠവുമായി യാതൊരു ബന്ധവു മുണ്ടാവില്ല.

ആനിമൽ ഗ്യാങ് തങ്ങളുടെ പദ്ധതി പഴുതുകളില്ലാതെ നടപ്പിലാക്കി.

പശുക്കളെ കൊണ്ടുപോകാനായി ഗോശാല നടത്തിപ്പുകാരൻ ക്ഷേത്രകമ്മിറ്റി അംഗങ്ങൾക്കൊപ്പം പറഞ്ഞസമയത്തു തന്നെയെത്തി. മഠത്തിലുണ്ടായിരുന്ന കന്യാസ്ത്രീകൾ കണ്ണുമിഴിച്ച് പരസ്പരം നോക്കി.

'മദർ പറഞ്ഞുവിട്ട സിസ്റ്ററുമാർ അറിയിച്ചതനുസരിച്ച് വന്നതാണ്. അമ്പലത്തിലെ ആവശ്യങ്ങൾക്കുള്ള പാലുപോലും ഇപ്പോൾ ഗോശാ ലയിൽനിന്നും കിട്ടുന്നില്ല. വല്യ ഉപകാരമായി.' ഹോസ്റ്റൽ വാർഡൻ കൂടി യായ കൂട്ടത്തിലെ മുതിർന്ന കന്യാസ്ത്രീയോട് ക്ഷേത്രകമ്മിറ്റി സെക്രട്ടറി പറഞ്ഞു.

മതസൗഹാർദത്തിന്റെ വക്താവായ മദർ പറഞ്ഞതനുസരിച്ച് ധ്യാന ത്തിനു പോയിരിക്കുന്ന സീനിയർ സിസ്റ്റേഴ്സ് ആരെങ്കിലുമായിരിക്കും ക്ഷേത്രത്തിൽ പോയതെന്ന ധാരണയിൽ വാർഡൻ സിസ്റ്റർ പശുക്കളെ കൊണ്ടുപോകാനായി തലയാട്ടി.

അങ്ങനെ വടക്കേ ഇന്ത്യയിലെങ്ങും പശുരാഷ്ട്രീയം വേരൂന്നി തുടങ്ങിയകാലത്ത് കേരളത്തിലെ ഒരു കന്യാസ്ത്രീ മഠം തൊട്ടടുത്തുള്ള ക്ഷേത്രത്തിലെ ഗോശാലയ്ക്ക് പശുക്കളെ ദാനം ചെയ്ത് സഹവർത്തിത്വത്തിന്റെ പുതുചരിത്രം രചിച്ചു.

ധ്യാനം കഴിഞ്ഞു തിരിച്ചെത്തിയ മദർ സംഭവം അറിഞ്ഞു ഞെട്ടിയെങ്കിലും പുറമെയൊന്നും പ്രകടിപ്പിച്ചില്ല. താൻ പറഞ്ഞതനുസരിച്ചാണ് ക്ഷേത്രത്തിൽനിന്നും ആളുവന്ന് പശുക്കളെ കൊണ്ടുപോയതെന്ന മട്ടിൽ തലയാട്ടി. തന്റെ പല നിലപാടുകളിലും അമർഷമുള്ള ഏതാനും സിസ്റ്ററുമാർ നടത്തിയൊരു സമർത്ഥമായ കരുനീക്കമായിരിക്കും സംഭവമെന്ന് മദർ സംശയിച്ചു.

മദർ സുപ്പീരിയറിന്റെ ഇളയ സഹോദരനായ കൊച്ചി റേഞ്ച് ഐ ജി ഇടയ്ക്കിടെയുള്ള സന്ദർശനത്തിന്റെ ഭാഗമായി മഠത്തിലെത്തിയപ്പോഴാണ് കള്ളി വെളിച്ചത്താകുന്നത്. ജയറാം പടിക്കലിനൊപ്പം കേരള പൊലീസ് സ്കോട്ട്ലന്റ് യാർഡിൽ പരിശീലനത്തിനയച്ച ആളായിരുന്നു കക്ഷി.

മഠത്തിലെ പണിക്കാരെയെല്ലാം ഐ ജി നിരത്തിപ്പിടിച്ച് ചോദ്യം ചെയ്തു. ഉണക്കാനിട്ട കന്യാസ്ത്രീകളുടെ തിരുവസ്ത്രങ്ങളിൽ മൂന്നെണ്ണം കുറച്ചുനേരത്തേക്ക് കാണാതായെന്ന അലക്കുകാരിയുടെ വെളിപ്പെടുത്തലിൽ ഒടുവിൽ പൊലീസ് ബുദ്ധി ഉടക്കി.

നൊവിഷിയേറ്റ് കാലം പിന്നിടാത്ത കോളേജ് വിദ്യാർത്ഥിനികളായ കന്യാസ്ത്രീകളുടെ ഉടുപ്പുകളാണ് അപ്രത്യക്ഷമായതെന്ന് കണ്ടെത്തിയതോടെ ഹോസ്റ്റൽ കേന്ദ്രീകരിച്ചായി അന്വേഷണം. ഹോസ്റ്റലിലെ ഔട്ട്ഗോയിങ് രജിസ്റ്റർ ഉടനടി ഐ ജിയുടെ കൈയിലെത്തി.

വെള്ളിയാഴ്ച ഉച്ചതിരിഞ്ഞ് ഇസഡോറ, പ്രഭ, രേണുക എന്നിവർ ഒരുമിച്ച് പുറത്തു പോയിരുന്നല്ലോ എന്ന ഹോസ്റ്റൽ വാർഡന്റെ സംശയം രജിസ്റ്റർ സാധൂകരിച്ചതോടെ രംഗം ചൂടുപിടിച്ചു. നിമിഷങ്ങൾക്കകം ആനിമൽ ഗ്യാങ് ഐ ജിക്കു മുൻപിൽ ഹാജരാക്കപ്പെട്ടു.

ജപമാല മാസമായിരുന്നതിനാൽ മദർ ചാപ്പലിലേക്കു പോയിരുന്നു. ഹോസ്റ്റൽ വാർഡനും പ്രിൻസിപ്പൽ സിസ്റ്ററുമാണ് ചോദ്യം ചെയ്യലിന് സാക്ഷികളായി ഉണ്ടായിരുന്നത്.

തങ്ങളുടെ 'നിരപരാധിത്വം' ആനിമൽ ഗ്യാങ് പലതവണ ഏറ്റുപറഞ്ഞെങ്കിലും വെവ്വേറെയുള്ള ചോദ്യം ചെയ്യലിൽ കാര്യങ്ങൾ കൈവിട്ടുപോയി. ഇസഡോറയും പ്രഭയും പിടിച്ചുനിന്നെങ്കിലും രേണുക സ്കോട്ട്ലന്റ് യാർഡിനുമുൻപിൽ തകർന്നടിഞ്ഞു.

'അറിയാതെ ചെയ്തതാണ് സാറേ... ഞങ്ങളുടെ പശുക്കളെ കൊല്ലുമെന്ന് ഓർത്തപ്പോൾ ചെയ്തു പോയതാണ്.' അവൾ പൊട്ടിപ്പൊട്ടി കരഞ്ഞു. ഇസഡോറയും പ്രഭയും കൂടിച്ചേർന്നതോടെ കൂട്ടക്കരച്ചിലായി.

വല്യപെങ്ങളുടെ മനസ്സിനെ വല്ലാതെ ഉലച്ചിരുന്ന പ്രശ്നത്തിന് പരിഹാരമുണ്ടാക്കിയതിന്റെ ചാരിതാർത്ഥ്യവുമായി ഐ ജി പോകാനായി

എഴുന്നേറ്റു. ആൾമാറാട്ടം ജാമ്യം പോലും ലഭിക്കാത്ത ക്രിമിനൽ കുറ്റമാണെന്നു മാത്രം കെട്ടിപ്പിടിച്ചുനിന്ന് കരയുന്ന കുട്ടികളോടായി പറഞ്ഞു.

പ്രിൻസിപ്പാൾ അതിനോടകം മദറിനെ ചാപ്പലിൽനിന്നും കൂട്ടിക്കൊണ്ടുവന്നിരുന്നു. സഹോദരനെ യാത്രയാക്കി തിരിച്ചെത്തിയ മദർ സുപ്പീരിയർ ഒരു ചന്തപ്പെണ്ണായി.

"നിനക്കൊക്കെ കളിക്കാനൊള്ളതാണോടീ തിരുവസ്ത്രം" എന്നു പറഞ്ഞുകൊണ്ട് പ്രതികൾക്കു നേരെ ചീറിയടുത്തു. കർത്താവിന്റെ തല മൂത്ത മണവാട്ടി പലവട്ടം പല്ലിറുമ്മി. മുഷ്ടി ചുരുട്ടി.

പതിയെ സമചിത്തത വീണ്ടെടുത്ത മദർ കുട്ടികളേയുംകൂട്ടി ഹോസ്റ്റലിലേക്കു പോകാൻ വാർഡനോട് ആവശ്യപ്പെട്ടു. ഉടനടി മഠത്തിൽ അടിയന്തര യോഗം വിളിക്കപ്പെട്ടു.

കന്യാസ്ത്രീകൾ ആവൃതിക്കുള്ളിൽ മൂലപാപങ്ങളുമായി മല്ലിടുമ്പോൾ ഇസഡോറയും കൂട്ടുകാരും പെട്ടികൾ പായ്ക്ക് ചെയ്തുതുടങ്ങിയിരുന്നു.

രാത്രി വൈകിവന്ന തീരുമാനം ഇപ്രകാരമായിരുന്നു:

'മാപ്പർഹിക്കാത്ത കുറ്റം ചെയ്ത മൂന്നു കുട്ടികളെയും കോൺഡക്റ്റ് സർട്ടിഫിക്കറ്റിൽ 'ബാഡ്' എന്നെഴുതി കോളേജിൽനിന്നും പുറത്താക്കുക. രാവിലെ പോസ്റ്റ് ഓഫീസ് തുറക്കുമ്പോൾത്തന്നെ ടെലിഗ്രാം ചെയ്ത് വീട്ടിൽനിന്നും കൂട്ടിക്കൊണ്ടുപോകാനായി കാർന്നോന്മാരെ വരുത്തുക.'

'നമ്മളുടൻ വീണ്ടും കാണും' എന്നുപറഞ്ഞാണ് ആനിമൽ ഗ്യാങ് കോളേജിന്റെ പടിയിറങ്ങുന്നത്. പക്ഷേ, കാലം അവരെ വീണ്ടും ഒന്നിപ്പിച്ചത് നാല്പത് വർഷങ്ങൾക്കപ്പുറം റിട്ടയർമെന്റ് ഹോമിന്റെ രൂപത്തിലാണ്.

ഡോറാമ്മയുടെ ഡയറികൾ വായിച്ചു തീർത്തപ്പോഴേക്കും രാത്രിയേറെ വൈകിയിരുന്നു.

ഞാനവ ഭദ്രമായി തിരികെവെച്ചശേഷം വീടിനു പുറത്തേക്കിറങ്ങി. നിലാവത്ത് അഴിച്ചുവിട്ട കോഴിയെപ്പോലെ സേവ്യപ്പറമ്പിൽ ബംഗ്ലാവിന്റെ വിശാലമായ മുറ്റത്ത് വട്ടം കറങ്ങിനടന്നു.

പതിനൊന്ന്

ക്വാറന്റീൻ പതിനാലാം ദിനം.

ഉച്ചയൂണിനുശേഷം ഒന്ന് വിശ്രമിക്കാനായി ചിന്നന്റെ മുകളിൽ കയറിയതാണ് ഞാൻ. മഴക്കാറുള്ളതിനാൽ നന്നായി കോടയിറങ്ങിയിട്ടുണ്ട്.

കോളേജിൽനിന്നും പുറത്താക്കപ്പെട്ട ഇസഡോറയുടെ ജീവിതമാണെന്റെ മനസ്സിൽ. പല കാര്യങ്ങളും എനിക്ക് കേട്ടറിവുള്ളതിനാൽ ഡയറികൾക്ക് ശേഷമുള്ള ജീവിതം കോർത്തിണക്കാൻ അധികം ബുദ്ധിമുട്ടേണ്ടി വന്നില്ല.

ഇസഡോറ ഹോസ്റ്റലിൽനിന്നും കെട്ടിപ്പെറുക്കി വീട്ടിൽ തിരിച്ചെ

ത്തിയ ദിവസംതന്നെ കല്യാണാലോചന തുടങ്ങിയിരുന്നു. "പഠിക്കാൻ വിട്ടപ്പം കാളകളിച്ചു നടന്നു. ഇനിയുടനെ കെട്ടിച്ചു വിടണം" എസ് എസ് എൽ സി ബുക്ക് കീറിക്കളഞ്ഞുകൊണ്ട് അപ്പച്ചനാണ് കടുത്ത നിലപാടെടുത്തത്.

ആദ്യംവന്ന ആലോചനകൾ പലതും 'കുടുംബം മോശം' എന്ന കാരണത്താൽ മുടങ്ങിപ്പോയി. കൊള്ളാവുന്ന ചില ചെറുക്കൻകൂട്ടര് പെണ്ണ് ഇറച്ചി കഴിക്കില്ലെന്ന കാരണംകൊണ്ട് മാറിപ്പോയി.

മദ്ധ്യതിരുവിതാംകൂറിൽ, അതും പോത്ത് ഉലർത്തിയതിന്റെ ആഗോള ആസ്ഥാനമായ പാലായിൽ, ഇറച്ചി കഴിക്കാത്തൊരു അച്ചായത്തിപ്പെണ്ണോ? പല ചെറുക്കന്മാർക്കും ദഹിക്കാവുന്നതിലും അപ്പുറത്തായിരുന്നു ആ വാർത്ത.

അങ്ങനെയിരിക്കെയാണ് അതിപുരാതന കത്തോലിക്ക കുടുംബമായ സേവ്യപ്പറമ്പിൽ നിന്നുള്ളൊരു ആലോചന വന്നത്. സായിപ്പിന്റെ കൈയിൽനിന്നും കോഫി എസ്റ്റേറ്റ് വാങ്ങി പാലായിൽനിന്നും വാഗമണ്ണിലേക്കു കുടിയേറിയ പേരുകേട്ട കുടുംബക്കാരാണ്.

ഒറ്റമകൻ. എട്ടാംക്ലാസ് വരെയേ പഠിച്ചിട്ടൊള്ളെങ്കിലും ഏക്കറുകണക്കിന് സ്ഥലമുണ്ട്.

'പെണ്ണ് നന്നായി ഇറച്ചി വെക്കും, പക്ഷേ, അലർജി കാരണം കഴിക്കില്ല' എന്ന് ബ്രോക്കറെക്കൊണ്ട് മയത്തിൽ പറയിപ്പിച്ചു. പെണ്ണിന് എല്ലാത്തരം ഇറച്ചിയും വെക്കാനറിയണം എന്നതിലേ സേവ്യപ്പറമ്പിൽ ജോസിന് നിർബ്ബന്ധം ഉണ്ടായിരുന്നൊള്ളൂ.

'നല്ല കുടുംബത്തിൽനിന്നുള്ള ആലോചനയാണേൽ ചെറുക്കന് കൊറച്ച് പ്രായക്കൂടുതൽ ഉണ്ടെങ്കിലും കുഴപ്പമില്ല' എന്ന നിലപാടായിരുന്നു അപ്പച്ചനുണ്ടായിരുന്നത്. എന്നാൽ ബന്ധുക്കൾക്ക് കല്യാണത്തോട് എതിർപ്പായിരുന്നു.

പ്രായം മാത്രമായിരുന്നില്ല പ്രശ്നം. പപ്പ നന്നായി തടിച്ചിട്ടായിരുന്നു. ഡോറാമ്മ അക്കാലത്തു മെലിഞ്ഞിട്ടും. 'മരമറിഞ്ഞേ കൊടി ഇടാവൂ' എന്നുപലരും പറഞ്ഞതാണ്.

കല്യാണം ഉറപ്പിക്കുന്നതിനു മുൻപ് പെണ്ണിന്റെ താല്പര്യമൊന്നും ആരും അന്വേഷിച്ചില്ല. ഭാവി വരനെക്കുറിച്ച് പ്രത്യേക സങ്കല്പമൊന്നും ഇല്ലാതിരുന്ന ഇസഡോറയ്ക്കു പക്ഷേ, എതിർപ്പില്ലായിരുന്നു. കോടമഞ്ഞിന്റെ നാടായ വാഗമണ്ണും അവിടുത്തെ പ്രകൃതിയുമായി ഇടപഴകിയുള്ള ജീവിതവുമായിരുന്നു സ്വപ്നജീവിയുടെ മുഖ്യാകർഷണം.

പണ്ട് സ്കൂളിൽനിന്നും വാഗമൺ ടൂർ കഴിഞ്ഞ് തോട്ടപ്പുഴു കടിച്ചു ചുവന്ന കാലുകളുമായാണ് ഇസഡോറ പാലായിൽ തിരിച്ചെത്തിയതെങ്കിലും മനസ്സിൽനിന്ന് കോടയിറങ്ങി പോയിരുന്നില്ല.

സേവ്യപ്പറമ്പിൽ ജോസിന്റെയും ഇസഡോറയുടേയും ദാമ്പത്യജീവിതം തുടക്കത്തിലേ കല്ലുകടിച്ചു.

സായിപ്പ് ഉപേക്ഷിച്ചുപോയ ബംഗ്ലാവിന്റെ മച്ചിൽ പൊടിപിടിച്ചു

കിടന്ന ജെയിൻ ഓസ്റ്റിനെയും ബ്രോണ്ടി സഹോദരിമാരേയും തപ്പിപിടിച്ചെടുത്തായിരുന്നു ഇസഡോറയുടെ അതിജീവനത്തിന്റെ തുടക്കം.

ചെറിയ കാര്യങ്ങളിൽ തുടങ്ങുന്ന തർക്കം പലപ്പോഴും പപ്പയെ അക്രമാസക്തനാക്കിയിരുന്നു. അതുകൊണ്ടുതന്നെ എന്നെ ഗർഭിണിയായപ്പോൾ അപ്പച്ചൻ വന്നു ഡോറാമ്മയെ വീട്ടിലേക്കു കൂട്ടിക്കൊണ്ടുപോയി. പിന്നെ കുറേക്കാലം കമ്യൂണിക്കേഷൻ ഒന്നുമുണ്ടായിരുന്നില്ല. ഞാനുണ്ടായി രണ്ടാഴ്ച കഴിഞ്ഞാണ് പപ്പ വന്നുകണ്ടത്. പ്രസവിച്ചു തൊണ്ണൂറാംനാൾ വാഗമണ്ണിലേക്കു തിരിച്ചുപോകാനും ഡോറാമ്മ കൂട്ടാക്കിയില്ല. ഇടവക വികാരിയുടെ മദ്ധ്യസ്ഥതയിലാണ് പിന്നീട് തർക്കങ്ങൾ ഒത്തുതീർന്നത്.

ഞാൻ മുട്ടിലിഴഞ്ഞു തുടങ്ങിയതോടെ വീട്ടിൽ വീണ്ടും പ്രശ്നങ്ങൾ തലപൊക്കി. വഴക്കുണ്ടാക്കി കാപ്പിത്തോട്ടത്തിൽ ഒളിക്കുന്ന ഡോറാമ്മയെ തിരഞ്ഞുപിടിച്ച് വലിച്ചിഴച്ചു കൊണ്ടുവരുന്ന പപ്പയുടെ മുഖം കുട്ടിക്കാലത്തെ നടുക്കുന്ന ഓർമ്മകളിലൊന്നാണ്. ഒരിക്കൽ കാലിൽ കാപ്പിക്കമ്പ് കുത്തിക്കയറി രക്തം വാർന്നൊലിച്ചായിരുന്നു ഡോറാമ്മയെ കൊണ്ടുവന്നു മുറ്റത്തേക്കിട്ടത്.

ഇങ്ങനെ കീരിയും പാമ്പുമായി കഴിയുന്ന പപ്പയ്ക്കും ഡോറാമ്മയ്ക്കും എങ്ങനെയാണ് മൂന്നു കുട്ടികളുണ്ടായതെന്ന് മുതിർന്നപ്പോൾ ഞാനാലോചിച്ചിട്ടുണ്ട്.

വാഗമണ്ണുകാർക്ക് പക്ഷേ, സേവ്യപ്പറമ്പിൽ ജോസ് ഏറ്റവും പ്രിയങ്കരനായിരുന്നു. 'കൊലുമ്പൻ' എന്ന മഹീന്ദ്ര ജീപ്പുമായി എല്ലാ കല്യാണ-മരണവീടുകളിലും സദാ സഹായസന്നദ്ധനായി ജോസേട്ടനുണ്ടാവും. അസുഖംകൂടി ആരെയെങ്കിലും ആശുപത്രിയിൽ കൊണ്ടുപോകേണ്ടി വന്നാൽ "കൊലുമ്പൻ ജോസേട്ടനെ വിളിക്ക്" എന്നാവും നാട്ടുകാരുടെ നാവിൽ ആദ്യമെത്തുക.

മരംകോച്ചുന്ന തണുപ്പിലും കോരിച്ചൊരിയുന്ന മഴയത്തും ജീപ്പിന്റെ പരുക്കൻ വളയവുമായി ഹൈറേഞ്ചിലെ കല്ലുംകുഴിയും നിറഞ്ഞ നിരത്തുകളോട് മല്ലിടാനുള്ള മനസ്സ് പപ്പയ്ക്ക് ആവോളമുണ്ടായിരുന്നു. എപ്പോഴുമൊരു വിളിപ്പാട് അകലെ ജോസേട്ടൻ ഉണ്ടെന്നും ഏത് പാതിരാത്രിയിലും എത്ര എടങ്ങേറ് പിടിച്ച മലമ്പാതകളിലും കൊലുമ്പന്റെ ചക്രങ്ങൾ ഉരുളുമെന്ന ഉറപ്പിലുമാണ് വാഗമൺ ഉറങ്ങിയിരുന്നത്.

പപ്പ ഹൈറേഞ്ചിലെ അറിയപ്പെടുന്നൊരു വേട്ടക്കാരൻ കൂടിയായിരുന്നു. രണ്ടാം ലോകമഹായുദ്ധത്തിൽ പങ്കെടുത്ത വല്ല്യപ്പച്ചൻ വഴി സിദ്ധിച്ച ലൈസൻസുള്ള ബ്രിട്ടീഷ്-നിർമ്മിത തോക്കായിരുന്നു ആയുധം. ഡോറാമ്മയുടെ എതിർപ്പിനെ അവഗണിച്ചും അടുത്ത സുഹൃത്തുക്കളുമൊത്ത് തോട്ടങ്ങളിൽ നായാട്ടിനിറങ്ങുന്നത് പപ്പയ്ക്ക് ഹരമായിരുന്നു.

വാഗമണ്ണിലെ ഏതെങ്കിലുമൊരു ജനവാസമേഖലയിൽ വന്യമൃഗങ്ങളെ കണ്ടാൽ "ജോസേട്ടാ ഒന്ന് വരുമോ" എന്ന വിളിയെത്തും. മൃഗ

ങ്ങൾ പുറത്തിറങ്ങുന്നത് രാത്രിയിലായതിനാൽ ഏറെ വൈകിയാകും സാധാരണ ഫോണെത്തുക. എപ്പോൾ വിളിച്ചാലും നിറച്ച തോക്കുമായി കൊലുമ്പൻ ജീപ്പിൽ ജോസേട്ടൻ വരുമെന്നത് വാഗമണ്ണുകാർക്ക് തങ്ങൾ പ്പാറയോളം വല്യ ഉറപ്പായിരുന്നു.

നാട്ടുകാരുടെ ആ ഉറപ്പ് പക്ഷേ, വീട്ടുകാരിക്ക് സമ്മാനിച്ചത് നിസ്സ ഹായതയിൽ എരിഞ്ഞുതീർന്ന കാളരാത്രികളാണ്. ഫോണിന്റെ അസ മയത്തെ കൊലവിളി കേട്ടുണർന്ന്, ഉറക്കച്ചടവിൽ അടുക്കളയിൽ കയറി തോക്കിൽ തിര നിറയ്ക്കുന്ന 'അയാളുടെ' അണ്ണാക്കിൽ തള്ളാനുള്ള കാപ്പിയും അനത്തിക്കൊടുത്ത്, വാഗമണ്ണിലേക്കു കെട്ടിവന്ന നിമിഷ ത്തേയും മനസ്സിൽ പ്രാകി തിരിഞ്ഞും മറിഞ്ഞും കിടന്നു നേരം വെളു പ്പിച്ച എത്രയെത്ര ഏകാന്തരാവുകൾ! ചോരയിൽ കുളിച്ച് ജീവനു വേണ്ടി കേഴുന്ന കേഴമാനും മരപ്പട്ടിയും കണിയായ് വന്ന എത്രയെത്ര സുപ്ര ഭാതങ്ങൾ!

പലപ്പോഴും വെടിയേറ്റ മൃഗത്തെ പപ്പ ചാക്കിലാക്കി ജീപ്പിലേക്കിടു മ്പോൾ അവ ചത്തിട്ടുണ്ടാവില്ല. നെഞ്ചിൻകൂട് തകർന്ന മുള്ളൻ പന്നി, തലച്ചോർ ചിതറിയ കാട്ടുമുയൽ, നട്ടെല്ലൊടിഞ്ഞ കുരങ്ങൻ, വെടിയുണ്ട തുളച്ചു കയറിയ വേദനയിൽ ഞെരിഞ്ഞമരുന്ന ഉടുമ്പോ ഒക്കെയാകും പലപ്പോഴും ഡോറാമ്മയുടെ പ്രഭാതങ്ങളെ വരവേല്ക്കുന്നത്. കൊന്നാൽ പാപം തിന്നാൽ തീരുമെന്നായിരുന്നു കൊലുമ്പൻ ജോസിന്റെ 'പിലോ സഫി.'

നായാട്ട് ഭ്രാന്തിന്റെ കാര്യത്തിൽ പപ്പയുടെ തുടർച്ചയായിരുന്നു മകൻ. നോർവേയിൽ ജോലി കിട്ടിയതിന്റെ പിറ്റേദിവസം ഞാൻ ചെയ്തത് സ്വന്തമായൊരു തോക്ക് വാങ്ങി ഹണ്ടേഴ്സ് ക്ലബ്ബിൽ ചേരുകയാണ്.

ആഗസ്ത്-സെപ്തംബർ മാസങ്ങളിലാണ് രജിസ്ട്രേഷനുള്ള നായാ ട്ടുകാർക്ക് നോർവേയിൽ റെയ്ൻഡീർ വേട്ടയ്ക്ക് ഇറങ്ങാനാകുക. എന്നാൽ റെയ്ൻഡീറുകൾക്ക് സ്പീഡിൽ ഓടാനാവാത്ത മഞ്ഞുകാ ലത്തെ നിയമവിരുദ്ധ ഹണ്ടിങ്ങിലായിരുന്നു എനിക്കു താല്പര്യം.

ഒരുതവണ തലയുടെ ഉച്ചിക്കുതന്നെ വെടികൊണ്ട റെയ്ൻഡീർ വേച്ചുവേച്ചു വന്നെന്റെ കാല്ക്കീഴിൽ വീണു ചത്തിട്ടുണ്ട്. അതിന്റെ വളഞ്ഞുപുളഞ്ഞ കൊമ്പ് കുത്തിക്കയറി പാരീസിൽനിന്നും വാങ്ങിച്ച ഷൂസ് നാശമായെങ്കിലും സേവ്യപ്പറമ്പിൽ ജോസിന്റെ മകനന്ന് തികവൊ ത്തൊരു നായാട്ടുകാരനായതിന്റെ ആഘോഷമായിരുന്നു.

ഒരിക്കൽ റെയ്ൻഡീർ കുഞ്ഞുങ്ങളെ തേടിയിറങ്ങിയ ചെന്നായ്ക്ക ളുടെ ഒരു ചെറുകൂട്ടവുമായി ഞാൻ മുഖാമുഖം വന്നിട്ടുണ്ട്. തൊട്ടടു ത്തുണ്ടായിരുന്ന മഞ്ഞുകൂന വെടിപൊട്ടിച്ചു ചിതറിച്ചാണ് അന്ന് രക്ഷ പ്പെട്ടത്. മറ്റൊരിക്കൽ തണുപ്പുകൂടി ബോധം പോകുമെന്നായപ്പോൾ ഇഗ്ലു രീതിയിൽ മഞ്ഞിൽ 'സ്നോഹൂളെ' ഉണ്ടാക്കി ശരീരതാപനില നിയന്ത്രിച്ചിട്ടുണ്ട്.

'വാഗമണ്ണിലെ തോട്ടങ്ങളിലും നോർവീജിയൻ മഞ്ഞിലും വെടിയേറ്റ്

ഇരുട്ടിൽ ഇഹലോകം വെടിഞ്ഞ കേഴമാനിനും റെയ്ൻഡീറിനും വേണ്ടി കാലം കാത്തുവച്ച കാവ്യനീതിയാണോ ഡോറാമ്മ?'

ഞാൻ ചിന്നന്റെ പുറത്തുനിന്നും താഴെയിറങ്ങി വീട്ടിലേക്കു നടന്നു.

പന്ത്രണ്ട്

ക്വാറന്റീൻ പതിനഞ്ചാം ദിനം.

സേവ്യപ്പറമ്പിൽ ബംഗ്ലാവിരിക്കുന്ന പറമ്പിന്റെ തെക്കേ മൂലയിലേക്കുള്ള കല്ലുവഴിയിലാണ് ഞാൻ. പപ്പയുടെ എല്ലാമെല്ലാമായിരുന്ന ബീഫ് സ്റ്റാളിനു പിന്നിലുള്ള കശാപ്പുശാലയിലേക്കുള്ള വഴി. പപ്പ നശിച്ച് മരിച്ച വഴി.

പപ്പയുടെ പെങ്ങമ്മാരെ കെട്ടിക്കാനായി വട്ടിപ്പലിശയ്ക്കെടുത്ത കടം പെരുകിയതോടെ വല്യപ്പൻ കോഫി എസ്റ്റേറ്റിന്റെ നല്ലൊരു ഭാഗം കിട്ടിയ വിലയ്ക്ക് വിറ്റു. തോട്ടത്തിൽനിന്നുള്ള വരുമാനം കുത്തനെ കുറഞ്ഞതോടെ വിത്തെടുത്ത് കുത്തേണ്ട സ്ഥിതിയായി. ഒടുവിൽ പറമ്പിന്റെ റോഡിനോടു ചേർന്ന അതിരിൽ പപ്പയുടെ പുതിയൊരു സംരംഭം പിറവിയെടുത്തു – കൊലുമ്പൻ ബീഫ് സ്റ്റാൾ. ഞാനന്ന് നാലിലോ അഞ്ചിലോ പഠിക്കുകയാണ്.

ഉളുപ്പുണിയിലും കോട്ടമലയിലും പോയി 'ഘടാഘടിയൻ' പോത്തുകളെ പപ്പ തിരഞ്ഞുപിടിച്ച് വെട്ടാനായി കൊണ്ടുവന്നു. പോത്തിറച്ചിക്കൊപ്പം എല്ലും കപ്പയ്ക്കും വേണ്ടിയുള്ള കുറച്ച് മുഴനെഞ്ചും ഫ്രീയായി കൊടുക്കാൻ തുടങ്ങിയതോടെ കൊലുമ്പൻ നാട്ടുകാർക്കിടയിൽ തരംഗമായി. ജോസേട്ടൻ രഹസ്യമായി നാടൻ പോത്തിനൊപ്പം 'ഒരല്പം' കാട്ടിറച്ചി ചേർക്കുന്നുണ്ടൊരു വിശ്വാസവും വാഗമണ്ണിലുണ്ടായിരുന്നു.

ചോറ്റുപാറക്കാരൻ സിജോമോൻ ഉൾപ്പെടെ മൂന്ന് സഹായികളാണ് കശാപ്പുശാലയിൽ ഉണ്ടായിരുന്നത്. വെളുപ്പിനെ മൂന്നുമണിയോടെ പപ്പ തന്നെയാണ് പോത്തിനെ കൂടംകൊണ്ടോ കോടാലിയുടെ മറുതല ഉപയോഗിച്ചോ തലയ്ക്കടിച്ചു വീഴ്ത്തുക. കൈകാലുകൾ കെട്ടിയിട്ട ശേഷം സഹായികൾ ചേർന്ന് പിടിച്ചുവെക്കും.

പന്തീരാണ്ടു വർഷം പഴക്കമുള്ളൊരു തോർത്തും തലയിൽ കെട്ടി പോത്തിന്റെ തലയ്ക്കടിക്കാനായി ഓങ്ങി നില്ക്കുന്ന പപ്പയുടെ മുഖം ഇന്നുമെന്റെ മനസ്സിലുണ്ട്.

സ്ഥിരം ബ്രാന്റായ നെപ്പോളിയൻ ബ്രാണ്ടി ഒറ്റവലിക്ക് അകത്താക്കി ഒരു ദിനേശ് ബീഡിയും കത്തിച്ചുകൊണ്ട് പപ്പ പോത്തിന്റെ കണ്ണിലേക്കു നോക്കിക്കൊണ്ട് കുറച്ചുനേരം നില്ക്കും. പോത്ത് കണ്ണുചിമ്മിക്കൊണ്ട് കൊല്ലാനുള്ള അനുവാദം നല്കിയാലേ താൻ തലയ്ക്കടിക്കൂ എന്നാണ് പപ്പ പറയാറ്.

'ജോസേട്ടന്റെ കണ്ണും കണ്ണും തമ്മിലുള്ള കളി' തുടങ്ങിയെന്നാണ് കൂടെയുള്ളവർ പറയുക.

ഒരിക്കൽ *ജെല്ലിക്കെട്ട്* സിനിമയിൽ സംഭവിച്ചതുപോലെ കോടാലി ത്തല കൊമ്പുകൊണ്ട് തട്ടിക്കളഞ്ഞ് പോത്ത് കെട്ടിയിട്ടിരുന്ന മരവും പറി ച്ചുകൊണ്ടോടി. നെയ്യ് മുറ്റിനില്ക്കുന്ന ഇനമായിരുന്നു. പിന്നീട് നാട്ടുകാർ ചേർന്ന് കല്ലെറിഞ്ഞു വീഴ്ത്തിയാണ് പപ്പ വീണ്ടും തലയ്ക്കടിക്കുന്നത്.

പോത്ത് കഴിഞ്ഞാൽ പപ്പയുടെ കശാപ്പ്ശാലയിൽ കൂടുതലെത്തുക മച്ചിപ്പശുക്കളാണ്. പലതും അഞ്ചും എട്ടുമൊക്കെ പെറ്റതായിരിക്കും. കൂടുതൽ പെറാൻ പറ്റാതാകുമ്പോൾ കൊല്ലാൻകൊടുക്കും. പലതവണ മൂരിക്ക് വിട്ടിട്ടും ചെന പിടിക്കാത്ത പശുക്കളേയും കശാപ്പിനു വിടും.

അങ്ങനെ വെളുപ്പിനെയുള്ള പോത്തിന്റെ അവസാന നിലവിളി കേട്ട് ഞെട്ടിയുണരുന്നത് ഡോറാമ്മയുടേയും മക്കളുടേയും ജീവിതത്തിലെ പുതിയ പതിവായി.

പറമ്പിന്റെ തെക്കേമൂലയിൽ വളർത്തുന്ന സിങാത്രീ പുല്ല് കൊല്ലാ നായി കൊണ്ടുകെട്ടുന്ന കാലികൾക്കുള്ളതായിരുന്നു. സേവ്യപ്പറമ്പിൽ ബംഗ്ലാവിന്റെ പോർട്ടിക്കോയിൽനിന്ന് മരണത്തിലേക്കു മേയുന്ന പോത്തി നെയും പശുക്കളേയും മ്ലാനതയോടെ നോക്കിനില്ക്കുന്ന ഡോറാമ്മയുടെ മുഖം ഇസഡോറയുടേത് ആയിരുന്നെന്ന് എനിക്കറിയില്ലായിരുന്നു.

കാര്യമായ ലാഭമൊന്നുമില്ലാതെ കശാപ്പുശാല നടത്തുമ്പോഴും പപ്പ യുടെ ഉള്ളിലൊരു 'അംബീഷസ്' ബിസിനസുകാരനുണ്ടായിരുന്നു.

മക്കളെല്ലാം പഠിച്ചു ജോലിനേടിയതോടെ പപ്പയുടെ ബിസിനസ് മോഹങ്ങളും പുതിയ ഉയരങ്ങൾ തേടി. നാട്ടുകാരും പരിചയക്കാരും അതിന് വെള്ളവും വളവുമിട്ടു. "ഇത്രയും രക്ഷപ്പെട്ട മക്കളൊക്കെ ഉണ്ടാ യിട്ടും ജോസേട്ടൻ ഇപ്പോഴുമിങ്ങനെ പഴഞ്ചൻ ഇറച്ചിവെട്ടുമായി നടന്നാൽ മതിയോ?" പലയിടത്തായി പലരും ചോദിച്ചു.

എനിക്ക് ബർഗനിൽ ജോലി കിട്ടിയത് പപ്പയെ ഏറെ സന്തോഷി പ്പിച്ചു. തന്റെ ബിസിനസ് സംരംഭങ്ങളിൽ മുതൽമുടക്കാൻ ഒരാളെ കിട്ടി യതിന്റെ സന്തോഷംകൂടി ആയിരുന്നത്. ഒരാഴ്ചയ്ക്കകം ആരോടും ആലോചിക്കാതെ ബംഗ്ലാവും ചുറ്റുമുള്ള ഒരേക്കർ സ്ഥലവും സേവ്യ പ്പറമ്പിൽ ജോസ് മകന്റെ പേരിൽ എഴുതിവച്ചു.

കല്യാണസമയത്തു കൊടുത്തതല്ലാതെ കുടുംബസ്വത്തിന്റെ ന്യായമായ വിഹിതം പെൺമക്കൾക്ക് മാറ്റിവെച്ചില്ലെന്ന പരിഭവം സിമി മോൾക്കുണ്ടായി. അവളത് ഡോറാമ്മയോട് പറയുകയും ചെയ്തു.

പപ്പയുടെ പദ്ധതികളൊന്നും നിസ്സാരങ്ങളായിരുന്നില്ല. നോർവേയിൽ ജോലി കിട്ടിയശേഷം ആദ്യമായി നാട്ടിലെത്തിയപ്പോഴാണ് പപ്പ ബിസിനസ് പ്ലാൻ അവതരിപ്പിച്ചത്.

മദ്ധ്യകേരളത്തിലെ ഇറച്ചിവ്യാപാരത്തിന്റെ മുഖച്ഛായ മാറ്റത്തക്ക വിധം കൊലുമ്പൻസ് ഗ്രൂപ്പ് കെട്ടിപ്പെടുക്കുകയായിരുന്നു ലക്ഷ്യം. വാഗമണ്ണിൽ അത്യാധുനിക മീറ്റ് പ്രോസസിങ് പ്ലാന്റ്, തൊടുപുഴയിൽ ഇന്റർനാഷണൽ മീറ്റ് സ്റ്റാൾ, കൊച്ചിയിൽ ഔട്ട്ലറ്റ് എന്നിങ്ങനെ പോയി പദ്ധതികൾ. 'മീറ്റ് ബിസിനസിലൂടെ തറവാടിന്റെ നഷ്ടപ്രതാപം വീണ്ടെ

ടുത്തിട്ടേ ഈ കശാപ്പുകാരനെ കുഴിയിലേക്കെടുക്കൂ' ഏതുവിധേനയും സംരംഭം വിജയിപ്പിക്കുമെന്ന ദൃഢനിശ്ചയത്തിലായിരുന്നു സേവ്യപ്പറമ്പിൽ ജോസ്.

തൊടുപുഴയിലെ ഇന്റർനാഷണൽ മീറ്റ് സ്റ്റാളിൽ നാടൻ ഇറച്ചികൾക്കൊപ്പം ഇമ്പോർട്ടഡ് മീറ്റും വില്പനയ്ക്കുണ്ടാകും. 'റെയിൻഡീറിന്റെ ഇറച്ചിയും പുകച്ച സാൽമണുമൊക്കെ വാങ്ങിക്കാൻ പാങ്ങുള്ളവർ നമ്മുടെ നാട്ടിലുമുണ്ടടാ.' അത്യാവശ്യം ഹോംവർക്ക് ചെയ്തശേഷമാണ് പപ്പ നോർവീജിയൻ മോന്റെ മുൻപിലെത്തിയത്.

നമ്മുടെ നാട്ടിലെ ബീഫ് ഉപയോഗിച്ചുള്ള മൂല്യവർദ്ധിത ഉല്പന്നങ്ങൾക്ക് അനന്തസാദ്ധ്യതകൾ ഉണ്ടെന്നായിരുന്നു പ്രധാന വാദം. വാഗമണ്ണിലെ പ്ലാന്റിൽ നിർമ്മിച്ച് കൊച്ചിയിൽ വിപണനം ലക്ഷ്യമിടുന്ന 'കേരള ബീഫ് ഹോട്ട് ഡോഗ്' ആയിരുന്നു തുറുപ്പുചീട്ട്.

വാഗമണ്ണിൽനിന്നും 'കൊലുമ്പൻസ് ഗ്രൂപ്പ്' ആഗോള ഉയരങ്ങൾ താണ്ടുന്നത് പപ്പ സ്വപ്നം കണ്ടു. *ധനം* മാഗസിനിൽ 'ദി മീറ്റ് മാൻ ഓഫ് സെൻട്രൽ കേരള' എന്നൊരു ലേഖനം തന്നെപ്പറ്റി വരുമെന്ന് പപ്പ പലരോടും വീമ്പുപറഞ്ഞിരുന്നു.

മൊത്തം ഒരുകോടി രൂപയെങ്കിലും മുതൽമുടക്ക് വേണ്ടിവരുമെന്നാണ് സംരംഭകൻ കണക്കുകൂട്ടിയത്. മുപ്പതുലക്ഷം രൂപ ലോൺ തരാമെന്ന് സഹകരണ ബാങ്കിലെ മാനേജർ വാക്ക് പറഞ്ഞിട്ടുണ്ടത്രേ. പത്തുലക്ഷം പലവഴികളിലായി പപ്പ സംഘടിപ്പിക്കും. ബാക്കിവരുന്ന അറുപത് ലക്ഷം രൂപയാണ് എന്നോട് കണ്ടെത്തണമെന്ന് ആവശ്യപ്പെട്ടത്.

പപ്പയുടെ ബിസിനസ് പദ്ധതികളോട് കരുതലോടെ ആയിരുന്നു എന്റെ പ്രതികരണം.

"ഇറച്ചിക്കച്ചവടത്തിലുള്ള പപ്പയുടെ അറിവിനെയോ പരിജ്ഞാനത്തെയോ ഞാൻ ചോദ്യം ചെയ്യുന്നില്ല. ബിസിനസ് വിപുലപ്പെടുത്താൻ ആലോചിക്കുന്നതും നല്ല കാര്യമാണ്. പക്ഷേ, ഒറ്റയടിക്ക് ഇത്രയും വലിയൊരു മുതൽമുടക്ക് നടത്തുന്നതിനോട് എനിക്കൊരു യോജിപ്പുമില്ല."

തുടർന്ന് ഞാൻ വിയോജിപ്പിനുള്ള കാരണങ്ങൾ നിരത്തി:

"ഇറക്കുമതി ചെയ്ത ഇറച്ചിക്ക് കേരളത്തിൽ കാര്യമായ ആവശ്യക്കാർ ഉണ്ടാകില്ല......സംസ്കരിച്ച ഇറച്ചികൾ കഴിക്കുന്ന രീതി നമ്മുടെ നാട്ടിൽ വ്യാപകമല്ല....... മീറ്റ് പ്രോസസിങ് സാങ്കേതിക പരിജ്ഞാനം ആവശ്യമുള്ളൊരു മേഖലയാണ്...... ബീഫ് ഹോട്ട് ഡോഗിന്റെ കാര്യത്തിൽ ബ്രാൻഡിങ് ഒരു പ്രശ്നമായിരിക്കും......"

പപ്പ ഒന്നുംമിണ്ടാതെ അനങ്ങാതെ ഇരിക്കുകയാണ്. ഞാനെന്താണ് പറയാൻ പോകുന്നതെന്നറിയാതെ ആകാംക്ഷയിലാണ് ഡോറാമ്മയും.

"എന്റെ അഭിപ്രായത്തിൽ ഘട്ടംഘട്ടമായി വേണം പപ്പ ബിസിനസ് വിപുലപ്പെടുത്തേണ്ടത്. വാഗമൺ ടൗണിലൊരു മുറിയെടുത്ത് ആദ്യം നമുക്ക് ബീഫ് സ്റ്റാൾ അങ്ങോട്ട് മാറ്റാം. ബിസിനസ് മെച്ചപ്പെടുന്നതനുസരിച്ച് തൊടുപുഴയിലും കൊലുമ്പൻസിന്റെ ബ്രാഞ്ച് തുടങ്ങാം. അവിടെ

വേണേൽ റെയിൻഡീറിന്റെ ഇറച്ചിയൊക്കെ വില്പനയ്ക്ക് പരീക്ഷിക്കാം."

"ഞാനൊരു ഇരുപതു ലക്ഷം രൂപ വാഗമണ്ണിൽ കട തുടങ്ങാനായി ലോണെടുത്തു തരാം. എനിക്കിപ്പോഴേ നോർവേയിൽ ഹോം ലോണുണ്ട്. കൂടുതൽ കടമെടുക്കാൻ പറ്റില്ല."

ഒന്നും മിണ്ടാതെ പപ്പ കസേരയിൽനിന്നും എഴുന്നേറ്റു. പറമ്പിലേക്ക് ഇറങ്ങാനായി തോർത്തെടുത്ത് തലയിൽ കെട്ടുന്നതിനിടെ ഇത്രമാത്രം പറഞ്ഞു:

"വാഗമണ്ണിൽ കട തുടങ്ങാൻ നിന്റെ ഔദാര്യമൊന്നും വേണ്ട. ഒരു പത്തു വർഷം മുൻപെങ്കിലും എനിക്കത് പറ്റുമായിരുന്നു."

നേരം ഇരുട്ടിത്തുടങ്ങിയപ്പോഴാണ് പപ്പ പറമ്പിൽനിന്നും തിരിച്ചെത്തിയത്. അത്താഴം ഒഴിവാക്കി മുറിയിൽ കയറി കതകടച്ചു കിടന്നു. സാധാരണ ഞാൻ നോർവെയിലേക്കു തിരിച്ചുപോകുന്നതിന്റെ തലേ രാത്രിയിലുള്ള പായ്ക്കിങ്ങിന്റെ നേതൃത്വം പപ്പയ്ക്കാണ്.

പായ്ക്കിങ്ങിനിടെ വീട്ടിലെന്താണ് പ്രശ്നമെന്ന് ചോദിച്ച് തിരുവനന്തപുരത്തുനിന്നും സിമിമോൾ വിളിച്ചു. പപ്പ പറഞ്ഞവൾ കാര്യങ്ങളെല്ലാം അറിഞ്ഞിരുന്നു.

"ഈ സേവ്യപ്പറമ്പിൽ ജോസിനുള്ളതെല്ലാം അവന്റെ പേരിൽ എഴുതി വച്ചിട്ടാണ് കുറച്ചു പൈസ കടം ചോദിച്ചത്. അത് തരാൻപോലും ആ നാറിക്കു മനസ്സില്ല" പൊട്ടിത്തെറിച്ചാണ് പപ്പ അവളോട് സംസാരിച്ചത്.

കുടുംബസ്വത്തിന്റെ പ്രധാന അവകാശി എന്ന നിലയിൽ കാർന്നോന്മാരുടെ ഇഷ്ടാനിഷ്ടങ്ങൾ നടത്തിക്കൊടുക്കേണ്ട ഉത്തരവാദിത്വം മൂത്ത മകനുണ്ടെന്ന അഭിപ്രായമാണ് സിമിമോൾക്കുണ്ടായിരുന്നത്. ഇറച്ചിയുടെ ലോകത്ത് ഉറങ്ങുകയും ഉണരുകയും ചെയ്യുന്ന പപ്പയുടെ ആഗ്രഹങ്ങൾക്ക് പരിഗണന കൊടുക്കണമെന്നായിരുന്നു അവളുടെ പക്ഷം. പരസ്പരമുള്ള ഒരു പ്രത്യേക കരുതൽ പപ്പയ്ക്കും മൂത്തമകൾക്കുമിടയിൽ എല്ലായ്പ്പോഴുമുണ്ടായിരുന്നു.

പിറ്റേദിവസം രാവിലെതന്നെ പപ്പ ഡ്രസുമാറി എങ്ങോട്ടോ പോകാനിറങ്ങി. എയർപോർട്ടിലേക്കുള്ള ടാക്സി എപ്പോഴാണെന്നുമാത്രം എന്നോട് ചോദിച്ചു. വണ്ടിയെത്തുന്ന സമയം മാത്രം ഞാൻ പറഞ്ഞു. ഒറ്റരാത്രികൊണ്ട് അപ്പന്റെയും മകന്റെയും മനസ്സുകൾ രണ്ടു വൻകരകളിലെത്തിയിരുന്നു.

ഒരത്യാവശ്യം ഉള്ളതിനാൽ എയർപോർട്ടിൽ വരാനാകില്ലെന്നു പറഞ്ഞശേഷം ഗേറ്റ് ചവിട്ടിത്തുറന്ന് പപ്പ പുറത്തേക്കു നടന്നു.

പപ്പയെ ഞാൻ ജീവനോടെ അവസാനമായി കണ്ടത് അന്നായിരുന്നു. മരിച്ചു കിടക്കുമ്പോൾ മുഖത്തുണ്ടായിരുന്നത് നിർവ്വികാരത ആയിരുന്നു അന്നും.

പതിമൂന്ന്

കുറേനേരമായി ഞാൻ കല്ലുവഴിയിൽ നില്ക്കുന്നത് കണ്ടിട്ടാകണം സിമിമോൾ പുറത്തേക്കിറങ്ങി വന്നു. ചിലത് പറയാനുറപ്പിച്ചായിരുന്നു ആ വരവ്.

"ചേട്ടായിക്ക് അറിയാമല്ലോ.... ഞങ്ങളുടെ കൺമുൻപിലൂടെയാണ് നമ്മുടെ പപ്പ മരണത്തിലേക്ക് നടന്നുകയറിയത്. പപ്പയെ കുറച്ചുകൂടി മനസ്സിലാക്കിയിരുന്നെങ്കിൽ, ആ മനുഷ്യന്റെ ആഗ്രഹങ്ങളെ മാനിച്ചിരുന്നെങ്കിൽ ഇന്നീ കുടുംബത്തിനൊരു നാഥനുണ്ടാകുമായിരുന്നു. ഡോറാമ്മ ഇത്തരമൊരു കടുംകൈക്കു മുതിരില്ലായിരുന്നു." എന്നെയൊന്ന് രൂക്ഷമായി പാളി നോക്കിക്കൊണ്ടാണ് സിമിമോളത് പറഞ്ഞത്.

'കൂടുതലൊന്നും പറയിപ്പിക്കരുത്' എന്നതായിരുന്നു ആ നോട്ടത്തിന്റെ പൊരുൾ. ഞാൻ ഓർമ്മകളിൽ പോലും ഭ്രഷ്ട് കല്പിച്ചിരിക്കുന്ന ആ കാലം, മരണത്തിന്റെ മണമുള്ള ഏഴു മാസങ്ങൾ, അവളെന്റെ മുൻപിലേക്ക് കൊത്തിവലിച്ചിട്ടിരിക്കുന്നു.

ബിസിനസ് പ്ലാനിൽ ഉടക്കുവച്ച് നോർവേയിൽ തിരിച്ചെത്തി പപ്പയുമായി പലതവണ ബന്ധപ്പെടാൻ ശ്രമിച്ചെങ്കിലും നടന്നില്ല. നോർവീജിയൻ നമ്പർ കാണുമ്പോഴേ ഫോൺ കട്ട് ചെയ്യും. എപ്പോഴോ ഒരു തവണ കോൾ അറ്റന്റ് ചെയ്തെങ്കിലും പപ്പ കുടിച്ച് ലക്കുകെട്ട അവസ്ഥയിലായിരുന്നു. ഡോറാമ്മയും പെങ്ങമ്മാരും പറഞ്ഞാണ് ഞാൻ വീട്ടിലെ കാര്യങ്ങൾ അറിഞ്ഞിരുന്നത്.

മദ്യപാനശീലം പണ്ടേ ഉണ്ടായിരുന്നെങ്കിലും വളരെപ്പെട്ടെന്നാണ് പപ്പയൊരു മുഴുക്കുടിയനായി മാറിയത്. ഇറച്ചിവെട്ട് കഴിഞ്ഞാൽ മിക്ക ദിവസവും രാവിലെതന്നെ കുടിതുടങ്ങും. പതുക്കെപ്പതുക്കെ കിടപ്പും കശാപ്പുശാലയിലേക്കു മാറി. കഴിക്കാനായി എപ്പോഴെങ്കിലും മാത്രം വീട്ടിലെത്തും. ഡോറാമ്മയോടുള്ള സംസാരവും കുറഞ്ഞുവന്നു.

വെളുപ്പിനേയുള്ള പോത്തിന്റെ നിലവിളി മാത്രം മുടക്കമായില്ലാതെ തുടർന്നു.

സിമിമോൾക്ക് മാത്രമാണ് പപ്പയുമായി കമ്യൂണിക്കേഷൻ ഉണ്ടായിരുന്നത്. കൊളസ്ട്രോളിനും ഉയർന്ന രക്തസമ്മർദ്ദത്തിനും മരുന്ന് കഴിക്കുന്ന പപ്പ മദ്യപാനം കുറച്ചില്ലെങ്കിൽ ജീവൻതന്നെ അപകടത്തിലാകുമെന്ന് അവൾ പലവട്ടം പറഞ്ഞെങ്കിലും ഫലമുണ്ടായില്ല. 'മനസ്സിലുള്ളതൊന്നും നടക്കാതെ ഒരുപാടുകാലം ജീവിച്ചിരുന്നിട്ട് എന്തിനാടീ' എന്നൊരിക്കൽ തിരിച്ചു ചോദിച്ചത്രേ.

പതിയെപ്പതിയെ സായാഹ്നങ്ങളിൽ കശാപ്പുശാല കേന്ദ്രീകരിച്ച് സ്ഥലത്തെ പ്രധാന കുടിയന്മാരുടെ ഒരു സഭ രൂപപ്പെട്ടു. രാത്രി വൈകിവരെ സഭ നടത്തിക്കൊണ്ടു പോകേണ്ട ഉത്തരവാദിത്വം ജോസേട്ടനിൽ നിക്ഷിപ്തമായിരുന്നതിനാൽ പപ്പ നാടുനീളെ നടന്നു കടംവാങ്ങി. കുടിയന്മാരുടെ എണ്ണം കൂടുന്നതനുസരിച്ച് സഭാനാഥന്റെ കടവും

കൂടിവന്നു. ഒടുവിൽ ഗത്യന്തരമില്ലാതെ പപ്പ ചങ്ക് പറിച്ചൊരു കോഴിക്കച്ചടക്കാരന് പിടിയാ വിലയ്ക്ക് വിറ്റു.

ജീപ്പ് കൊണ്ടുപോകാനായി ഏലപ്പാറയിൽ നിന്നുള്ള പൗൾട്ടറി ഫാം ഉടമ വീട്ടിലെത്തിയപ്പോഴാണ് ഡോറാമ്മ വിവരമറിയുന്നത്. ഒട്ടനവധി ജീവിതങ്ങളെ മരണത്തിൽനിന്നും പിടിച്ചുകയറ്റിയ കൊലുമ്പനെ അവസാനമായൊന്നു കാണാൻ നാട്ടുകാരും ഓടിക്കിതച്ചെത്തി. ഒരിക്കൽ കൂടി കൊലുമ്പന്റെ വളയം പിടിക്കാനുള്ള ആഗ്രഹം കൊണ്ടാകാം പപ്പ തന്നെയാണ് ജീപ്പ് റിവേഴ്സെടുത്ത് റോഡിലേക്കിറക്കിയത്. നാട്ടുകാരുടെ നടുവിൽവച്ച് ജീപ്പിന്റെ താക്കോൽ കൈമാറുമ്പോൾ പപ്പയുടെ കൈകൾ വിറയ്ക്കുന്നുണ്ടായിരുന്നു.

കിട്ടിയ തുക എണ്ണി നോക്കുകപോലും ചെയ്യാതെ പപ്പ വീട്ടിലേക്കു ഓടിക്കയറി. ഡോറാമ്മയെ ചേർത്തുപിടിച്ച് 'അവനും പോയെടീ' എന്നുപറഞ്ഞ് അലറിക്കരഞ്ഞു.

വാഗമണ്ണിന്റെ ഇതിഹാസ ശകടം ജീവന് പുല്ലുവിലയുള്ള ഇറച്ചിക്കോഴിയുടെ ലോകത്തേക്കു യാത്ര തുടങ്ങുമ്പോൾ കൊലുമ്പനുള്ളിൽ പ്രസവിച്ച ഒരു സ്ത്രീ അലമുറയിട്ട് കരയുകയായിരുന്നു.

കൊലുമ്പനെ ഒരു കോഴിക്കച്ചവടക്കാരൻ സ്വന്തമാക്കിയതറിഞ്ഞ് പൊട്ടിത്തെറിച്ചാണ് സിമിമോൾ എന്നെ വിളിച്ചത്. 'ചേട്ടായിയുടെ സ്വാർത്ഥതയാണ് എല്ലാത്തിനും കാരണം' എന്നു പറഞ്ഞാണവൾ സംസാരം തുടങ്ങിയതു തന്നെ.

'വൈ ഡു യു വാണ്ട് ടു സേവ് മണി ഇൻ നോർവേ? ആഫ്റ്റർ ഓൾ എവരിതിങ് ഈസ് ഫ്രീ ദെയർ.' സംസാരം അധികം മുൻപോട്ടു കൊണ്ടുപോകാതെ ഞാൻ കാൾ കട്ട് ചെയ്യുകയാണുണ്ടായത്.

തുടർന്നുള്ള ദിവസങ്ങളിൽ പപ്പയുടെ മദ്യപാന രീതികളിൽ മാറ്റം വന്നു. കശാപ്പുശാലയിലെ സായാഹ്ന സഭ പിരിച്ചുവിട്ടു. ഉച്ചയ്ക്ക് മുൻപേ തുടങ്ങുന്ന കുടി ഒറ്റയ്ക്കുള്ളൊരു പ്രക്രിയയായി മാറി. കുടിച്ചു ബോധം കെട്ടുകിടക്കുന്ന ജോസേട്ടനെ വാഗമണ്ണുകാർ പലയിടത്തും കണ്ടു ബസ് കാത്തിരുപ്പ് കേന്ദ്രത്തിൽ, റേഷൻകടയുടെ മുൻപിൽ, കുരിശുപള്ളിയുടെ ചുവട്ടിൽ....ഇറച്ചിവെട്ട് പാടെ നിലച്ചതോടെ പപ്പയുടെ വെള്ളമടി ഒരു സാമൂഹിക പ്രശ്നമായി മാറി.

ഒടുവിൽ ഡോറാമ്മയുമായി സംസാരിച്ചശേഷം പള്ളിവികാരി ഇടപെട്ട് പപ്പയെ രൂപതയുടെ കീഴിലുള്ള ലഹരിവിമുക്ത കേന്ദ്രത്തിലാക്കി. അവിടുത്തെ ചികിത്സ തുടരുന്നതിനിടെ രക്തസമ്മർദ്ദം ഉയരുകയും തളർച്ച അനുഭവപ്പെടുകയും ചെയ്തതിനാൽ പപ്പയെ കൊച്ചിയിലെ അമൃത ആശുപത്രിയിലേക്കു മാറ്റി. വിശദമായ പരിശോധനയിൽ ലിവർസിറോസിസ് കണ്ടെത്തി. ഡോറാമ്മയാണ് ആശുപത്രിയിൽ കൂടെയുണ്ടായിരുന്നത്.

ഓവർ വെയിറ്റും ഹൈ കൊളസ്ട്രോളും ഉള്ളതിനാൽ വിശദമായൊരു ട്രീറ്റ്മെന്റ് പ്ലാൻ രോഗിക്ക് ആവശ്യമാണെന്ന നിഗമനത്തിലായി

രുന്നു ഡോക്ടർമാർ. അതിനായി മെഡിക്കൽ ബോർഡ് ചേരാനിരിക്കെ പപ്പയ്ക്ക് ഹാർട്ട് അറ്റാക്ക് ഉണ്ടായി. അറ്റാക്കിനെ പപ്പ അതിജീവിച്ചെങ്കിലും ആരോഗ്യനില വഷളായിത്തന്നെ തുടർന്നു. ബോധം തെളിഞ്ഞയുടൻ എന്നെ കാണാൻ ആഗ്രഹം പ്രകടിപ്പിച്ചു.

ഞാൻ പിറ്റേദിവസം വെളുപ്പിനെതന്നെ നാട്ടിലേക്കു തിരിച്ചു. ഫ്രാങ്ക്ഫർട്ട് എയർപോർട്ടിൽനിന്നും ഡോറാമ്മയെ വിളിച്ചപ്പോൾ ആശ്വാസകരമായൊരു വാർത്ത കേട്ടു. മകനോടുള്ള അപ്പന്റെ ദേഷ്യമെല്ലാം അലിഞ്ഞ് ഇല്ലാതായിരിക്കുന്നു.

"എല്ലാമെന്റെ തെറ്റാണ്. നോർവേയിൽ പഠിക്കാനായി ചെന്നപ്പം കിട്ടിയ തുച്ഛമായ ഫെല്ലോഷിപ്പിൽ നിന്നുപോലും കൃത്യമായി വീട്ടിലേക്കു പൈസ അയച്ചു തന്നവനാണ് സരിൻ."

കുടുംബത്തെ നിർണ്ണായക ഘട്ടങ്ങളിലെല്ലാം സഹായിച്ച മകനെ ചോദിച്ച പൈസ കൊടുത്തില്ലെന്ന ഒറ്റക്കാരണംകൊണ്ട് വെറുത്തത് തെറ്റായിപ്പോയെന്ന് പപ്പ പറഞ്ഞുപോലും. ഘട്ടംഘട്ടമായി വേണം ബിസിനസ് വിപുലപ്പെടുത്തേണ്ടതെന്ന എന്റെ നിലപാടും ശരിവച്ചു.

മാസങ്ങൾ അകന്നുനിന്ന മനസ്സുകൾ ഒന്നാകുമ്പോഴും പപ്പയുടെ ആരോഗ്യനില വഷളായി വരികയായിരുന്നു. ന്യൂമോണിയ പിടിപെടുകയും ശ്വാസംമുട്ട് കൂടുകയും ചെയ്തതോടെ വെന്റിലേറ്ററിലേക്കു മാറ്റി.

നെടുമ്പാശ്ശേരിയിലിറങ്ങി അമൃത ആശുപത്രിയിലേക്ക് പാഞ്ഞെത്തിയപ്പോഴേക്കും പാതിരാത്രി കഴിഞ്ഞിരുന്നു.

ഐ സി യുവിന്റെ മുൻപിലുണ്ടായിരുന്ന ഡോറാമ്മയും പെങ്ങമ്മാരുമായി സംസാരിച്ചുകൊണ്ടിരിക്കേ പ്രധാനഡോക്ടർ പുറത്തിറങ്ങി സേവ്യപ്പറമ്പിൽ ജോസിന്റെ ആളുകളെ അന്വേഷിച്ചപ്പോൾ ഞാനും കൈപൊക്കി.

"വെരി സോറി... ഐ ഹാവ് സം ബാഡ് ന്യൂസ്. മിസ്റ്റർ ജോസ് ഹാസ് ഡൈഡ് ഫ്രം മൾട്ടിപ്പിൾ ഓർഗൻ ഫെയിലിയർ." ഏറെ നാളുകളായി പേടിച്ചിരുന്ന ആ സ്ഥിരീകരണമെത്തി.

"പപ്പയെ രക്ഷിക്കാൻ നമുക്കായില്ലല്ലോ ചേട്ടായി" എന്നു പറഞ്ഞുകൊണ്ട് സിമിമോൾ എന്റെ നെഞ്ചിൽ മുഖം അമർത്തി. ആശുപത്രി ഭിത്തിയിൽ ചാരിനിന്ന് ഏങ്ങലടിച്ചിരുന്ന സാന്ദ്രയും അടുത്തേക്കുവന്ന് കൈയിൽ ചേർത്തുപിടിച്ചു. ഡോറാമ്മ അടുത്തുണ്ടായിരുന്ന കസേരയിൽ ഇരുന്ന് പൊട്ടിപ്പൊട്ടി കരഞ്ഞു.

പപ്പയുടെ മരണശേഷവും കൊലുമ്പൻസ് ബീഫ് സ്റ്റാൾ പറമ്പിന്റെ മൂലയിൽത്തന്നെ തുടർന്നു. പപ്പയുടെ പ്രധാന സഹായിയായിരുന്ന സിജോമോൻ ഇറച്ചിവെട്ട് ഏറ്റെടുത്തു. കശാപ്പുശാല അവിടെനിന്നും മാറ്റാൻ ഡോറാമ്മ ആലോചന തുടങ്ങിയതാണ്. അപകടം മണത്ത സിജോമോൻ പപ്പ പലപ്പോഴായി മദ്യപിക്കാനായി വാങ്ങിയ പൈസയൊന്നും തിരികെ കിട്ടിയില്ലെന്ന കഥ മെനഞ്ഞു.

പള്ളിയിലേക്കുള്ള വഴിയിൽത്തന്നെ ജോസേട്ടന്റെ ഇറച്ചിക്കട

ഉണ്ടാകണമെന്നാഗ്രഹിച്ച വാഗമണ്ണുകാർ ആ കടത്തിന്റെ കഥ സൗകര്യപൂർവ്വം വിശ്വസിച്ചു.

ഒഴിപ്പിക്കൽ എളുപ്പമല്ലാതായപ്പോൾ ഇടവകവികാരി ഇടപെട്ടൊരു ഒത്തുതീർപ്പുണ്ടാക്കി 'ബീഫ് സ്റ്റാളും കശാപ്പുശാലയും നില്ക്കുന്നതുൾപ്പെടെയുള്ള പത്തു സെന്റ് സ്ഥലം ആവശ്യക്കാരൻ വിലകൊടുത്തു വാങ്ങുക. ഒരു വീടുണ്ടാക്കാനുള്ള സഹായം പള്ളിയിൽനിന്നും ചെയ്യും.'

റോഡ് സൈഡായതിനാൽ നാട്ടുനടപ്പുള്ള വില കിട്ടണമെന്ന നിലപാടെടുത്ത് കച്ചവടം ഉഴപ്പിവിടാനാണ് ഡോറാമ്മ ശ്രമിച്ചത്. എന്നാൽ സിജോമോന്റെ ഭാര്യ സിനി വന്നു കരഞ്ഞ് കാലുപിടിച്ചതോടെ അയഞ്ഞു.

സ്വന്തമായൊരു കിടപ്പാടം ഉണ്ടാകാൻവേണ്ടി കെട്ടുതാലിവരെ വില്ക്കാൻ തയ്യാറായിട്ടായിരുന്നു സിനിയുടെ വരവ്. പെൺമക്കളുടെ കൂടെപ്പോയി നില്ക്കാൻ ഡോറാമ്മയ്ക്കു താല്പര്യം ഇല്ലാത്തതിനാൽ പരിചയമുള്ളൊരു കുടുംബം അയല്പക്കത്തു വരുന്നതിനെ എതിർക്കേണ്ടതില്ല എന്നായിരുന്നു എന്റെ നിലപാട്.

സ്കൂൾകാലം മുതൽ സിനിയെ എനിക്കറിയാം. മനുഷ്യപ്പറ്റുള്ള കൂട്ടത്തിലാണ്. വയസ്സാംകാലത്ത് ഡോറാമ്മയ്ക്കൊരു കൈസഹായത്തിന് പറ്റുന്നയാളാണ്. സിജോമോനും അത്ര പ്രശ്നക്കാരനൊന്നുമല്ല. വയറ്റിപ്പിഴപ്പിന് തട്ട് വരുമെന്നായപ്പോൾ കള്ളക്കഥയുമായി ഇറങ്ങിയതാണ്.

അങ്ങനെ പറഞ്ഞതിലും പാതിവിലയ്ക്ക് സ്ഥലക്കച്ചവടം നടന്നു. ഡോറാമ്മയുടെ ഉറക്കത്തിൽ വീണ്ടും നൂറുകണക്കിന് പോത്തുകൾ നിലവിളിച്ചു.

പതിനാല്

ക്വാറന്റീൻ പതിനാറാം ദിനം.

ഡോറാമ്മ തുറന്നുവിട്ട റിട്ടയർമെന്റ് ഹോമെന്ന ഭൂതം സേവ്യപ്പറമ്പിൽ തറവാടിനെ വരിഞ്ഞുമുറുക്കവേ പപ്പയെ കാണണമെന്നെനിക്ക് തോന്നി. ക്വാറന്റീൻ ലംഘിച്ചും സെമിത്തേരിയിൽ എത്തണമെന്ന കലശലായ മോഹം.

സാധാരണ നാട്ടിലെത്തിയാൽ ആദ്യത്തെ ഞായറാഴ്ചതന്നെ ഞാൻ കല്ലറയിൽ എത്താറുള്ളതാണ്. പപ്പയുടെ ജീവിതവും മരണവും ഒരിക്കലുമെന്നെ ഇതുപോലെ വേട്ടയാടിയിട്ടില്ല.

'നമ്മുടെ തോട്ടത്തിന്റെ വടക്കേ അതിർത്തിമുതൽ പള്ളിപ്പറമ്പാണ്. പള്ളിപ്പറമ്പിലൂടെ നടന്നാൽ പതിനഞ്ചു മിനിട്ടുകൊണ്ട് ഒരീച്ച പോലുമറിയാതെ സെമിത്തേരിയിലെത്താം. പുതിയ റോഡ് വന്നശേഷം ആരുമിപ്പോൾ ആ വഴി നടക്കാറില്ല. ലോക്ക്ഡൗണായതുകൊണ്ട് പണിക്കാരും ഉണ്ടാവില്ല. ആരോഗ്യവകുപ്പിൽനിന്നും ഉച്ചയ്ക്ക് മുൻപ് വിളിച്ചിരുന്ന

തിനാൽ ഇന്നിനി പേടിക്കേണ്ട. ഇരുട്ട് വീണുതുടങ്ങിയാൽ പൈൻമരക്കാടിനുള്ളിലെ സെമിത്തേരിയിലേക്കു നോക്കാൻ പള്ളീലച്ചൻപോലും ധൈര്യപ്പെടാറില്ല.' മകന്റെ മനസ്സ് അപ്പന്റെ അടുത്തെത്താനുള്ള തന്ത്രങ്ങൾ മെനഞ്ഞു.

"ഞാനൊന്ന് പറമ്പിലേക്ക് ഇറങ്ങിയിട്ടുവരാം" അടുക്കളയിലുണ്ടായിരുന്ന ഡോറാമ്മ കേൾക്കാൻ പാകത്തിന് പറഞ്ഞ് മറുപടിക്കായി കാക്കാതെ കച്ചറക്കത്തിയും ടോർച്ചുമെടുത്ത് ഞാൻ പുറത്തേക്കിറങ്ങി.

മൊബൈൽ ഫോൺ മനഃപൂർവ്വം വീടിനുള്ളിൽ മറന്നുവച്ചു. കുട്ടിക്കാലത്ത് വേദപാഠം പഠിക്കാനായി മടിച്ചുമടിച്ചു നടന്നിരുന്ന വഴിയിലൂടെ ഞാൻ കാടുതെളിച്ച് നടന്നു.

സെമിത്തേരി പുതുക്കിപ്പണിതപ്പോൾ മതിൽ ഉയർത്തിക്കെട്ടിയതിനാൽ സാഹസപ്പെട്ടാണ് ഉള്ളിൽക്കടന്നത്. ഇരുട്ടിത്തുടങ്ങിയെങ്കിലും നല്ല നിലാവുണ്ട്.

സെമിത്തേരിയുടെ തെക്കേയറ്റത്താണ് പപ്പയുടെ കല്ലറ. പതിവില്ലാത്ത മനുഷ്യചലനം കണ്ടു പകച്ചിട്ടാകണം സെമിത്തേരിക്കു ചുറ്റുമുള്ള ചീവീടുകൾ ചിലപ്പ് നിർത്തി. ശ്മശാനമൂകത.

പപ്പയുടെ കല്ലറയുടെ അവസ്ഥ അതിദയനീയമായിരുന്നു. മറ്റു കല്ലറകളെ വെച്ചുനോക്കുമ്പോൾ ഒട്ടും 'മെയിൻടൈന്റ്' അല്ല. ചുറ്റും കാട് വളർന്നിട്ടുണ്ട്. സെമിത്തേരിയോട് ചേർന്നുനില്ക്കുന്ന പൈൻമരത്തിൽ നിന്നും പൊന്ത പടർന്നു കയറിയിട്ടുണ്ട്. വേണ്ടത്ര വെളിച്ചംപോലും കിട്ടാതെ കഷ്ടപ്പെടുകയാണ് പപ്പ.

പേരും വീട്ടുപേരും എഴുതിയ ഗ്രാനൈറ്റ് പാളിയിൽ കറപിടിച്ചതിനാൽ വായിക്കാൻ ബുദ്ധിമുട്ടാണ്. ഉണങ്ങിപ്പിടിച്ച പക്ഷിക്കാഷ്ഠം പലയിടത്തും കാണാം. ജീവിച്ചിരുന്നപ്പോൾ ഒരിക്കലും നല്ല കുട്ടപ്പനായി നടന്നിട്ടില്ലാത്ത പപ്പയ്ക്ക് മരിച്ചശേഷവും അതിനുള്ള ഭാഗ്യമില്ല.

പപ്പയുടെ ശവകുടീരം ഒട്ടും അവധാനതയോടെയല്ല ഡോറാമ്മ കാത്തുസൂക്ഷിക്കുന്നത്. ആണ്ടിന് ഒപ്പീസ് ചൊല്ലാനായി കല്ലറ വൃത്തിയാക്കുന്നതൊഴിച്ചാൽ ഡോറാമ്മ ആ വഴിക്കു പോകാറില്ല മരിച്ചവരുടെ തിരുനാൾ ദിവസമുൾപ്പെടെ. ഞാനും സിമിമോളും പലപ്പോഴും കല്ലറയുടെ അവസ്ഥ കണ്ടുവിഷമിച്ച് സോപ്പും ബ്രഷുമായി ഇറങ്ങാറുണ്ട്.

സേവ്യപ്പറമ്പിൽ ബംഗ്ലാവ് വളപ്പിലുള്ള മൂണിയുടെ ശവകുടീരം കാത്തുസൂക്ഷിക്കാനാണ് ഡോറാമ്മ അന്നുമിന്നും ശ്രദ്ധിച്ചിട്ടുള്ളത്.

ഒന്നാം ലോകമഹായുദ്ധകാലത്ത് വാഗമണ്ണിൽ എസ്റ്റേറ്റ് മാനേജരായിരുന്ന വില്ക്കി സായിപ്പിന്റെ പ്രിയപ്പെട്ട കുതിരയായിരുന്നു മൂണി. തന്റെ തോക്കിൽനിന്നും അബദ്ധത്തിൽ വെടിയേറ്റ് മരിച്ച മൂണിയെ രാജകീയമായിത്തന്നെ സായിപ്പ് സംസ്കരിച്ചു. വർഷങ്ങളായി കാടുപിടിച്ചു കിടന്നിരുന്ന കല്ലറ വാഗമണ്ണിലെത്തിയ കാലത്ത് ഡോറാമ്മയാണ് വൃത്തിയാക്കിയെടുത്തത്. മെഴുകുതിരിയും പൂക്കളുമായി മൂണിയുടെ ഓർമ്മദിനം നൂറ് വർഷങ്ങൾക്കിപ്പുറവും ആഘോഷിക്കപ്പെടുന്നുണ്ട്.

ഏതോ ഒരു സായിപ്പിന്റെ എന്നോ ചത്ത കുതിരയുടെ കുഴിമാടം കാത്തുസൂക്ഷിക്കുന്ന ഡോറാമ്മയെ ഞാനാദ്യമായി മനസ്സുകൊണ്ട് പ്രാകി. പരട്ടത്തള്ളയെ വിളിക്കാൻ മലയാളത്തിലും നോർവീജിയനിലുമുള്ള തെറികൾ പരതി.

ഭ്രാന്തമായൊരു ആവേശത്തിൽ ഞാൻ കച്ചറക്കത്തിയുമായി പപ്പയ്ക്ക് ചുറ്റുംവളർന്ന പൊന്തക്കാടിനു നേരെ ചീറിയടുത്തു. പുല്ലരിഞ്ഞു നടന്ന കൗമാരക്കാലത്തെ ആവാഹിച്ച് തലങ്ങും വിലങ്ങും ആഞ്ഞുവെട്ടി. ഒരു രാഷ്ട്രീയപ്രതിയോഗിയെ ഇല്ലാതാക്കാനെന്നവണ്ണം പലവട്ടം.

കത്തിമുനകൊണ്ട് കുത്തിയിളക്കി പൊന്തയുടെ അടിവേര് പിഴുതപ്പോൾ പപ്പ വീണ്ടും നിത്യവെളിച്ചത്തിൽ.

കല്ലറ കഴുകി വൃത്തിയാക്കാനായിരുന്നു അടുത്ത ശ്രമം. സെമിത്തേരിക്ക് പുറത്തുള്ള പൈപ്പിൻചുവട്ടിലെ ബക്കറ്റിൽ പെട്ടെന്ന് കണ്ണുടക്കി.

ആരോ ഉപേക്ഷിച്ച ചകിരിക്കഷണവും മണ്ണിൽപൂണ്ട സോപ്പും സംഘടിപ്പിച്ചു. ആവേശത്തള്ളിച്ചയിൽ കറയും പാണ്ടും തിരഞ്ഞുപിടിച്ച് സോപ്പുവെള്ളമൊഴിച്ചു തേച്ചുകഴുകി. പൊട്ടാറായ, വക്കൊടിഞ്ഞ ബക്കറ്റ് നിറഞ്ഞോടിയപ്പോൾ അടുത്ത കാലത്തൊന്നും വെള്ളം കണ്ടിട്ടില്ലാത്ത കല്ലറ അറിഞ്ഞു നീരാടി.

ഒരിക്കലും തിരിഞ്ഞുനോക്കിയിട്ടില്ലാത്ത അമ്പിളിമാമൻ പൊടുന്നനെ ഗ്രാനൈറ്റ്പപ്പയിൽ പറന്നിറങ്ങി. നടുവിലായി തളംകെട്ടിയ വെള്ളത്തിൽ തുള്ളിച്ചാടി.

അടുത്തകാലത്തൊന്നും ഇത്രയും മേലനങ്ങി പണിയെടുത്തിട്ടില്ല. കിതപ്പുമാറ്റാൻ ഞാൻ കല്ലറയുടെ മൂലയിലിരുന്നു. നല്ല ക്ഷീണമുണ്ട്. ഏതായാലും ഉടനേ തിരിച്ചുനടക്കാനാവില്ല. കെട്ടിക്കിടക്കുന്ന വെള്ളം പുറത്തേക്കു തട്ടിക്കളഞ്ഞശേഷം ഇട്ടിരുന്ന നോർവീജിയൻ ടീഷർട്ടൂരി പപ്പയെ തുടച്ചെടുത്തു.

ഞാൻ പതിയെ ഒന്നു നടുവ് നിവർത്തി. അഞ്ചു വർഷത്തിനു ശേഷമാണ് പപ്പയ്ക്കൊപ്പം കിടക്കുന്നത്.

സെമിത്തേരിയിലെ ആളനക്കം ഒഴിഞ്ഞതോടെ ചീവീടുകൾ വീണ്ടും ചിലച്ചുതുടങ്ങി. എന്റെയുള്ളിലെ ഡോറാമ്മയും.

പതിനഞ്ച്

ഏഴാംക്ലാസ് വരെ സ്കൂളിലെ അലമ്പന്മാരിൽ മുമ്പനായിരുന്നു ഞാൻ. ചില്ലറത്തുട്ടുകളുമായി ഞങ്ങളുടെ 'തുപ്പൽ ഗ്യാങ്' എന്നും രാവിലെ ബസ് സ്റ്റാന്റിൽ ഒത്തുചേരും. തൊമ്മിയുടെ കടയിലെ ചില്ലുഭരണികളാണ് ഉന്നം.

അഞ്ചുപൈസയുടെ പല നിറങ്ങളിലുള്ള നാരങ്ങാമുട്ടായി ബൾക്കായി വാങ്ങിക്കും. വലിയ ടേസ്റ്റൊന്നും ഇല്ലാത്ത മിഠായിയാണ്. പച്ചയും

മഞ്ഞയും നീലയും ചുവപ്പും കളറുകളിൽ തുപ്പാം. അതായിരുന്നു പ്രധാന ആകർഷണം.

പലരെക്കൊണ്ട് അർദ്ധവൃത്താകൃതിയിൽ സൂക്ഷ്മതയിൽ തുപ്പിച്ചാൽ റോഡിൽ മഴവില്ല് തീർക്കാമെന്ന് കണ്ടുപിടിച്ചത് ഞാനായിരുന്നു. സാധാരണ ആറേഴ് മഴവില്ല് തീർക്കുമ്പോഴാണ് സ്കൂളെത്തുക.

നാട്ടുകാർ പറഞ്ഞ് മകന്റെ നിരത്തിലുള്ള മഴവില്ലഭ്യാസം ഡോറാമ്മ അറിയുന്നുണ്ടായിരുന്നു.

'നീയിങ്ങനെ അയിറ്റപ്പിഴ പിള്ളേർക്കൊപ്പം മിഠായിയും തുപ്പി നടന്നോ. നീ മഴവില്ല് തീർക്കേണ്ടത് അറിവിന്റെ ആകാശത്താടാ.' വിക്ടറി പബ്ലിഷേഴ്സിന്റെ *പതിനായിരത്തിയൊന്ന് ക്വിസ്* തന്നുകൊണ്ടാണ് ഡോറാമ്മയത് പറഞ്ഞത്. പപ്പയെക്കൊണ്ട് തവണ വ്യവസ്ഥയിൽ സർക്കാരിന്റെ *സർവ്വവിജ്ഞാനകോശ*വും ബുക്ക് ചെയ്യിച്ചു. രണ്ടായിരത്തിന്റെ തുടക്കത്തിൽ കേരളം കണ്ടൊരു ക്വിസ് ചാമ്പ്യന്റെ തുടക്കം അവിടെനിന്നായിരുന്നു.

മക്കൾ മൂന്നുപേരും കുരിശുംവരച്ച്, കുർബ്ബാനയ്ക്കും പോയി വേദപാഠവും പഠിച്ചുനടക്കുന്ന വാഗമണ്ണിലെ 'വെറും ക്രിസ്ത്യാനി പിള്ളേരായി' വളരരുതെന്ന നിർബ്ബന്ധം ഡോറാമ്മയ്ക്കുണ്ടായിരുന്നു. ഭാരതീയ പൂജയും പാശ്ചാത്യ ദർശനവുമുള്ള കുരിശുമല ആശ്രമത്തിലെ ഫ്രാൻസിസ് ആചാര്യയുമായി ഞങ്ങൾക്ക് അടുപ്പമുണ്ടാകുന്നത് അങ്ങനെയാണ്. ഇടവകപ്പള്ളിയിലെ വേദപാഠത്തിന് പോയിരുന്നെങ്കിലും പൂർവ്വാശ്രമത്തിൽ ബെൽജിയംകാരനായിരുന്ന ഫ്രാൻസിസ് ആചാര്യയുടെ ക്രിസ്തുമതദർശനങ്ങളാണ് എന്നെ കൂടുതൽ സ്വാധീനിച്ചിട്ടുള്ളത്.

യാഥാസ്ഥിതികത്വം കൊടികുത്തി വാഴുമ്പോഴും സായിപ്പച്ചന്റെ ആശ്രമത്തിലെ പ്രധാന ചടങ്ങുകൾക്ക് ഡോറാമ്മ മക്കളെയുംകൂട്ടി പോകുന്നതിനെ സേവ്യപ്പറമ്പിൽ തറവാട്ടിലാരും എതിർത്തിരുന്നില്ല. യൂറോപ്പിൽനിന്നും കൊണ്ടുവന്ന മെഷീൻ ഉപയോഗിച്ച് പാൽ കറന്നെടുക്കുന്ന ആശ്രമത്തിലെ പശുഫാം കുട്ടിക്കാലത്തെ ലോകവിസ്മയങ്ങളിൽ ഒന്നായിരുന്നു.

ഡൽഹി വിട്ട് കേരളത്തിലേക്ക് കൂടുമാറിയ പ്രമുഖ ആർക്കിടെക്ടായ ലാറി ബേക്കർ എന്റെ കുട്ടിക്കാലത്ത് വാഗമണ്ണിലാണ് താമസിച്ചിരുന്നത്. സേവ്യപ്പറമ്പിൽ ബംഗ്ലാവിൽനിന്നും നടന്നെത്താവുന്ന ദൂരത്തായിരുന്നു അദ്ദേഹവും ഭാര്യ എലിസബത്ത് ഡോക്ടറും വസിച്ചിരുന്ന നിർമ്മിതി ശൈലിയിൽ പണിത ബ്രിട്ടീഷ് ബംഗ്ലാവ്. രാവിലെയും വൈകുന്നേരവും അവിടേക്കുള്ള പാൽ കൊടുത്തിരുന്നത് സേവ്യപ്പറമ്പിൽ നിന്നായിരുന്നു.

വാഗമണ്ണിലെ സർക്കാർ സ്കൂളിൽ പഠിക്കുന്ന മകന്റെ 'പൊട്ടറ്റോ ഇംഗ്ലീഷ്' മെച്ചപ്പെടുത്താൻ ഡോറാമ്മ ഒരു വഴി കണ്ടുപിടിച്ചു. ജോലിക്കാരിപ്പെണ്ണിനെ മാറ്റി ബേക്കർ കുടുംബത്തിന് പാൽ കൊണ്ടുപോയി കൊടുക്കുന്ന പണി എന്നെ ഏല്പിച്ചു. പാൽ നിറച്ച മൊന്തയ്ക്കൊപ്പം സായിപ്പിനോട് ചോദിക്കേണ്ട ഒരു കുസൃതിച്ചോദ്യവും എഴുതിത്തന്നു

വിടും. 'ഐ ഹാവ് എ ഡൗട്ട്' എന്ന മുഖവുരയോടെയാകും ചോദ്യം തുടങ്ങുക. ലഭിക്കുന്ന ഉത്തരം ഡോറാമ്മയോട് പോയി ഇംഗ്ലീഷിൽ പറയുകയും വേണം.

വക്കോളം പാലുള്ള മൊന്തയുമായി ഊർന്ന് വീഴാറായ നിക്കറും കയറ്റിയിട്ട് തുണ്ട് കടലാസിൽ നോക്കി സായിപ്പിനോടുള്ള ചോദ്യവും ഉരുവിട്ട് വാഗമണ്ണിലെ മൺപാതകളിലൂടെ കോടമഞ്ഞിനെ കീറിമുറിച്ചു നടന്ന ബാല്യകാലം ഇന്നുമെന്നെ കോൾമയിർ കൊള്ളിക്കാറുണ്ട്.

ബേക്കർ കുടുംബം തിരുവനന്തപുരത്തേക്കു താമസം മാറുന്നതു വരെ എന്റെ ചോദ്യംചെയ്യൽ തുടർന്നു. വർഷങ്ങൾക്കപ്പുറം തിരുവനന്ത പുരത്ത് ഡിഗ്രി പഠിക്കാനെത്തിയപ്പോൾ ലാറി ബേക്കറായിരുന്നു എന്റെ ലോക്കൽ ഗാർഡിയൻ. ഡോറാമ്മയാണ് എലിസബത്ത് ഡോക്ടറുടെ നമ്പർ തപ്പിയെടുത്ത് വിളിച്ചത്.

കോളേജ് അഡ്മിഷൻ ഫോമിലെ ഒരു പേര് മാത്രമായിരുന്നില്ല എനിക്ക് ലോക്കൽ ഗാർഡിയൻ. എന്റെ പഠനപുരോഗതി അന്വേഷിക്കാൻ അദ്ദേഹം ഇടയ്ക്കിടെ യൂണിവേഴ്സിറ്റി കോളേജിൽ എത്തുമായിരുന്നു. നാലാഞ്ചിറയിലെ ബേക്കേഴ്സ് കോട്ടേജ് എല്ലാംകൊണ്ടും എനിക്കൊരു രണ്ടാം വീടായിരുന്നു.

ലാറി ബേക്കറുമായി ഡോറാമ്മ ഉണ്ടാക്കിത്തന്ന ബന്ധമാണ് എന്നെ 'പൊറ്റൈയ്റ്റൊ' ഇംഗ്ലീഷിന് അടുത്തെത്തിച്ചതെന്ന് ഞാനഭിമാനത്തോടെ പലരോടും പറയാറുണ്ട്.

സാധാരണ ക്വിസ് മത്സരാർത്ഥികൾ ചെയ്യുംപോലെ ഞാനും ഡിഗ്രി പഠനകാലത്ത് സിവിൽ സർവ്വീസ് പരീക്ഷയ്ക്കുള്ള തയ്യാറെടുപ്പിലേക്ക് കടന്നു. പക്ഷേ, അവിടെയുമെത്തി ഡോറാമ്മയുടെ 'ഇടംകോലിടൽ.'

'ഐ എ എസ് നിനക്ക് പറ്റിയ പണിയല്ലെടാ. സാഹചര്യമനുസരിച്ച് തീരുമാനമെടുക്കുന്നതിൽ പപ്പയെപോലെ നീയും അമ്പേ പരാജയ മായിരിക്കും.' പകരം ഞാനെന്ത് ചെയ്യണം എന്നതിനും ഡോറാമ്മയ്ക്ക് വ്യക്തമായ ഉത്തരം ഉണ്ടായിരുന്നു.

"യുക്തിപരവും വസ്തുനിഷ്ഠവുമായി വാദങ്ങൾ അവതരിപ്പിക്കു ന്നതിലാണ് എന്റെ മകൻ മിടുക്കൻ. വല്യേട്ടനെപ്പോലെ നീയും അക്കാ ദമിക്സിൽ പോവണം. പറ്റുമെങ്കിൽ ഒരു വിദേശ യൂണിവേഴ്സിറ്റിയിൽ അദ്ധ്യാപകനാകണം."

ജെ എൻ യുവിൽ ഫിലോസഫി പ്രൊഫസറായിരുന്ന മൂത്ത ആങ്ങള യുടെ പക്കൽനിന്നും സംഘടിപ്പിച്ച ബുക്കുകളുടെ ഫോട്ടോസ്റ്റാറ്റ് തന്നു കൊണ്ടായിരുന്നു ഡോറാമ്മയത് പറഞ്ഞത്. ഒരുകെട്ട് പുസ്തകങ്ങളു മായിട്ടാണ് അങ്കിൾ സാധാരണ അവധിക്കു നാട്ടിലെത്താറുള്ളത്.

ബന്ധുക്കളുടെ ഭാഷയിൽ കക്കൂസിൽ കയറുമ്പോഴും ഒരു തത്ത്വ ചിന്തകൻ കൂടെയുണ്ടാകണമെന്ന നിർബ്ബന്ധബുദ്ധിയുള്ള പണ്ഡിതനാ യിരുന്നു അങ്കിൾ. മകൻ വല്യേട്ടന്റെ വഴിയേ പോകണമെന്നാഗ്രഹിച്ച ഡോറാമ്മ ഫൂക്കോയുടേയും അക്കാലത്ത് ഇന്ത്യയിൽ അധികമാരും

കേട്ടിട്ടില്ലാത്ത ഡെല്യൂസിന്റെയും പുസ്തകങ്ങളുടെ പകർപ്പ് എന്റെ മുന്നിലേക്കിട്ടു 'ഇതൊക്കെ വായിച്ചാൽ നീ രക്ഷപ്പെടും' എന്നമട്ടിൽ.

അന്നത് വായിക്കാൻ ശ്രമിച്ചു പരാജയപ്പെട്ടെങ്കിലും പിന്നീട് സ്കോളർഷിപ്പ് നേടി നോർവേയിൽ പഠിക്കാനെത്തിയപ്പോൾ ഗുണമുണ്ടായി. ഡെല്യൂസിയനായ പ്രൊഫസർ എറിക്സൻ 'യു ഹാവ് റ്റു ലേൺ ഫ്രഞ്ച് ഫിലോസഫി എ ലോട്ട്' എന്നുപറഞ്ഞ് *ഡിഫറൻസ് ആൻഡ് റെപ്പറ്റീഷൻ* എടുത്തു കൈയിൽ തന്നപ്പോൾ ഞാൻ ഞെട്ടിയില്ല.

ഹെഗെയുമായുള്ള വിവാഹം വീട്ടുകാരും നാട്ടുകാരും അറിഞ്ഞ് ആഘോഷമായി നടന്നതും ഡോറാമ്മയുടെ ഇടപെടൽമൂലമാണ്.

എം ഫിൽ പഠനസമയത്തുതന്നെ ഹെഗെയുമായി ഡേറ്റിങ് തുടങ്ങിയിരുന്നെങ്കിലും പി എച്ച് ഡി വർക്ക് പാതിവഴിയിൽ എത്തിയപ്പോഴാണ് വിവാഹമെന്ന ചിന്തയിലേക്ക് ഞാനെത്തിയത്.

ബർഗൻ നാച്ചുറൽ ഹിസ്റ്ററി മ്യൂസിയത്തിൽ ജീവനക്കാരിയായ ഹെഗെയുമായി ഞാനൊരു സ്കീയിങ് ടൂറിനിടയിലാണ് അടുക്കുന്നത്. ഞങ്ങൾക്കിടയിൽ കോമണായി ഒരുപാട് കാര്യങ്ങളുണ്ടായിരുന്നു. ക്രോസ് കൺട്രി സ്കീയിങ്, ഗ്രീക്ക് ഫുഡ്, സ്പാനിഷ് സുഹൃത്തുക്കൾ, വൈറ്റ് വൈൻ..... അങ്ങനെ പലതും.

ഫീൽഡ് അപ്ഡേറ്റിനായി നാട്ടിലെത്തിയപ്പോൾ ഹെഗെയുടെ കാര്യം ഞാൻ വീട്ടിൽ അവതരിപ്പിച്ചു.

"കത്തോലിക്കാ പെണ്ണ് ആണോടാ?" ഹെഗെ പള്ളിയുടെ പടികയറിയത് ഓർമ്മയിൽ ഇല്ലെങ്കിലും പ്രൊട്ടസ്റ്റന്റ് ക്രിസ്ത്യനാണെന്ന് ഞാൻ വച്ചുകാച്ചി.

"പാഷണ്ഡത! ഇതു നമുക്ക് വേണോടാ?" കൂടുതലൊന്നും സംസാരിക്കാതെ പപ്പ വീട് വിട്ടിറങ്ങി. കൃത്യമായി പള്ളിയിൽ പോകുന്നൊരു വിശ്വാസിയൊന്നും ആയിരുന്നില്ലെങ്കിലും മക്കൾ മൂന്നുപേരും കത്തോലിക്കരെ തന്നെ വിവാഹം ചെയ്യണമെന്നൊരു നിർബ്ബന്ധം പപ്പയ്ക്കുണ്ടായിരുന്നു.

ഡോറാമ്മയൊന്നും മിണ്ടിയില്ല. പപ്പ പോയി കുറേക്കഴിഞ്ഞപ്പോൾ എന്നെ ഞെട്ടിച്ചുകൊണ്ട് ഇത്രമാത്രം പറഞ്ഞു:

"ഒരു തരത്തിൽ നന്നായെടാ. നമ്മുടെ നാട്ടിൽനിന്നും കല്യാണം കഴിക്കാതിരിക്കാൻ പറ്റുമെങ്കിൽ അതാണ് നല്ലത്.'

ഡോറാമ്മയുടെ ഭാഗത്തുനിന്നും പിന്നീടുണ്ടായത് ചടുലമായ നീക്കങ്ങളായിരുന്നു. പപ്പയേറെ ബഹുമാനിച്ചിരുന്ന ജെ എൻ യു അമ്മാവനെ രംഗത്തിറക്കി. നാത്തൂന്മാരെ പറഞ്ഞ് വശത്താക്കി. പള്ളിയിലെ കൊച്ചച്ചനെകൊണ്ട് പപ്പയോട് പറയിപ്പിച്ചു. ഒടുവിലാണ് സേവ്യപ്പറമ്പിൽ ജോസ് മദാമ്മയുമായുള്ള മകന്റെ കല്യാണത്തിന് സമ്മതം മൂളുന്നത്.

എനിക്ക് ബർഗൻ സർവ്വകലാശാലയിൽ ജോലി കിട്ടിയപ്പോഴുമുണ്ടായി ഡോറാമ്മയുടെ ഉപദേശം. എഴുത്ത് അക്കാദമിക്സിൽ മാത്രമായി ചുരുക്കരുത്. പരന്ന വായനയ്ക്ക് പുറമേ നല്ല ഭാവനയും ലോകപരിചയ

വുമുള്ള മകന് ഫിക്ഷനിലും ഒരുകൈ നോക്കാമെന്നായിരുന്നു ഡോറാമ്മയുടെ പക്ഷം.

സ്വന്തമായൊരു നോവൽ എഴുതണമെന്നുള്ള ചെറുപ്പംമുതലുള്ള ആഗ്രഹം ഞാൻ പലപ്പോഴും മറന്നെങ്കിലും ഡോറാമ്മയത് ഓർത്തുവച്ചു. "എന്തായാടാ നിന്റെ നോവൽ? വല്ലതും നടക്കുമോ?" ഇടയ്ക്കിടെ വിളിക്കുമ്പോൾ ചോദ്യമുണ്ടാകും.

"എടാ അമിതാവ് ഘോഷിന് ഉള്ളതുപോലെ വായനക്കാർ അർജുൻ അപ്പാദുരൈക്കുണ്ടോ? രണ്ടുപേരും ആന്ത്രോപ്പോളജിസ്റ്റുകൾ അല്ലേ." മകൻ നോർവേയിൽ ജോലിക്കാരനായ ശേഷം ആദ്യമായി നാട്ടിലെത്തിയപ്പോൾ എന്റെ ബാഗിലുണ്ടായിരുന്ന പുസ്തകങ്ങളിലൂടെ കണ്ണോടിച്ചുകൊണ്ട് ഡോറാമ്മ ചോദിച്ചു.

ഡോറാമ്മയുടെ ആവർത്തിച്ചുള്ള ഓർമ്മപ്പെടുത്തലുകൾക്ക് ഫലമുണ്ടാകാതിരുന്നില്ല. നോവലെഴുത്ത് ആരംഭിച്ചില്ലെങ്കിലും ഫ്രാങ്ക്ഫർട്ട് ബുക്ക്ഫെയർ ഉൾപ്പെടെയുള്ള യൂറോപ്പിലെ പ്രധാനപ്പെട്ട സാഹിത്യ-പുസ്തകമേളകളിൽ പങ്കെടുക്കുന്നത് ഞാൻ ശീലമാക്കി. സാഹിത്യലോകത്തെ വാർത്തകൾ തിരയുന്നതും പതിവാക്കി.

ചെറുപ്പംമുതൽ പരിചിതമായൊരു ഗന്ധം അനുഭവപ്പെട്ടുതുടങ്ങിയപ്പോഴാണ് കല്ലറയിൽ കിടന്നിരുന്ന ഞാൻ ഡോറാമ്മയെ വിട്ട് കണ്ണ് തുറന്നത്.

മണിച്ചേട്ടന്റെ അങ്ങാടിക്കടയിലെ കാച്ചിയ എണ്ണയുടെ മണം. പപ്പയുടെ മണം.

പതിനാറ്

കല്ലറയുടെ മൂലയ്ക്കിരുന്ന് പപ്പ വിങ്ങിപ്പൊട്ടുകയാണ്. കണ്ണുകൾ നിറഞ്ഞൊഴുകുന്നു. ഞാൻ പപ്പയുടെ അടുത്തെത്തി തോളിൽ തലവെച്ചിരുന്നു. കണ്ണീരിൽ നനഞ്ഞു.

"എന്തിനാണ് മോനേ നീയെന്റെ ഡോറയുടെ ആഗ്രഹങ്ങൾക്ക് എതിര് നില്ക്കുന്നത്?" ഇടറിയ ശബ്ദം. ദയനീയ ഭാവം.

ഞാൻ തിരിച്ചൊന്നും പറഞ്ഞില്ല.

"വാഗമണ്ണിലേക്ക് കെട്ടിക്കൊണ്ടുവരുമ്പോൾ അവളെന്തൊരു മിടുക്കിക്കുട്ടി ആയിരുന്നു. വീട്ടിലും തോട്ടത്തിലും പുതിയതോരോന്നും ചെയ്യാൻ എന്തൊരു ആവേശമായിരുന്നു. എന്തൊക്കെ ആശയങ്ങളായിരുന്നു!" പപ്പ ഓരോന്നായി പറഞ്ഞുതുടങ്ങി.

"കുറേ മാവും പ്ലാവും സായിപ്പ് നട്ട ആർക്കും വേണ്ടാത്ത കൊറേ മരങ്ങളുമല്ലാതെ നമ്മുടെ ബംഗ്ലാവിനു ചുറ്റും വല്ലതുമുണ്ടായിരുന്നോ? ഇന്നതൊരു ഏദൻ തോട്ടമല്ലേടാ? മാങ്കോസ്റ്റിനും സാപ്പോട്ടയും വെണ്ണപ്പഴവും ഓറഞ്ചുമെല്ലാം. റംബൂട്ടാൻ തന്നെ എത്രതരമുണ്ട്. എല്ലാമെന്റെ ഡോറ നട്ടുനനച്ചു വളർത്തിയതല്ലേ.

ഒരിലപോലും വാടാതെ ദിവസവും നോക്കുമായിരുന്നു. നിങ്ങള് മക്കളെ വളർത്തിയതുപോലെ.

ഞാൻ വെറുമൊരു എട്ടാം ക്ലാസുകാരൻ..... ഇറച്ചിവെട്ടുകാരൻ.... ഏത് കശാപ്പുകാരനുണ്ടടാ ഇത്രയും വല്യ നിലയിലെത്തിയ മക്കൾ?

എന്റെ മകനാണേലും നിന്നെ വളർത്തിയത് ഞാനല്ല. ഞാനാണ് വളർത്തിയിരുന്നെങ്കിൽ നോർവേയിൽ ഇരിക്കുന്ന നീയിന്ന് വെട്ടാനുള്ള പോത്തിനേയും തപ്പി ഉളുപ്പൂണി കവന്തയിലൂടെ നടന്നേനേ." അതുപറയുമ്പോൾ പപ്പയുടെ ദേഹമാകെ വിറയ്ക്കുന്നുണ്ടായിരുന്നു.

"എന്തൊരു ജീവനായിരുന്നു ഡോറയുടെ കണ്ണുകൾക്ക്! ചവിട്ടിക്കുട്ടിയല്ലേ ഞാനവളെ കൂടെ ജീവിപ്പിച്ചത്.

മിക്കപ്പോഴും കീഴ്പ്പെടുത്തി നേടിയതാണ് അവളുടെ സ്നേഹം പോലും. സിമിമോൾ ഉണ്ടായതുതന്നെ അങ്ങനെയാണ്. കുഞ്ഞിന് മുലകൊടുക്കാൻപോലും ആദ്യം ഡോറയ്ക്കു മടിയായിരുന്നു." നേർത്ത ശബ്ദത്തിലായിരുന്നു തുറന്നുപറച്ചിൽ.

"മോനേ... എന്റെ ഡോറയുടെ ആഗ്രഹം എന്തായാലും നീയത് നടത്തിക്കൊടുക്കണം. ഞാനത് കണ്ടുസന്തോഷിച്ച് ഇവിടെ കാടുപിടിച്ചു കിടന്നോളാം." മകന്റെ കൈയിൽ പിടിച്ചുകൊണ്ട് അപ്പൻ കേണപേക്ഷിച്ചു.

പപ്പ സംസാരം നിർത്തി. നിത്യതയിലേക്കു വിടവാങ്ങി.

ഞാൻ പതിയെ കല്ലറയിൽ നിന്നെഴുന്നേറ്റു. നിലാവത്ത് വെട്ടിത്തിളങ്ങുന്ന പപ്പയെ ഒന്നുകൂടെ നോക്കിയശേഷം ആഴ്ചകളായി ആളൊഴിഞ്ഞു കിടക്കുന്ന പള്ളിമുറ്റത്തേക്കു നടന്നു. കോവിഡ് കാലത്ത് കുർബ്ബാന നിർത്തിവച്ചിരിക്കുന്നതിനാൽ വികാരിയച്ചൻ പള്ളിമേടയിൽ താമസമില്ല.

വാഗമൺ പള്ളിയുടെ മുൻപിലെത്തിയപ്പോൾ പെട്ടെന്ന് ഓർമ്മകളുടെ ഒരു തള്ളിക്കയറ്റം: സേവ്യപ്പറമ്പിലെ മൂന്ന് കുട്ടികളുടേയും വേദപാഠപഠനം, എന്റെയും ഹെഗെയുടെയും കല്യാണം, പെങ്ങമ്മാരുടെ മനഃസമ്മതം, പപ്പയുടെ മരിച്ചടക്ക്. ഡോറാമ്മയുടെ ജീവിതത്തിലേക്ക് വീണ്ടും ഇസഡോറയെ കൊണ്ടുവന്ന വല്ലാർപാടം തീർത്ഥയാത്ര പുറപ്പെട്ടതും ഇതേ പള്ളിമുറ്റത്തുനിന്നായിരുന്നു.

സായിപ്പിന്റെ കാലംമുതലേയുള്ള ദേവദാരു മരത്തിൽ ചാരിനില്ക്കുമ്പോൾ കാലത്തിന്റെ കുത്തൊഴുക്കിൽ ആളുകൾക്കും സ്ഥലങ്ങൾക്കുംവരുന്ന മാറ്റങ്ങളായിരുന്നു മനസ്സിൽ.

പുതിയ വാഗമൺ പള്ളിയുള്ള സ്ഥലം ബ്രിട്ടീഷ് കാലത്തൊരു ഗോൾഫ് കോഴ്സായിരുന്നു. പള്ളിയുടെ പിൻവശത്തെ വിക്ടോറിയൻ രൂപഘടനയിലുള്ള വേദപാഠസ്കൂൾ മാനേജഴ്സ് ക്ലബ്ബും.

ഭീതിപ്പെടുത്തുന്ന കഥകളാണ് ക്ലബ്ബിനെപ്പറ്റി പഴമക്കാർക്ക് പറയാനുള്ളത്. വീക്കെൻഡിൽ ഗോൾഫ് കളിക്കുശേഷമാണ് സായിപ്പുമാർ മദ്യസേവ തുടങ്ങുക. ആ സമയം രാത്രിയിലേക്കുവേണ്ട ഇരകളെ തേടി

കങ്കാണിമാരുടെ കുതിരവണ്ടികൾ എസ്റ്റേറ്റിലെ മൺപാതയിലൂടെ തലങ്ങുംവിലങ്ങും പായുന്നുണ്ടാകും.

മൗണ്ട് ബാറ്റനൊപ്പം ഇന്ത്യയിലെത്തിയ, അവസാന വൈസ്രോയിയുടെ സുഹൃത്താണെന്ന് അവകാശപ്പെട്ടിരുന്ന, ഒറ്റക്കൈയൻ സായിപ്പിന് പതിനഞ്ചു വയസ്സിൽ താഴെയുള്ള പെൺകുട്ടികളായിരുന്നു പഥ്യം. വാഗമണ്ണിൽ ഇപ്പോഴുള്ള മുതിർന്ന സ്ത്രീകളിൽ പലരെയും ഒറ്റക്കൈയൻ പാവാടപ്രായത്തിൽ ഗോൾഫ് കോഴ്സിലൂടെ വലിച്ചിഴച്ചതാണ്. മൗണ്ട് ബാറ്റൻ പ്രഭു ബ്രിട്ടീഷ് കോളനിവാഴ്ചയുടെ ശവപ്പെട്ടിയിൽ ആണികൾ അടിക്കുമ്പോഴും കൂട്ടുകാരൻ ഇന്ത്യയുടെ തെക്കേയറ്റത്തൊരു രതിസാമ്രാജ്യം കെട്ടിപ്പടുക്കുകയായിരുന്നു.

ആഗസ്ത് പതിനഞ്ചാം തീയതി, വെള്ളിയാഴ്ച, രാത്രി വാഗമൺ ഉറങ്ങിയില്ല. ഇന്ദ്രപ്രസ്ഥത്തിൽ നെഹ്റു വിധിയുമായി കരാറിൽ ഏർപ്പെടുമ്പോൾ നാട്ടുകാർ കുറുമാറിയ കങ്കാണിമാർക്കൊപ്പം വാരിക്കുന്തവും പന്തങ്ങളുമായി ക്ലബ്ബിനുള്ളിൽ പ്രവേശിച്ചിരുന്നു.

വാരാന്ത്യത്തിലെ കുരുന്ന് ഇരയ്ക്കായി വെറിപൂണ്ടുനിന്ന ഒറ്റക്കൈയനെ കുന്തത്തിൽ നാട്ടിനിർത്തി പച്ചയ്ക്കു കത്തിച്ചാണ് വാഗമണ്ണുകാർ സ്വാതന്ത്ര്യത്തിലേക്കുണർന്നത്. കരിഞ്ഞുപുകയുന്ന സായിപ്പിനെ ദേവദാരുവിന്റെ ചുവട്ടിലെടുത്ത കുഴിയിലേക്ക് കുന്തത്തിൽനിന്നും അടർത്തിയിടുമ്പോൾ അയാൾ ഞരങ്ങുന്നുണ്ടായിരുന്നുവെന്ന് പഴമക്കാർ ആവേശത്തോടെ പറഞ്ഞുകേട്ടിട്ടുണ്ട്.

ആ കെട്ടകാലത്തെ വിട്ടൊഴിഞ്ഞ് പിശാചിനെ ആട്ടിപ്പായിക്കാൻ കുട്ടികളെ പഠിപ്പിക്കുന്ന ബ്രിട്ടീഷ് കെട്ടിടം ഒരു പ്രഹേളികയായി എന്റെ മുൻപിൽ. ഒരു വട്ടംകൂടി ഇലകൾ കൊഴിഞ്ഞ് വീണ്ടും തളിരിടാൻ ഒരുങ്ങി നില്ക്കുന്ന ദേവദാരുവിനെ ഞാൻ ആസക്തിയോടെ നോക്കി. ഉൾപ്പൂവിൽ എന്നും പൂത്തുലഞ്ഞു നില്ക്കുന്ന അമ്മയോർമ്മകൾ പൊഴിച്ചുകളഞ്ഞാൽ എന്റെയുള്ളിലും ഒരു ഇസഡോറ തളിർക്കുമോ?

ബോൺസായ് മക്കൾ

പതിനേഴ്

ക്വാറന്റീൻ പതിനെട്ടാം ദിനം.

തോട്ടത്തിനുള്ളിലെ കാപ്പിച്ചെടികളിൽനിന്നും കമ്പിച്ചീറുകൾ പറിച്ചുകൊണ്ടുള്ള സായാഹ്ന നടത്തത്തിനിടയിലാണ് ഞാൻ ആ കാഴ്ച കണ്ടത്. തൊട്ടുമുൻപിലുള്ള ചെടിയിൽനിന്നും ഒരു ജീവി ചാടിയോടുന്നു – മരപ്പട്ടി അഥവാ ഏഷ്യൻ പാം സിവറ്റ്.

വർഷങ്ങൾക്കു ശേഷമാണ് ഒരു മരപ്പട്ടി മുന്നിൽ വരുന്നത്. പണിക്കാർ പറിക്കാൻ വിട്ടുപോയ പഴുത്ത കാപ്പിക്കുരുകൾ തിരഞ്ഞു പിടിച്ച് ശാപ്പിടാൻ എത്തിയതാണവൻ.

പെട്ടെന്നാണ് പച്ച കാഷ്ഠത്തിന്റെ മണം മൂക്കിലേക്ക് തുളച്ചുകയറാൻ തുടങ്ങിയത്. കോഫി ബീൻസുകൾ നിറഞ്ഞ മരപ്പട്ടിയുടെ വിസർജ്ജ്യം. പ്രൊഫസർ ഡാഗ് എറിക്സനുമായി അടുപ്പിച്ചു, എന്റെ ജീവിതത്തെ മാറ്റിമറിച്ച കാഷ്ഠക്കഷണങ്ങൾ.

എല്ലാ അർത്ഥത്തിലും ഒരു 'കഫേഫൈൽ' ആയിരുന്നു പ്രൊഫസർ എറിക്സൺ. ഒരു കോഫി മഗ്ഗുമായിട്ടല്ലാതെ ഞാൻ വിരളമായിട്ടേ മൂപ്പരെ കണ്ടിട്ടൊള്ളൂ. ബാലിയിൽനിന്നും ഇമ്പോർട്ട് ചെയ്യുന്ന മരപ്പട്ടിയുടെ കാഷ്ഠത്തിൽ നിന്നെടുത്ത കാപ്പിക്കുരു ഉണക്കിപ്പൊടിച്ചുണ്ടാക്കുന്ന സിവറ്റ് കോഫി, ലോകത്തിലെ തന്നെ ഏറ്റവും വിലകൂടിയ കോഫി ആയിരുന്നു ഏറ്റവുമിഷ്ടം.

വിലക്കൂടുതൽ കാരണം സിവറ്റ് കോഫിയുടെ ഉപയോഗം പ്രൊഫസർ വിശേഷ അവസരങ്ങളിലേക്കായി പരിമിതപ്പെടുത്തിയിരുന്നു: പുതിയൊരു ലേഖനം എഴുതാനിരിക്കുമ്പോൾ, താനെഴുതിയ ഒരു ആർ

ട്ടിക്കിളോ ബുക്കോ ആദ്യമായി കൈയിലെത്തുമ്പോൾ, റിസർച്ച് ഗ്രാന്റോ അവാർഡോ ലഭിക്കുമ്പോൾ, സെമസ്റ്റർ ക്ലാസ് ആരംഭിക്കുമ്പോൾ... അങ്ങനെയങ്ങനെ.

നോർവേയിലെത്തിയ വർഷംതന്നെ എന്റെ ലേഖനം പ്രശസ്തമായൊരു ജേർണലിൽ അക്സ്സെപ്റ്റ് ചെയ്യപ്പെട്ടപ്പോൾ അദ്ദേഹമെന്നെ സിവറ്റ് കോഫി ഉണ്ടാക്കിത്തന്നാണ് അനുമോദിച്ചത്. എനിക്കതിൽ പ്രത്യേകിച്ചു ടേസ്റ്റ് കൂടുതലൊന്നും തോന്നിയില്ല.

നാട്ടിലെ എം ഫിൽ ഫീൽഡ് വർക്കിനിടെ കാപ്പിത്തോട്ടത്തിൽ മരപ്പട്ടിയെ കണ്ടപ്പോഴാണൊരു ആശയം ജനിച്ചത്, ഒഴിവുസമയങ്ങളിൽ തോട്ടത്തിലൂടെ നടന്ന് പരമാവധി കാഷ്ഠക്കഷണങ്ങൾ സംഘടിപ്പിക്കുക.

പദ്ധതി വിജയിച്ചു. ഒരുമാസംകൊണ്ട് ചെറിയൊരു കുട്ട നിറയെ 'സാധനം' കിട്ടി.

"നമുക്ക് ശരിയാക്കാമെടാ. ഈ കാഷ്ഠകാപ്പി അത്ര കൊള്ളാവുന്നതാണെങ്കിൽ അതൊന്നു കുടിച്ചു നോക്കണമല്ലോ" ഐഡിയ ഡോറാമ്മയെ അറിയിച്ചപ്പോൾ കട്ട സപ്പോർട്ട്. പിന്നീട് കാര്യങ്ങളുടെ ചുക്കാൻ ഡോറാമ്മ ഏറ്റെടുത്തു.

കാഷ്ഠം ഉണക്കിയശേഷം കോഫി ബീൻസ് വൃത്തിയിൽ കഴുകിയെടുത്ത് വീട്ടിലെ ചീനച്ചട്ടിയിലിട്ട് ഫ്രൈ ചെയ്തു. പിന്നീടത് ഉരലിൽ പൊടിച്ച് നന്നായി അരിച്ചെടുത്തു.

ഫീൽഡ് വർക്ക് പൂർത്തിയാക്കി ബർഗനിൽ തിരിച്ചെത്തി ആദ്യമായി നേരിൽ കണ്ടപ്പോൾത്തന്നെ പ്രൊഫസർ എറിക്സന് കേരളത്തിൽ നിന്നുള്ള സിവറ്റ് കോഫി സമ്മാനിച്ചു. നിർമ്മാണരീതി ഞാൻ വിശദീകരിച്ചു. തെല്ലൊരു സംശയത്തോടെയാണ് സമ്മാനം സ്വീകരിക്കപ്പെട്ടത്.

"താങ്ക്സ് എ ബഞ്ച്. ഇറ്റ് ടേസ്റ്റ്സ് വൈൽഡ്" എന്നു പറഞ്ഞുകൊണ്ട് ആവേശഭരിതനായാണ് പുള്ളിക്കാരൻ പിറ്റേദിവസം എന്റെ ഓഫീസിലെത്തിയത്. പ്രൊഫസർക്ക് വാഗമണ്ണിലെ മരപ്പട്ടികളുടെ ദഹനവ്യവസ്ഥ നന്നേ ബോധിച്ചു എന്നല്ലാതെ കൂടുതലൊന്നും എനിക്ക് മനസ്സിലായില്ല. പക്ഷേ, തുടർന്നെത്തിയ വിശദീകരണം ശാസ്ത്രീയവും സമഗ്രവുമായിരുന്നു.

സിവറ്റ് കോഫി മേന്മയുള്ളതാകുന്നത് പ്രധാനമായും രണ്ടു കാരണങ്ങൾകൊണ്ടാണ്. ഒന്ന്, ഏറ്റവും മുന്തിയ കാപ്പിക്കുരുകൾ തിരിഞ്ഞുപിടിച്ചാണ് മരപ്പട്ടികൾ ഭക്ഷിക്കുക.

രണ്ടാമത്, അവയുടെ ദഹനവ്യവസ്ഥയിലൂടെ പുറത്തുവരുന്ന കാപ്പിക്കുരുകൾക്ക് സംഭവിക്കുന്ന രാസമാറ്റം.

ഞാൻ ചെയ്തതുപോലെ കാപ്പിത്തോട്ടങ്ങളിൽനിന്നും മരപ്പട്ടിയുടെ കാഷ്ഠം ശേഖരിച്ച് ശുദ്ധീകരിച്ചെടുത്താണ് ആദ്യകാലത്ത് സിവറ്റ് കോഫി ഉണ്ടാക്കിയിരുന്നത്.

എന്നാലിപ്പോൾ ബാലിയിൽ സിവറ്റ് കോഫി വാണിജ്യ അടിസ്ഥാനത്തിൽ ഫാമുകളിലാണ് ഉല്പാദിപ്പിക്കുന്നത്. വനങ്ങളിൽനിന്നും പിടിച്ച

മരപ്പട്ടികളെ ബാറ്ററി കേജുകളിൽ പാർപ്പിച്ച് ബലമായി കാപ്പിക്കുരുകൾ ഭക്ഷണമായി നല്കുകയാണ്. നല്ലതും ചീത്തയുമായ കാപ്പിക്കുരുകൾ വയറ്റിൽ എത്തുന്നതും മരപ്പട്ടിയെക്കൊണ്ട് തുടർച്ചയായി ഒരേഭക്ഷണം കഴിപ്പിക്കുന്നതും ലോകത്തിലെ ഏറ്റവും മികച്ച കാപ്പിപൊടിയുടെ ഗുണമേന്മയെ ബാധിക്കുന്നുണ്ടെന്നാണ് പ്രൊഫസർ എറിക്സന്റെ പക്ഷം.

കാഷ്ഠകാപ്പി സായിപ്പിന് നന്നേ ബോധിച്ചുവെന്ന വാർത്ത ഡോറാമ്മയ്ക്ക് കൂടുതൽ ഊർജ്ജം പകർന്നു. കാപ്പിത്തോട്ടങ്ങളിൽ പണിയെടുക്കുന്ന പെണ്ണുങ്ങൾവഴി വാഗമണ്ണിലെ എണ്ണംപറഞ്ഞ മരപ്പട്ടികളുടെ മുഴുവൻ കാഷ്ഠവും സേവ്യപ്പറമ്പിൽ ബംഗ്ലാവിലെത്തി. ഡോറാമ്മയുടെ പഴയ സാരികളും അടുക്കളയിൽ അധികം ഉപയോഗമില്ലാത്ത പാത്രങ്ങളുമായിരുന്നു പ്രതിഫലം. എം ഫിൽ പൂർത്തിയാക്കി നാട്ടിലെത്തിയ ശേഷം പി എച്ച് ഡിക്കായി നോർവെയിലേക്കു തിരിച്ചുപോയത് ഏഴുകിലോയോളം സിവറ്റ് കോഫിയുമായാണ്.

പിന്നീടങ്ങോട്ട് ഞാൻ കേരളത്തിലേക്കു പോരുമ്പോഴെല്ലാം പ്രൊഫസർ എറിക്സൺ ഡോറാമ്മയ്ക്കൊരു 'ഗിഫ്റ്റ്' തന്നുവിടാൻ തുടങ്ങി. വിലകൂടിയ നോർവീജിയൻ കാർപ്പെറ്റോ, സ്വെറ്ററോ, കമ്പിളിയോ ഒക്കെയാകും സമ്മാനം. കഴിഞ്ഞവർഷം കേരളത്തിലെത്തിയപ്പോൾ തനിക്കായി 'തോട്ടിപ്പണി' ചെയ്യുന്ന സ്ത്രീകളെ കാണാൻ പുള്ളിക്കാരൻ താല്പര്യം പ്രകടിപ്പിക്കുകയും നല്ല സാമ്പത്തിക സഹായം കൊടുക്കുകയും ചെയ്തു. മരപ്പട്ടിയുടെ തീട്ടത്തിൽ ആകൃഷ്ടനായ 'വട്ടൻ' സായിപ്പിനെ കാണാൻ സാമാന്യം നാട്ടുകാരും കൂടിയിരുന്നു.

തന്റെ ഏറ്റവും പ്രിയപ്പെട്ട കോഫി, ഒട്ടും വന്യത ചോരാതെ 'ചുളിവിൽ' യഥേഷ്ടം ലഭിക്കാൻ തുടങ്ങിയതോടെ പ്രൊഫസർ എറിക്സൺ സാധാരണ കാപ്പിപ്പൊടി ഉപയോഗിക്കുന്നത് ഏറക്കുറെ നിർത്തി. സിവറ്റ് കോഫിയുടെ വർദ്ധിച്ച ഉപയോഗം ഗവേഷണസിദ്ധികളെ ഉദ്ദീപിപ്പിക്കുന്നുണ്ടെന്നായിരുന്നു മൂപ്പരുടെ വിശ്വാസം. 'കഫീൻ പ്ലസ് സിവറ്റ് ഈക്വൽസ് ക്രിട്ടിക്കൽ തിങ്കിങ്' എന്നെപ്പോഴും പറയുമായിരുന്നു.

എന്റെ പി എച്ച് ഡിയുടെ അവസാന വർഷമാണ് പ്രൊഫസർ എറിക്സൺ യൂറോപ്യൻ യൂണിയന്റെ അഡ്വാൻസ്ഡ് റിസർച്ച് ഗ്രാന്റിന് അർഹനാകുന്നത്. കഴിഞ്ഞ വർഷങ്ങളിൽ ശ്രമിച്ചു പരാജയപ്പെട്ട സ്വപ്ന ഗ്രാന്റ് കൈപ്പിടിയിൽ ഒതുക്കാനായതിൽ സിവറ്റ് കോഫിക്കൊരു പങ്കുണ്ടെന്ന് അദ്ദേഹം ഉറച്ചു വിശ്വസിച്ചിരുന്നു.

പ്രശസ്തമായ നിലയിൽ ഡോക്ടറേറ്റൊക്കെ നേടിയെങ്കിലും അക്കാദമിക് പൊസിഷനൊന്നും കിട്ടാതെ സ്റ്റോർകീപ്പർ ജോലിചെയ്ത് ഹെഗെയുടെ ഡിപ്പെൻഡന്റായി നോർവേയിൽ ജീവിക്കുമ്പോഴാണ് ബർഗൻ സർവ്വകലാശാലയിൽ ഫാക്കൽറ്റി പോസ്റ്റിന് അപേക്ഷ ക്ഷണിക്കുന്നത്. സ്ഥിരം വേക്കൻസിയാണെങ്കിലും പ്രൊഫസർ എറിക്സന്റെ യൂറോപ്യൻ യൂണിയൻ പ്രോജക്ടിലാണ് ആദ്യ നാലുവർഷം ജോലി ചെയ്യേണ്ടത്.

പ്രിയശിഷ്യനെ എങ്ങനെയും യൂണിവേഴ്സിറ്റിയിൽ കയറ്റണമെന്ന ദൃഢനിശ്ചയത്തിലാണ് ഗുരുനാഥൻ കരുക്കൾ നീക്കിയത്. എനിക്കനുകൂലമായി അന്താരാഷ്ട്ര മത്സരാർത്ഥികളെ ഒഴിവാക്കാൻ നോർവീജിയൻ ഭാഷയിൽ പ്രാവീണ്യമുണ്ടായിരിക്കണമെന്ന മാനദണ്ഡം കൊണ്ടുവന്നു. നോർവീജിയൻസിനെ 'വെട്ടാൻ' പ്രോജക്റ്റിന്റെ പ്രധാന ഫീൽഡ് വർക്ക് ഡെസ്റ്റിനേഷനായ ദക്ഷിണേഷ്യയിൽ ഗവേഷണപരിചയം ഉണ്ടായിരിക്കണമെന്ന നിബന്ധന വച്ചു.

മേല്പറഞ്ഞ യോഗ്യതകളെല്ലാം ഉണ്ടായിരുന്ന ഒരു സ്വീഡിഷ് മത്സരാർത്ഥിയെ തെരഞ്ഞെടുക്കാനായിരുന്നു ഡീനിനും വൈസ്ചാൻസലർക്കും താല്പര്യമുണ്ടായിരുന്നതെങ്കിലും അമേരിക്കയിൽനിന്നുള്ള ഇന്റർവ്യൂ ബോർഡ് അംഗങ്ങളെ സ്വാധീനിച്ച് പ്രൊഫസർ എറിക്സൺ എനിക്ക് വഴിയൊരുക്കി. ഹാർവാഡിൽ നിന്നുപോലും ജോബ് ഓഫറുള്ള റോക്ക്സ്റ്റാർ പ്രൊഫസറെ വെറുപ്പിക്കാൻ യൂണിവേഴ്സിറ്റി അധികാരികൾ ധൈര്യപ്പെടാതെ വന്നപ്പോഴാണ് ബർഗൻ ആന്ത്രോപ്പോളജി ഡിപ്പാർട്ട്മെന്റിന്റെ ചരിത്രത്തിലെ ആദ്യത്തെ തൊലികറുത്ത അദ്ധ്യാപകനായി സരിൻ സേവ്യപ്പറമ്പിൽ ജോയിൻ ചെയ്യുന്നത്.

സിവറ്റ് കോഫി ഇടതടവില്ലാതെ എല്ലാക്കാലവും സംഘടിപ്പിക്കാമെന്ന കണക്കുകൂട്ടലിൽ ആയിരിക്കുമോ സായിപ്പ് എന്നെ ജോലിക്കെടുത്തതെന്ന് ഞാൻ പലപ്പോഴും ചിന്തിച്ചിട്ടുണ്ട്. എന്തായാലും പ്രൊഫസർ എറിക്സന്റെ കാപ്പികുടി മുട്ടിച്ചിട്ടാണ് ഡോറാമ്മ വാഗമണ്ണിൽനിന്നും ചുരമിറങ്ങാൻ പോകുന്നത്.

പതിനെട്ട്

ക്വാറന്റീൻ പത്തൊൻപതാം ദിനം.

ഡിന്നറിനെത്തിയ എന്നെ കാത്തിരുന്നത് ഞെട്ടിക്കുന്നൊരു കാഴ്ചയാണ്.

ഡൈനിങ് ടേബിളിലൊരു വിദേശ മദ്യക്കുപ്പി. ഡോറാമ്മയും പെങ്ങമ്മാരും ഒന്നും മിണ്ടാതെ ചുറ്റുമിരിക്കുന്നു. കഴിക്കാനൊന്നും വിളമ്പി വച്ചിട്ടില്ല.

"എന്താണിത്? മൂന്നുപേരും വെള്ളമടിക്കുള്ള പരിപാടിയാണോ?" ഞാൻ കുപ്പി കൈയിലെടുത്തുകൊണ്ട് കളിയായി ചോദിച്ചു.

മഹാറാണി എന്ന ഐറിഷ് ജിൻ. പ്രമുഖ ബ്രാൻഡുകളായ ലണ്ടൻ ഡ്രൈ ജിന്നും ബോംബെ സഫയറുമൊക്കെ എനിക്ക് പരിചിതമാണെങ്കിലും മഹാറാണിയെക്കുറിച്ച് കേട്ടിട്ടില്ല.

"അതൊക്കെ ഇങ്ങോട്ടു ചോദിക്ക്. പുതിയ ശീലങ്ങളൊക്കെ തുടങ്ങിയവരോട്" ഡോറാമ്മയെ നോക്കിക്കൊണ്ട് സാന്ദ്ര പറഞ്ഞു.

യാദൃച്ഛികമായിട്ടാണ് അടുക്കളയിൽ രഹസ്യമായി സൂക്ഷിച്ചിരുന്ന മഹാറാണിയെ സാന്ദ്ര കണ്ടെടുക്കുന്നത്. കുപ്പി പൊട്ടിച്ച് കുറച്ചുകുടിച്ച

കാര്യം ഡോറാമ്മ സമ്മതിച്ചുപോലും.

"എടാ, ഇവളീ പറയുന്നതു പോലെയൊന്നുമല്ല കാര്യങ്ങൾ. വയനാട്ടിലും വാഗമണ്ണിലുമുള്ളൊരു വനിതാസംഘമാണ് ഈ ജിന്നിൽ ചേർക്കേണ്ട ജാതിക്കയും കറുവപ്പട്ടയുമൊക്കെ അയർലണ്ടിലേക്ക് കയറ്റി അയക്കുന്നത്. നമ്മുടെ തോട്ടത്തിൽ പണിക്കു വരുന്ന ദിവാകരന്റെ കെട്ടിയോള് ഗിരിജയാണ് സംഘത്തിന്റെ സെക്രട്ടറി." തുടർന്ന് ഡോറാമ്മ പറഞ്ഞ കാര്യങ്ങൾ രസകരമായിരുന്നു.

ഡിസ്റ്റിലറിയുടെ മുതലാളി സായിപ്പും കൊല്ലംകാരി ഭാര്യയും വാഗമണ്ണിൽ വന്നപ്പോൾ ഗിരിജയ്ക്കു സമ്മാനമായി കൊടുത്ത കുപ്പിയാണിത്. ദിവാകരൻ അറിയപ്പെടുന്നൊരു കുടിയനായതുകൊണ്ട് അവരത് സൂക്ഷിക്കാനായി ഡോറാമ്മയെ ഏല്പിച്ചു.

ഒരു കൗതുകത്തിന് അതിൽനിന്ന് കുറച്ചെടുത്തു കുടിച്ചതോടെ ഡോറാമ്മ വെട്ടിലായി. കുടിച്ച കാര്യം ഗിരിജയോടു പറയാനുംപറ്റില്ല, എന്നാൽ ചോദിക്കുമ്പം പൊട്ടിക്കാത്ത കുപ്പി തിരിച്ചുകൊടുക്കുകയും വേണം. ഒടുവിൽ അലമാരി വൃത്തിയാക്കുന്നതിനിടെ കൈതട്ടി വീണ് മദ്യക്കുപ്പി പൊട്ടിയെന്നുപറഞ്ഞ് ഗിരിജയ്ക്ക് അയ്യായിരം രൂപയും കൊടുത്താണ് ഡോറാമ്മ തലയൂരിയത്. അവർക്കൊരു സഹായവും യൂറോപ്യൻ മോനൊരു സർപ്രൈസും.

"എന്തിനാ കുപ്പിയിൽ ബാക്കിവച്ചത്? ദിവാകരന്റെ കൂടെയിരുന്ന് മൊത്തമങ്ങ് തീർത്തുകൂടായിരുന്നോ." സിമിമോൾ വിഷയം ഏറ്റുപിടിച്ചു.

"വിപ്ലവമെന്നു കണ്ടപ്പോൾ തോന്നിയൊരു പൂതികൊണ്ട് കുടിച്ചുപോയതാണ്. പണ്ട് കോളേജിൽ പഠിക്കുമ്പം കുറേ സ്വപ്നം കണ്ടതല്ലേ."

ഡോറാമ്മയത് പറഞ്ഞപ്പോൾ ഞാൻ കുപ്പി വീണ്ടും കൈയിലെടുത്തു. 'വിപ്ലവ സ്പിരിറ്റ്' എന്ന് മലയാളത്തിൽ എഴുതിയിട്ടുണ്ട്. കേരളത്തിലെ വിപ്ലവകാരികളായ സ്ത്രീകൾക്കാണ് ജിൻ സമർപ്പിച്ചിരിക്കുന്നത്.

"എന്തായാലും വിപ്ലവവും മോക്ഷവും എങ്ങനെ ഒത്തുപോകുമെന്നറിയില്ല." കുപ്പിയുടെ അടപ്പിലെ 'മോക്ഷം....മോക്ഷം' എന്നെഴുതിയ സ്റ്റിക്കറിൽ നോക്കിക്കൊണ്ടു ഞാൻ പറഞ്ഞു.

"ചേട്ടായിയെന്താ ഡോറാമ്മ കുടി തുടങ്ങിയതിനെ ഇത്ര നിസ്സാരമായി കാണുന്നത്? പുറത്തുനിന്നുള്ള ഇജ്ജാതി സാധനമെല്ലാം കുടിച്ചിട്ടായിരിക്കും ഇന്നാട്ടിലാർക്കും തോന്നാത്ത ചിന്തയൊക്കെ തോന്നുന്നത്." 'വിദേശി' അകത്തുകടന്നപ്പോഴാണ് ഡോറാമ്മയുടെ മനസ്സിൽ റിട്ടയർമെന്റ് ഹോമെന്ന ആശയം കടന്നുകൂടിയതെന്നു വരുത്താനായിരുന്നു സാന്ദ്രയുടെ ശ്രമം.

"ഇതിലൊന്നും നീയിത്ര തലപുകയ്ക്കേണ്ട കാര്യമില്ല. നിന്റെ ചേച്ചിയെന്താ കോർപ്പറേറ്റ് പാർട്ടികളിൽ കുടിക്കാറില്ലേ? സേവ്യപ്പറമ്പിലെ പെണ്ണുങ്ങൾ സ്വല്പം മദ്യം സേവിക്കുന്നത് പുതിയ കാര്യമൊന്നുമല്ലല്ലോ." ഡോറാമ്മ കുറച്ച് ജിൻ അകത്താക്കിയതിനെ പറഞ്ഞുവലുതാ

ക്കാനുള്ള ശ്രമം തടയണമെന്ന് എനിക്കുതോന്നി.

"പിന്നെ, ഡോറാമ്മയ്ക്കു ഡയബെറ്റിസിന്റെ ആരംഭമുള്ളതുകൊണ്ട് ഇനിയേതായാലും കുടിക്കേണ്ട. വിപ്ലവമെന്തായാലും കുപ്പിക്കുള്ളിലൂടെ വരില്ലെന്ന് മനസ്സിലായല്ലോ." സംഭവം വഷളാകാതെ മൂത്തമകൻ രംഗം കൈയടക്കി. ശേഷിക്കുന്ന മഹാറാണിയുടെ ഉടമസ്ഥാവകാശവും.

ഞാൻ ജിൻ അലമാരിയിൽവെച്ച് തിരിച്ചെത്തിയപ്പോഴേക്കും സിമിമോൾ പുതിയൊരു സംസാരത്തിനു തുടക്കമിട്ടിരുന്നു.

"പെറ്റമക്കളുടെ കഷ്ടപ്പാട് കാണാത്ത ഡോറാമ്മയാണ് പീറ്റയ്ക്കുവേണ്ടി വോളണ്ടറി വർക്കിനു പോകുന്നത്. അതെങ്ങനെയാ സ്വാതന്ത്ര്യദാഹം തലയ്ക്കുപിടിച്ചാൽ പിള്ളേരുടെ കാര്യംവല്ലതും ചിന്തയുണ്ടാകുമോ."

"ഡോറാമ്മ റിട്ടയർമെന്റ് ഹോമിലേക്കു പോയാൽപ്പിന്നെ ഞങ്ങൾക്കൊരു വീടുണ്ടോ? ഹാവ് യു എവർ തോട്ട് ഓഫ് ദാറ്റ്? പെൺമക്കളെ പെറ്റിട്ടിട്ട് പെരുവഴിയിലാക്കി പോകാനാണോ പ്ലാൻ?"

"പിന്നേ തിരുവനന്തപുരത്ത് ഫ്ളാറ്റും ഏറ്റുമാനൂരിൽ രണ്ടുനില കെട്ടിടവും ഉള്ളവരല്ലേ വീടില്ലാത്തവർ." കല്യാണംകഴിഞ്ഞ പെൺമക്കൾക്ക് 'സ്വന്തം വീട്' ഒരു സംഭവമാണെന്നു വരുത്താൻ ഡോറാമ്മ ഒരുക്കമായിരുന്നില്ല.

"ചേച്ചി പറയുന്നതിലും കാര്യമില്ലേ? ഡോറാമ്മ റിട്ടയർമെന്റ് ഹോമിലേക്ക് പോയാൽപ്പിന്നെ സേവ്യപ്പറമ്പിൽ ബംഗ്ലാവൊരു വീടല്ല. അടച്ചിട്ടിരിക്കുന്ന ഒരു കെട്ടിടം മാത്രം." സാന്ദ്രയും സിമിമോൾക്കൊപ്പം ചേർന്നു.

"ചോദിക്കാനും പറയാനുമൊരു ആളില്ലാതെ വന്നാൽപ്പിന്നെ ഭർത്താവിന്റെയും വീട്ടുകാരുടെയും മുൻപിൽ ഞങ്ങൾക്കെന്താണൊരു വില? ഷൈൻ ഇപ്പംതന്നെ ഞാനെന്ത് പറഞ്ഞാലും ചാടിക്കടിക്കാൻ വരുവാണ്."

"ഞാനിപ്പം മരിച്ചുപോയാൽ നിങ്ങളെന്തു ചെയ്യും? റിട്ടയർമെന്റ് ഹോമിലേക്കു പോയാലും അതുതന്നെയല്ലേ സംഭവിക്കുന്നൊള്ളൂ." തന്ത്രപരമായിട്ടായിരുന്നു ഡോറാമ്മയുടെ മറുപടി.

"അങ്ങനെ ഒരമ്മയും സ്വന്തം മക്കളെ പെരുവഴിയിലാക്കി കടന്നുകളയില്ല. ദൈവംതന്ന രണ്ടു പെൺകുട്ടികളെയും ആരും കുറ്റം പറയാത്ത രീതിയിൽ വളർത്തി, പഠിപ്പിച്ചു വലുതാക്കി നല്ല നിലയിൽത്തന്നെ കെട്ടിച്ചയിച്ചിട്ടുണ്ട് ഞാൻ. എനിക്കിനി ബാദ്ധ്യതകളൊന്നുമില്ല."

"ഞങ്ങളെ കെട്ടിച്ചുവിട്ടതോടെ ബാദ്ധ്യത തീർന്നുപോലും. കെട്ടിച്ചുവിട്ട പെണ്ണുങ്ങൾക്ക് വന്നുനില്ക്കാനൊരു വീടും വിളിച്ചാൽ ഓടിവരാൻ കാർന്നോമ്മാരും ഉണ്ടെങ്കിലേ കെട്ടിയവന്റെയും വീട്ടുകാരുടെയും മുൻപിൽ വിലയുണ്ടാകുകയൊള്ളൂ." സിമിമോൾ അതേ നാണയത്തിൽത്തന്നെ തിരിച്ചടിച്ചു.

തറവാട്ടിലെ ഏക ആൺതരിയുടെ മനസ്സിൽ തീ കോരിയിട്ടുകൊണ്ടാണ് പെണ്ണുങ്ങളുടെ സംസാരം അവസാനിച്ചത്.

'ഡോറാമ്മ റിട്ടയർമെന്റ് ഹോമിലേക്കു പോയാൽ നാട്ടിൽവരുമ്പോൾ സരിൻ സേവ്യപ്പറമ്പിൽ എവിടെ നില്ക്കും? എനിക്കേറെ പ്രിയപ്പെട്ട എസ്റ്റേറ്റ് ബംഗ്ലാവ് തുടർന്നുമെങ്ങനെ സംരക്ഷിക്കും?'

നോർവീജിയൻ ജീവിതവുമായി ഇനിയും പൂർണ്ണമായും ഇഴുകി ചേരാത്ത, യൂറോപ്യൻ മണ്ണിൽ അഴുകിച്ചേരാൻ താല്പര്യപ്പെടാത്ത ഞാൻ എല്ലാവർഷവും കൃത്യമായും ഒരുമാസം കേരളത്തിലെത്താറുണ്ട്. ചില വർഷങ്ങളിൽ വെക്കേഷൻ സ്പ്ലിറ്റ് ചെയ്ത് രണ്ടുതവണ.

സേവ്യപ്പറമ്പിൽ ബംഗ്ലാവ് പൂട്ടിയിടുന്നത് പ്രായോഗികമല്ല. തൊണ്ണൂറുകളിൽ പുതുക്കിപ്പണിത നൂറ് വർഷത്തിലേറെ പഴക്കമുള്ള ബ്രിട്ടീഷ് കെട്ടിടമാണ്. കൃത്യമായി തൂത്തുതുടച്ച് മിനുക്കുപണികൾ നടത്തിയില്ലെങ്കിൽ നാശമാകും. ഇത്രയും വലിയൊരു ബംഗ്ലാവ് ആർക്കെങ്കിലും താമസിക്കാൻ വാടകയ്ക്കു കൊടുക്കുന്നത് പ്രായോഗികമല്ല. ഇടയ്ക്കു വന്നു തറവാട് നോക്കേണ്ട ഉത്തരവാദിത്വം പെങ്ങമ്മാര് ഏതായാലും ഏറ്റെടുക്കില്ല. എനിക്കവരെ നിർബ്ബന്ധിക്കാനുമാകില്ല.

തറവാട് സംരക്ഷിക്കണമെങ്കിൽ റിസോർട്ടുകാർക്കോ ഹോംസ്റ്റേ നടത്തുന്നവർക്കോ ദീർഘകാലത്തേക്ക് ലീസിനു കൊടുത്തേപറ്റൂ. വാഗമണ്ണിന്റെ ടൂറിസം സാദ്ധ്യത കണക്കിലെടുത്ത് പപ്പയുടെ മരണശേഷം പലരും ചോദിച്ചതാണ്. കാഞ്ഞിരപ്പള്ളിക്കാരൻ ഒരു മാത്യൂസ് ഈ ആവശ്യവുമായി പുറകേയുണ്ട്.

വിദൂരഭാവിയിൽ ഇത്തരമൊരു വിഷയത്തെ നേരിടേണ്ടിവരുമെന്ന് ഞാൻ കണക്കുകൂട്ടിയിട്ടുള്ളതാണ്. ഡോറാമ്മയ്ക്ക് വല്യ ആരോഗ്യ പ്രശ്നങ്ങളൊന്നും ഇല്ലാത്തതിനാൽ ഒരു ഇരുപത് വർഷമെങ്കിലും ഇതേപടി കാര്യങ്ങൾ നീക്കാനായിരുന്നു എന്റെ പ്ലാൻ. കുറച്ചു വർഷങ്ങൾക്കകം ഡോറാമ്മയെ വീട്ടുജോലികളിൽ സഹായിക്കാനും രാത്രി കൂട്ടുകിടക്കാനുമായി അയൽപക്കത്തുള്ള സിജോമോന്റെ ഭാര്യ സിനിയെ ഞാൻ കണ്ടുവച്ചിട്ടുണ്ട്.

എന്റെ ഭാവിപദ്ധതികളിൽ സുപ്രധാന സ്ഥാനമാണ് സേവ്യപ്പറമ്പിൽ ബംഗ്ലാവിനുള്ളത്. ഒട്ടുമിക്ക നോർവീജിയൻ മലയാളികളേയുംപോലെ അറുപത്തിരണ്ടാം വയസ്സിൽ വോളണ്ടറി റിട്ടയർമെന്റ് എടുത്ത് നോർവേയിലും കേരളത്തിലുമായി മാറിമാറി നില്ക്കാനാണ് എന്റെയും പ്ലാൻ. ഇരുട്ടും മഞ്ഞുമായി സ്കാൻഡിനേവിയിൽ ജീവിതം ദുസ്സഹമാകുന്ന മാസങ്ങളിൽ നാട്ടിൽ ചേക്കേറുക. കേരളം ചുട്ടുപഴുക്കുന്ന മാസങ്ങളിൽ വസന്തവും ദീർഘമായ പകലുകളും തേടി തിരിച്ചും.

പൊതുവേ കേരളം ഇഷ്ടമായതുകൊണ്ട് ഹെഗെയ്ക്കും എന്റെ പദ്ധതികളിൽ എതിർപ്പില്ല. വയസ്സാൻകാലത്ത് തിരികെയെത്തുമ്പോൾ നാട്ടിലൊരു കണക്ഷൻ ഉണ്ടാകാനായി വാഗമണ്ണിലെ കൊള്ളാവുന്ന ചെറുപ്പക്കാരുടെ ഒരു ഗ്യാങ്ങുമായി ഞാൻ അടുപ്പം സ്ഥാപിച്ചിട്ടുണ്ട്.

നോർവേയിൽ വെച്ച് മരണപ്പെട്ടാലും വാഗമൺ പള്ളി സെമിത്തേരിയിൽത്തന്നെ അടക്കം ചെയ്യണമെന്ന ആഗ്രഹം ഹെഗെയെ ഞാൻ

അറിയിച്ചിട്ടുണ്ട്. കുടുംബക്കല്ലറയിൽ വല്ല്യപ്പച്ചനും പപ്പയ്ക്കുമൊപ്പം സേവ്യപ്പറമ്പിലെ പുതിയ കാരണവരും കുടുംബവും ഉണ്ടാകണം.

കല്ലറയിൽ പേര് വയ്ക്കുമ്പോൾ ഹെഗെ സ്ട്രോമേ എന്നാവില്ല 'ഹെഗെ സരിൻ സേവ്യപ്പറമ്പിൽ' എന്നായിരിക്കുമെന്ന് ഞാനെപ്പോഴോ മദ്യപിച്ചിരിക്കുമ്പോൾ അവളോട് പറഞ്ഞിട്ടുണ്ട്.

"ആർ യു ക്രേസി?" എന്നായിരുന്നു മറുപടി.

പത്തൊൻപത്

ക്വാറന്റീൻ ഇരുപതാം ദിനം.

നേരം ഇരുട്ടിത്തുടങ്ങി.

ഹെഗെയുമായുള്ളൊരു നീണ്ട ഫോൺവിളിയുടെ ഹാങ്ങോവറിൽ മുൻവശത്തെ സോഫയിൽ ഇരിക്കുകയാണ് ഞാൻ. വാഗമണ്ണിലെ 'പുതിയ വിശേഷങ്ങൾ' കാരണം ഭാര്യയുമായി വിശദമായി സംസാരിച്ചിട്ട് ദിവസങ്ങൾ കഴിഞ്ഞിരുന്നു.

സേവ്യപ്പറമ്പിൽ തറവാടിനുള്ളിൽ പുകഞ്ഞുകൊണ്ടിരിക്കുന്ന അഗ്നിപർവ്വതത്തെക്കുറിച്ചോ മൂത്തമകൻ അനുഭവിക്കുന്ന മാനസികവ്യഥയെക്കുറിച്ചോ ഞാനൊന്നും പറഞ്ഞില്ല. പലവട്ടം കേരളത്തിൽ വരികയും താമസിക്കുകയും ചെയ്തിട്ടുണ്ടെങ്കിലും 'മലയാളി' എന്ന സാമൂഹ്യജീവിയെക്കുറിച്ച് ഹെഗെക്കൊരു ചുക്കുമറിയില്ല.

'തൊലിപ്പുറത്തെ കൗതുകത്തിനപ്പുറം മദാമ്മയെ കെട്ടിയുള്ള ജീവിതം മലയാളിയെ സംബന്ധിച്ചൊരു നഷ്ടക്കച്ചവടമാണ്.' വീട്ടിലെ ജോലിയും കുട്ടികളെ നോട്ടവുമായി കഷ്ടപ്പെടുന്ന അവളുടെ നിറംകെട്ട നോർവീജിയൻ വസന്തത്തെക്കുറിച്ച് കുറേനേരം കേട്ടു.

നോർവേയിൽ ലോക്ക്ഡൗൺ പ്രഖ്യാപിച്ചിട്ടില്ലെങ്കിലും ഹെഗെയുടെ ജീവിതം അടച്ചുപൂട്ടലിലാണ്. മുക്കിമുക്കി മനംമടുപ്പിച്ചു പെയ്യുന്ന മഴമാറി ബർഗന്റെ മാനം തെളിഞ്ഞിട്ടും അത്യാവശ്യ കാര്യങ്ങൾക്കുമല്ലാതെ അവൾ വീടിനു പുറത്തിറങ്ങാറില്ല.

പച്ചപ്പും നീണ്ട പകലുകളും എത്തുന്നതോടെ ഒറ്റയ്ക്കു മലകയറുന്നത് ഹെഗെയുടെ പ്രധാന വിനോദമാണ്. സാധാരണ സമ്മറിനു മുൻപുതന്നെ ഒരു നാലഞ്ചു തവണയെങ്കിലും ഹെഗെ ഉൾറിക്കൺ മല നടന്നുകയറിയിട്ടുണ്ടാകും. ഇത്തവണ ഉൾറിക്കൺ അവൾക്ക് ബാൽക്കണിയിൽ നിന്നുള്ളൊരു ചായകുടിക്കാഴ്ച മാത്രം.

ഹെഗെയുടെ നോർവീജിയൻ സ്പ്രിങ് നഷ്ടപ്പെടാതിരിക്കണമെങ്കിൽ ഞാനുടൻ തിരിച്ചെത്തണം. സാമൂഹികശാസ്ത്ര ഭാഷയിൽ പറഞ്ഞാൽ ഗാർഹിക തൊഴിൽവിഭജനം പുനഃസ്ഥാപിക്കപ്പെടണം.

"എന്താടാ നിനക്കൊരു വിഷമം? ഹെഗെയ്ക്കും കുട്ടികൾക്കും സുഖമല്ലേ?" ഡോറാമ്മ അടുത്തുവന്നിരുന്നു.

അപ്പോഴേക്കും സിമിമോൾ ജോലികഴിഞ്ഞ് ഡ്രോയിങ് റൂമിലെത്തി

യിരുന്നു. രാവിലെ എട്ടുമണിക്കുതന്നെ കമ്പ്യൂട്ടറിനു മുൻപിലെ തപസ്സ് തുടങ്ങിയതാണ്. അവളുടെ കണ്ണുകൾ രണ്ടും കുഴിഞ്ഞ് ചുവന്നിട്ടുണ്ട്.

"നിനക്ക് ശനിയാഴ്ച സാധാരണ ഓഫുള്ളതല്ലേ?" ഞാൻ ചോദിച്ചു.

"ടു മെനി ഫക്കിങ് ടാർഗെറ്റ്സ്. ഇന്ത്യൻ കോർപ്പറേറ്റ് സെക്ടർ ഇങ്ങനെയൊക്കെയാണ്." വീക്കെൻഡായിട്ടും ദിവസംമുഴുവൻ ജോലി ചെയ്യേണ്ടിവന്നതിന്റെ ഫ്രസ്ട്രേഷൻ വ്യക്തം.

"യു ഡോണ്ട് നോ ഹൗ ബിസി അയാം. ടെക്നോപാർക്കിലൊരു ജോലി കിട്ടിയാൽപ്പിന്നെ പരമസുഖമാണെന്നാണ് ഇവിടെ ചിലരുടെ വിചാരം." ഡോറാമ്മയെ നോക്കിക്കൊണ്ട് സിമിമോൾ പറഞ്ഞു.

"സമാധാനമായിട്ടൊന്ന് ലഞ്ച് കഴിക്കാൻപോലും പറ്റുന്നില്ല. ലാപ്പ്ടോപ്പും എടുത്താണ് ടോയ്‌ലെറ്റിൽ പോകുന്നത് തന്നെ."

കൺസൾട്ടിങ് കമ്പനികളിൽ കോവിഡ് ഉണ്ടാക്കിയ പൊല്ലാപ്പ് ചില്ലറയല്ല. പലയിടത്തും ഇന്റർനെറ്റിനു റേഞ്ച് കുറവായതിനാൽ കോൺഫറൻസ് കോൾ ഇടയ്ക്കു ബ്രേക്കാവും. പലപ്പോഴും സൂം മീറ്റിങ് നിർത്തി ടീമിലുള്ള ഓരോരുത്തരെയും ഫോണിൽ വിളിച്ച് മാനേജർ തന്നെ മിനിറ്റ്സ് എഴുതണം. പ്രോജെക്ടുകളുടെ മുഴുവൻ റിസ്കും ക്ലൈന്റ് ഫേസിങ്ങായ സിമിമോൾക്കാണ്.

"ആരോട് പറയാൻ! എന്നെപ്പോലെ ഗതികെട്ടൊരു പെണ്ണ് വേറെയുണ്ടാകുമോ? കണ്ട കൂലിപ്പണിക്കാരുടെ കെട്ടിയവളുമാർക്കുപോലും ഇത്രയും കഷ്ടപ്പെടേണ്ടി വരുന്നുണ്ടാവില്ല." സിമിമോൾ അതുമിതും പറഞ്ഞുതുടങ്ങി.

"മാസാമാസം രണ്ടര ലക്ഷത്തോളം രൂപ സമ്പാദിക്കുന്നുണ്ട്. എന്നിട്ടുമൊന്ന് ജീവിക്കാൻ പറ്റുന്നുണ്ടോ?"

സിമിമോളുടെ സംസാരം എങ്ങോട്ടാണ് പോകുന്നതെന്ന് മനസ്സിലാക്കിയിട്ടാകണം ഡോറാമ്മയൊന്നും പറഞ്ഞില്ല.

"വീട്ടീന്ന് ആരെങ്കിലും വന്നു നില്ക്കാനുണ്ടോ എന്നാണെല്ലാവരും ചോദിക്കുന്നത്. എന്റെയത്രയും കഷ്ടപ്പാട് എത്ര പെണ്ണുങ്ങൾക്കുണ്ട്?" പപ്പയുടെ മരണശേഷവും ഡോറാമ്മയെ അടുത്തു കിട്ടാത്തതിനാൽ സിമിമോൾ ഒരു ഭാഗ്യംകെട്ട ജന്മമായാണ് സ്വയം കാണുന്നത്.

"കോയമ്പത്തൂരിൽനിന്നും കല്യാണം കഴിച്ചിരിക്കുന്ന ജോയലിന്റെയൊരു ഫ്രണ്ടിന്റെ കാര്യം കേൾക്കണോ? ഭാര്യക്കും ഭർത്താവിനും ടെക്നോപാർക്കിൽത്തന്നെയാണ് ജോലി. കുട്ടിയെ നോക്കാനായി പുള്ളിയുടെ തമിഴത്തി അമ്മായിയമ്മ തിരുവനന്തപുരത്ത് വന്നുനില്ക്കുവാണ്.

എന്റെയൊരു കൊളീഗിന്റെ വീട്ടിൽ അമ്മയും അമ്മായിയമ്മയും ഒരുമിച്ചാണ് നില്ക്കുന്നത്. രണ്ടുപേരും അടുക്കളയിലും കുഞ്ഞുങ്ങളുടെ അടുത്തുമായി മാറിമാറി നില്ക്കും. ഞങ്ങളുടെ കമ്പനിയിൽ ഏറ്റവും കരിയർ ഗ്രോത്തുള്ളതും അവൾക്കാണ്.

അമ്മമാർക്ക് പെൺമക്കളുടെ കാര്യത്തിൽ ഒരു പ്രത്യേക കരുതൽ ഉണ്ടെന്നാണല്ലോ വെപ്പ്. അത്തരമൊരു 'അൺകണ്ടിഷണൽ സപ്പോർട്ട്' ഡോറാമ്മയ്ക്ക് എന്റെയും സാന്ദ്രയുടെയും കാര്യത്തിൽ എന്നെങ്കിലും ഉണ്ടായിട്ടുണ്ടോ?" സിമിമോൾ വിടുന്ന മട്ടില്ല.

"ഹും.... ഞാനുണ്ടായിരുന്നതു കൊണ്ടാടീ നിനക്കിന്ന് പേരുകേട്ട കമ്പനികളിൽ ജോലി ചെയ്യാനും ലക്ഷങ്ങൾ സമ്പാദിക്കാനുമൊക്കെ പറ്റുന്നത്. നിനക്ക് പണ്ട് ബികോമിന് റാങ്ക് കിട്ടിയപ്പോൾ പലരും പപ്പയെ ഉപദേശിച്ചത് എന്താണെന്ന് അറിയാമല്ലോ." രൂക്ഷമായിട്ടായിരുന്നു ഡോറാമ്മയുടെ പ്രതികരണം.

യൂണിവേഴ്സിറ്റി റാങ്കോടെ ബികോം പാസായെങ്കിലും സിമിമോളുടെ ആഗ്രഹപ്രകാരം പൂനെ സിംബയോസിസിൽ എം ബി എയ്ക്ക് വിടാൻ പപ്പ ഒരുക്കമായിരുന്നില്ല. നാട്ടുകാരാരോ ഉപദേശിച്ചതനുസരിച്ച് മുണ്ടക്കയത്ത് ബി എഡ് കോഴ്സിനു ചേർക്കാനായിരുന്നു പപ്പയ്ക്ക് താല്പര്യം.

'ബി എഡ് കഴിഞ്ഞാൽ അച്ചൻമാരുടെ കാലുപിടിച്ച് രൂപതയുടെ വല്ല സ്കൂളിലും കയറ്റാം. സ്കൂൾ ടീച്ചറായാൽ അധികം സ്ത്രീധനമില്ലാതെ കൊള്ളാവുന്ന കുടുംബത്തിൽ നിന്നുള്ള ഏതെങ്കിലും ചെക്കന്മാരെക്കൊണ്ട് കെട്ടിക്കാം' ഇതായിരുന്നു പപ്പയുടെ പ്ലാൻ. ഡോറാമ്മ പല്ലും നഖവും വച്ച് എതിർത്തതുകൊണ്ടാണ് സിമിമോൾക്ക് പൂനയിലെ എം ബി എ പഠനം സാദ്ധ്യമായത്.

"നിന്റെ ഇന്നത്തെ നിലയ്ക്കും വിലയ്ക്കും പറ്റിയൊരു പേരിടാൻ പോലും ആ മനുഷ്യന് പറ്റിയിട്ടില്ല. എന്നിട്ടാണ്!" സിമിമോൾ എന്ന പേര് പപ്പയുടെ ചോയ്സ് ആയിരുന്നു. സരിനും സാന്ദ്രയും ഡോറാമ്മയുടേയും.

"ഒരു വർക്കിങ് വുമൺ അല്ലാത്തതിന്റെ എല്ലാ പ്രശ്നവും ഡോറാമ്മയ്ക്കുണ്ട്. ഒരു വീട്ടമ്മയുടെ കാഴ്ചപ്പാടിൽ നിന്നാണ് എന്റെ പ്രശ്നങ്ങൾ കാണുന്നത്." സിമിമോൾ പതിയെ വിഷയം മാറ്റി.

"ഞാനും 'വർക്കിങ് വുമൺ' തന്നെ ആയിരുന്നെടീ. എല്ലാ ജോലികളും ചെയ്താണ് ഞാനും നിന്നെയൊക്കെ വളർത്തി ഇന്നീ നിലയിലെത്തിച്ചത്." അമ്മയും മകളും തമ്മിലുള്ള തർക്കം മുറുകി.

"യു ഹാവ് നോ ഐഡിയ വാട്ട് ഐയാം ടോക്കിങ് എബൗട്ട്." ഡോറാമ്മ അടുക്കുന്നില്ലെന്ന് കണ്ടിട്ടാകണം സിമിമോൾ സംസാരം നിർത്തി.

സിമിമോൾ പറയുന്നതിൽ കാര്യമുണ്ടെന്ന് എനിക്കും തോന്നി. ഇന്ത്യയിൽ കോർപ്പറേറ്റ് ജോലി ചെയ്തുകൊണ്ട് വീട്ടുകാര്യങ്ങളും നോക്കി കുട്ടികളെ വളർത്തിയെടുക്കുന്നത് സ്ത്രീകളെ സംബന്ധിച്ച് വല്യ പെടാപ്പാട് തന്നെയാണ്.

ഇരുപത്

ക്വാറന്റീൻ ഇരുപത്തിയൊന്നാം ദിനം.

ഓശാന ഞായർ.

വിശുദ്ധ വാരത്തിന് തുടക്കംകുറിച്ച് ദേവാലയങ്ങളിൽ ഓശാന ഞായർ ആചരിക്കുന്നതിന്റെ വാർത്ത കണ്ടുകൊണ്ടിരിക്കുകയാണ് ഞാനും ഡോറാമ്മയും. സാന്ദ്രയും സിമിമോളും എഴുന്നേറ്റു വരുന്നതേയൊള്ളു.

വിശ്വാസികളില്ലാതെ കാർമ്മികരും ശുശ്രൂഷികളും മാത്രമുള്ള കോവിഡ്കാലത്തെ ഓശാന ശുശ്രൂഷകൾ.

"ഞാനങ്ങനെ എല്ലാ ഞായറാഴ്ചയും കൃത്യമായി പള്ളീലൊന്നും പോകാറില്ല. പക്ഷേ, വിശുദ്ധ ആഴ്ചയിൽ എല്ലാദിവസവും കുർബ്ബാനയ്ക്കു പോകും. എത്ര തണുപ്പാണേലും വെളുപ്പിനെയുള്ള ഉയിർപ്പ് കുർബ്ബാനയ്ക്കും പോകും. ഇത്തവണയൊന്നും നടക്കില്ല." ചെറിയൊരു നെടുവീർപ്പോടെ ഡോറാമ്മ പറഞ്ഞു.

"നീയവടെ നോർവേയിൽ പള്ളീപ്പോക്ക് വല്ലതുമുണ്ടോ?" ഡോറാമ്മയുടെ ചോദ്യത്തിനു മുൻപിൽ ഞാനൊന്നു ചൂളി.

"പള്ളിയുമായി പുലബന്ധം പോലുമില്ലാത്ത നോർവീജിയൻസിന്റെ ഈസ്റ്റർ ആഘോഷത്തെക്കുറിച്ച് നാട്ടിലെയൊരു വിശ്വാസിയോട് എങ്ങനെ വിശദീകരിക്കും?"

ഈസ്റ്റർ വെക്കേഷന്റെ ആദ്യദിനംതന്നെ സ്കീയിങ്ങിനുള്ള സാമഗ്രികളുമായി കുട്ടികളേയുംകൂട്ടി ഞാനും ഹെഗെയും വോസ്സിലുള്ള ഫാമിലി ക്യാബിനിലേക്ക് വച്ചുപിടിക്കും. മഞ്ഞിൽ അതിജീവനത്തിനായി ഒരുകൊട്ട ഓറഞ്ചും പാക്കറ്റ്കണക്കിന് 'കിക്ക് ലഞ്ച്' ചോക്കലേറ്റുകളും കരുതിയിട്ടുണ്ടാവും. മതേതര നോർവേയിലെ വിചിത്ര ആചാരപ്രകാരം വായിക്കാനായി ഈസ്റ്റർ ത്രില്ലേഴ്സ് ഗണത്തിൽപ്പെട്ട ക്രൈംനോവലുകളും എടുക്കും. ഭാഷയിൽ പ്രാവീണ്യം നേടുംമുമ്പ് 'നോർവീജിയൻ' ആകാനുള്ള ശ്രമത്തിന്റെ ഭാഗമായി ഞാൻ കോട്ടയം പുഷ്പനാഥിന്റെ ഡിറ്റക്റ്റീവ് നോവലുകൾ കൊണ്ടുപോകുമായിരുന്നു. ഈസ്റ്റർ ദിവസത്തേക്കായി ലാംബ് മീറ്റും സ്കാൻഡിനേവിയൻ ചാരായമായ അക്വാവീറ്റും കരുതും. കുട്ടികൾക്കായി ക്വിസ് ബുക്കുകളും കുക്കീസ് ഒളിപ്പിച്ച ഈസ്റ്റർ എഗ്ഗ്സും.

നഷ്ടപ്പെട്ട നോർവീജിയൻ ഈസ്റ്റർ ഓർത്തങ്ങനെ ഇരിക്കുമ്പോഴാണ് പെങ്ങമ്മാര് എഴുന്നേറ്റു വന്നത്. യാതൊരു മുഖവുരയും കൂടാതെ തലേദിവസം നിർത്തിയിടത്തുനിന്നും സിമിമോൾ സംസാരം തുടങ്ങി.

"ഡോറാമ്മയ്ക്ക് സ്മാർട്ടായിട്ട് സ്വന്തംകാര്യം നോക്കാനായിരുന്നെങ്കിൽ എന്നെയിത്രയും ജോലിത്തിരക്കുള്ളൊരു ഐ ടി പ്രൊഫഷണലിനെക്കൊണ്ട് കെട്ടിക്കരുതായിരുന്നു. വല്ല കൃഷിക്കാരനെയോ സ്കൂൾ ടീച്ചറിനെയോ കണ്ടുപിടിച്ചു കൊണ്ടുവരണമായിരുന്നു?"

"നിന്റെ പല പ്രശ്നങ്ങളും കൊള്ളാവുന്നൊരു ജോലിക്കാരിയെ കിട്ടിയാൽ തീരാവുന്നതല്ലേയൊള്ളൂ. വീട്ടുജോലിക്ക് നല്ലൊരാളെ കിട്ടാത്തതാണല്ലോ നിന്റെ യഥാർത്ഥ പ്രശ്നം." ഒന്നാലോചിച്ച ശേഷമായിരുന്നു ഡോറാമ്മയുടെ മറുപടി.

"ഇവിടെ നിന്നെങ്ങാനും കൊള്ളാവുന്ന ഒരു ജോലിക്കാരിയെ കിട്ടുമോയെന്ന് ഞാനൊന്നു നോക്കട്ടെ."

"വെൽ ഡൺ! മക്കൾക്ക് എഫിഷ്യന്റ് ഹൗസ് മെയിഡിനെ ആക്കിത്തന്നിട്ട് സ്വന്തംകാര്യം നോക്കാൻ ശ്രമിക്കുന്ന ഒരമ്മ." സിമിമോളുടെ പിടിവിട്ടു.

തുടർന്നവൾ വീട്ടുജോലിക്കാരികളെ 'മാനേജ്' ചെയ്യുന്നതുമായി ബന്ധപ്പെട്ട ബുദ്ധിമുട്ടുകളുടെ കെട്ടഴിച്ചു. വീട് വൃത്തിയാകണമെങ്കിൽ 'അതുങ്ങൾ' അടിച്ചുവാരിയിടത്ത് വീണ്ടും അടിക്കണം. തുടച്ചിടത്ത് വീണ്ടും തുടയ്ക്കണം. പാത്രം കഴുകിയതിന്റെ കാര്യം പറയുകയേ വേണ്ടാ. ടെക്നോപാർക്കിൽനിന്നും വന്നാലുള്ള സിമിമോളുടെ ആദ്യ പണി ജോലിക്കാരി കഴുകിയ പാത്രങ്ങളെടുത്ത് വീണ്ടും കഴുകുകയാണ്.

മുതിർന്നയൊരു സ്ത്രീ വീട്ടിലുണ്ടെങ്കിൽ ഹൗസ് മെയിഡിനെ കൊണ്ട് ജോലി ചെയ്യിപ്പിക്കാൻ എളുപ്പമാണെന്നാണ് സിമിമോൾ പറയുന്നത്. ഡോറാമ്മയെക്കൊണ്ട് വീട്ടുപ്പണി എടുപ്പിക്കാനല്ല ജോലിക്കാരിയെ 'മാനേജ്' ചെയ്യിപ്പിക്കാനാണ് തന്റെ പ്ലാനെന്നു വ്യക്തമാക്കുകയായിരുന്നു അവൾ.

"ഡോറാമ്മയിങ്ങനെ സംസാരിക്കുന്നത് കഷ്ടമാണ്. ഞങ്ങൾക്ക് ഒരമ്മയെക്കൊണ്ട് ഏറ്റവും ആവശ്യമുള്ള സമയമാണിത്." വർഷങ്ങളായി ഇൻഫെർട്ടിലിറ്റി ചികിത്സയിലുള്ള സാന്ദ്രയാണ് പിന്നീട് സംസാരിച്ചത്.

"ഒരു കുഞ്ഞുണ്ടാകാൻ വേണ്ടി എത്രയെത്ര ആശുപത്രികളാണ് ഞാനൊറ്റയ്ക്ക് കയറിയിറങ്ങി നടക്കുന്നത്. ഞാൻ പ്രസവിക്കേണ്ടത് എന്താ എന്റെ മാത്രം ആവശ്യമാണോ?"

"സ്കാനിങ്ങിന് പോകുമ്പോഴുള്ള കാര്യമാണ് ഏറ്റവും കഷ്ടം. രാവിലെ മുതൽ പച്ചവെള്ളം പോലും തൊടാതെയാണ് ആശുപത്രിയിൽ എത്തുന്നത്. സ്കാനിങ് നടക്കുമ്പോൾ ഉച്ചയെങ്കിലുമാകും. വിശന്ന് തലകറങ്ങി വീണാൽ ഒന്നുപിടിക്കാൻ പോലും ആരുമില്ല."

ബിസിനസ് തിരക്കുകാരണം ഷൈനിന് പലപ്പോഴും ആശുപത്രിയിൽ കൂടെവരാൻ പറ്റാറില്ലെന്നാണ് സാന്ദ്ര പറയുന്നത്. എപ്പോഴോ ഒരുതവണ കൂടെ വന്നെങ്കിലും ഓഫീസിൽ ഓഡിറ്റിങ് ആയിരുന്നതിനാൽ ഫുൾ ടൈം ഫോണിലായിരുന്നു. സ്ട്രോക്ക് വന്നശേഷം വിശ്രമിക്കുന്ന ഷൈനിന്റെ മമ്മിയുടെ യാതൊരു സഹായവും പ്രതീക്ഷിക്കേണ്ടാ.

"ടോയ്ലറ്റിൽ പോകുമ്പോൾ ഹാൻഡ്ബാഗും തൂക്കിപിടിച്ചു കേറണം. പുറത്തുവച്ചാൽ ഒന്ന് നോക്കാൻപോലും ആരുമില്ല." സാന്ദ്ര ഓരോന്നായി പറയുകയാണ്.

"കൊള്ളാവുന്ന ഹോസ്പിറ്റലിലെ റേഡിയോളജിസ്റ്റുകളെല്ലാം ആണുങ്ങളാണ്. ലേഡി നേഴ്സാണ് നമ്മുടെ ചുരിദാർ മാറ്റുന്നതും അൾട്രാസൗണ്ട് സാമാനം ഉള്ളിലേക്ക് വയ്ക്കുന്നതുമൊക്കെ. എന്നാലും ആൺഡോക്ടറുമാരുടെ പേര് ബോർഡിൽ കാണുമ്പോഴൊക്കെ ഉള്ളൊന്ന് കാളും."

"പേടിക്കാനൊന്നുമില്ല, ധൈര്യമായിട്ട് കയറിക്കോയെന്ന് പറയാനൊരു അമ്മ കൂടെയുണ്ടായിരുന്നെങ്കിലെന്ന് ഞാനെത്രയോ ആഗ്രഹിച്ചിട്ടുണ്ട്. പെൺകുട്ടികൾക്ക് വീമ്പ് പറയാനല്ല ആവശ്യസമയത്തു വന്നു കൂടെനില്ക്കാനാണ് സ്വന്തം അമ്മ വേണ്ടത്."

"ഇങ്ങനെ ജീവിച്ചിരിക്കുന്നതിലും ഭേദം മരിച്ചുപോകുന്നതാണ്. ആരോഗ്യമില്ലെന്നു കണ്ടിട്ടും എന്തിനാണെന്നെ ബാക്കി വെച്ചത്. മിച്ചുവിന്റെ അമ്മയെപ്പോലെ എന്നെയുമങ്ങ് തിന്നു കൂടായിരുന്നോ."

മിച്ചുവിന്റെ അമ്മപ്പൂച്ച ആരോഗ്യമില്ലാത്ത പൂച്ചകുഞ്ഞുങ്ങളെ പ്രസവശേഷം തിരഞ്ഞുപിടിച്ചു തിന്നുന്നതിനെയാണ് സാന്ദ്ര പരാമർശിച്ചത്. ചെറുപ്പംമുതലേ അസുഖക്കാരിയായ അവൾ ഇൻഫെർട്ടിലിറ്റിയെ പുതിയൊരു അസുഖമായിട്ടാണ് കാണുന്നത്.

സാന്ദ്ര കരയാൻതുടങ്ങിയതോടെ സിമിമോൾ വിഷയം ഏറ്റുപിടിച്ചു.

"എന്നാ കേട്ടോ, പെൺമക്കളെ കെട്ടിച്ചു വിട്ടാൽ തീരുന്നതല്ല അമ്മമാരുടെ ഉത്തരവാദിത്വം. നമ്മുടെ മോളിയാന്റിയുടെ മോൾ ശില്പയുടെ കാര്യംതന്നെ നോക്ക്. ശില്പയെ കെട്ടിച്ചുവിട്ടിട്ടും കുഞ്ഞുങ്ങൾ ഉണ്ടാകാതെ വന്നപ്പോൾ ആന്റി എന്താണ് ചെയ്തത്?

അവളെക്കൊണ്ട് മോളിയാന്റി കണ്ട ആശുപത്രികളെല്ലാം കയറിയിറങ്ങി നടന്നു. അങ്ങ് കൊടുങ്ങലൂരുള്ള ഇൻഫെർട്ടിലിറ്റി ക്ലിനിക്കിൽ വരെപ്പോയി. എത്രതവണ ഐ വി എഫ് ചെയ്തു?"

ബാംഗ്ളൂരിലെ ഒരു പ്രമുഖ ഐ ടി കമ്പനിയിൽ സീനിയർ മാനേജരാണ് ശില്പയുടെ ഭർത്താവ്. ലക്ഷങ്ങൾ ശമ്പളമുള്ള, നിന്നുതിരിയാൻ പോലും സമയം ഇല്ലാത്തൊരു സക്സസ്ഫുൾ കോർപ്പറേറ്റ് മല്ലു.

ശില്പ പലപ്പോഴും കളിയായി പറയാറുണ്ട് കെട്ടിയവന്റെ കൂടെയാണ് കിടപ്പെങ്കിലും അവൾക്കു വയറ്റിൽ ഉണ്ടാക്കികൊടുത്തത് അമ്മയാണെന്ന്. അങ്ങനെ കട്ടയ്ക്ക് കൂടെ നില്ക്കുന്നവരായിരിക്കണം യഥാർത്ഥ അമ്മമാർ. അതിനെയാണ് മാതൃത്വം എന്നൊക്കെ പറയുന്നത്.

അമ്മയെന്ന വാക്കിന്റെ അർത്ഥം നിങ്ങൾക്കറിയാമോ? നിങ്ങൾക്കിനി ആ വാക്ക് ഉച്ചരിക്കാനുള്ള അർഹതയുണ്ടോ? എത്രയോ നല്ല അമ്മമാരെ ഞാൻ കണ്ടിട്ടുണ്ട്. ശരിക്കും സ്നേഹമുള്ളവർ."

യഥാർത്ഥ മാതൃത്വത്തെ നിർവ്വചിച്ചശേഷം സിമിമോൾ കരഞ്ഞുകൊണ്ടിരിക്കുന്ന സാന്ദ്രയേയും കൂട്ടിക്കൊണ്ട് മുറിയിലേക്കു പോയി.

ഇരുപത്തിയൊന്ന്

ക്വാറന്റീൻ ഇരുപത്തിനാലാം ദിനം.

ഓശാന ഞായറിനുശേഷമുള്ള ദിവസങ്ങൾ നിശ്ശബ്ദമായി കട ന്നുപോയി. തീൻമേശയിൽനിന്നും മറ്റും പൊട്ടിപുറപ്പെടുന്ന ചോദ്യങ്ങളെ പേടിച്ച് ഡോറാമ്മ ഉൾവലിഞ്ഞതാണ് കാരണം. 'അടുക്കളയിൽ കുറച്ചു കൂടി ജോലിയുണ്ട്. നിങ്ങള് കഴിച്ചോ' എന്നാകും സാധാരണ പറയുക.

ജോലിത്തിരക്കായതിനാൽ പെങ്ങമ്മാരും പ്രകോപനത്തിന് മുതിർന്നില്ല.

മൾട്ടിപ്പിൾ ഡെഡ്‌ലൈനുകളും മീറ്റിങ്ങുമായി സിമിമോൾ സൂപ്പർ സ്ട്രെസ്സ്ഡാണ്. സാന്ദ്ര കോളേജിലെ സ്റ്റുഡന്റ് ഡാറ്റാബേസിന്റെ പണി പ്പുരയിലാണ്. ഞാനാകട്ടെ ഒരു സ്വയം പ്രഖ്യാപിത ഡെഡ്‌ലൈനിനു ള്ളിൽ പുതിയൊരു ചാപ്റ്റർ എഴുതിത്തുടങ്ങാനുള്ള ശ്രമത്തിലും. കഴിപ്പും കിടപ്പുമെല്ലാം പല സമയത്തായതിനാൽ ഞങ്ങൾക്കിടയിൽ കാര്യമായ സംസാരമൊന്നും ഉണ്ടായില്ല.

പെസഹായുടെ തലേന്ന് ജോലികഴിഞ്ഞു പുറത്തിറങ്ങിയ സിമി മോൾ മൂന്നു ദിവസത്തെ കണക്ക് തീർക്കാനെന്നവണ്ണം ഡോറാമ്മയുടെ അടുത്തെത്തി.

"രണ്ടാമത്തെ കുട്ടിയെ ഉടനെ നോക്കിത്തുടങ്ങണമെന്നാണ് ജോയൽ പറയുന്നത്. രണ്ടുവർഷം കഴിഞ്ഞുമതിയെന്ന് ഞാൻ പറഞ്ഞിട്ട് കേൾക്കുന്നില്ല.

ജെമിയെ പ്രെഗ്നന്റായിരുന്ന അനുഭവം വച്ചുനോക്കുമ്പോൾ ഇത്തവണയും ഫുൾ ബെഡ്റസ്റ്റ് ആയിരിക്കും. ആദ്യമാസം മുതലേ ഡോറാമ്മ കൂടെവന്നു നില്ക്കേണ്ടി വരും."

"നിനക്കിത്ര താല്പര്യമില്ലെങ്കിൽ പിന്നെയെന്തിനാണ് രണ്ടാമതൊ ന്നിനെപ്പറ്റി ആലോചിക്കുന്നത്? കുട്ടികളൊക്കെ ആദ്യമുണ്ടാകേണ്ടത് മന സ്സിലാണ്." ഡോറാമ്മ പിറുപിറുത്തുകൊണ്ട് സോഫയിലിരുന്നു.

"എനിക്കല്ല നിർബ്ബന്ധമെന്ന് ഡോറാമ്മയ്ക്ക് അറിയാത്തതല്ലല്ലോ." മറുപടി ഉടനെത്തി.

സിമിമോൾ ഒരുകുട്ടി മതിയെന്ന നിലപാടിലാണെങ്കിലും രണ്ടാമതൊ രാൾ ഉടനേ വേണമെന്ന കടുംപിടുത്തത്തിലാണ് ജോയൽ. അനുജത്തി യുമായി തമ്മിൽ പത്ത് വയസ്സിന്റെ വ്യത്യാസമുള്ളതിനാൽ ഒറ്റപ്പെട ലായിരുന്നു ജോയലിന്റെ കൂടപ്പിറപ്പ്. ജെമിയുടെ കുട്ടിക്കാലത്ത് തന്റെ ഗതി വരരുതെന്ന നിർബ്ബന്ധത്തിലാണ് അളിയൻ.

"കൃത്യമായി പ്രസവരക്ഷ കിട്ടിയില്ലെങ്കിൽ എന്റെ ആരോഗ്യമെ ന്താകും? ചെറിയ പ്രായത്തിലെങ്ങാനും നടുവിന് വേദന വന്നാൽ പ്രസവിച്ചുകിടന്നപ്പോൾ പെണ്ണിന്റെ വീട്ടുകാർ നന്നായി നോക്കാത്തതു കൊണ്ടാണെന്നേ കെട്ടിയവന്റെ വീട്ടുകാര് പറയൂ." സിമിമോൾ പ്രശ്ന മുണ്ടാക്കാൻ കച്ചകെട്ടിയിറങ്ങിയതുപോലെ.

"പ്രസവിച്ചു കിടക്കുമ്പോഴും അടുക്കളപ്പണിയും മറ്റു വീട്ടുജോലികളും ചെയ്ത് മകളുടെ ആരോഗ്യം പൊക്കോട്ടെയെന്ന് ഒരമ്മയും കരുതില്ലല്ലോ, അല്ലേ?"

"ഞാൻ ജീവിച്ചിരിക്കുമ്പോൾ നിങ്ങള് കിടന്ന് നരകിക്കേണ്ടി വരില്ല. എന്തായാലും നിങ്ങടെ പെറ്റമ്മ ജീവനോടെ തന്നെയുണ്ടല്ലോ. ചത്തൊന്നും പോയിട്ടില്ലല്ലോ." ഡോറാമ്മ കസേരയിൽനിന്നും എഴുന്നേറ്റു.

"ഞാനെവിടെയാണേലും നിന്റെ ഡെലിവറിയുമായി ബന്ധപ്പെട്ട് കൂടെവന്നുനില്ക്കാം. ഗർഭിണി ആയിരിക്കുമ്പോൾ വത്സമ്മയും കുറച്ചു ദിവസം വന്നുനില്ക്കില്ലേ."

"ഓ മൈ ഗുഡ്നെസ്! സ്വന്തം അമ്മയ്ക്കില്ലാത്ത ദെണ്ണവും വേദനയുമല്ലേ അമ്മായിയമ്മയ്ക്ക് ഉണ്ടാവുക? ഗർഭിണിയായാൽ അമ്മായിയമ്മ വച്ചുതരും എന്നൊരു പെണ്ണും പ്രതീക്ഷിച്ചിരിക്കേണ്ടാ. കൊച്ചുണ്ടായിക്കഴിഞ്ഞേ അവര് വരൂ. മരുമകളെ ശുശ്രൂഷിക്കാനൊന്നുമല്ലല്ലോ അമ്മായിയമ്മ വരുന്നത്. പേരക്കുട്ടിയെ കൊഞ്ചിക്കാനല്ലേ." സിമിമോൾ രണ്ടുംകല്പിച്ചാണ്.

"സ്വന്തം മകളുടെ മൂന്ന് കുട്ടികളുടെ കാര്യത്തിലും ജോയലിന്റെ അമ്മ കിടന്നു കഷ്ടപ്പെട്ടതാണ്. ഓരോ പ്രസവത്തിനുശേഷവും കൂടെ നിന്ന് ആടിന്റെ കരൾ വരട്ടിക്കൊടുത്താണ് മമ്മി നാത്തൂന്റെ ആരോഗ്യം വീണ്ടെടുത്തത്. കുരുമുളകിട്ട് വരട്ടിയ കരളിനായി ആ പെണ്ണ് ആർത്തിയോടെ ചോദിച്ച് ചെല്ലുമായിരുന്നു!" അത്രയും പറഞ്ഞശേഷം സിമിമോൾ വൈറൽ ആയൊരു ഫേസ്ബുക്ക് പോസ്റ്റ് തപ്പിയെടുത്ത് വായിച്ചു.

"ഓരോ പ്രസവകാലവും എല്ലാ സ്ത്രീകൾക്കും വിവാഹപൂർവ്വജീവിതത്തിലേക്കുള്ള ഒരു തിരിച്ചുപോക്കാണ്..... ബാല്യത്തിലും കൗമാരത്തിലും കൈപിടിച്ച അമ്മ വീണ്ടും നമ്മുടെ കൈപിടിക്കുന്ന സമയം.... തലയിൽ എണ്ണ പുരട്ടി... ചൂടുവെള്ളത്തിൽ കുളിപ്പിച്ച്....തലമുടി കോതി കെട്ടി.... പഴയ അമ്മക്കുഞ്ഞായി നമ്മൾ മാറുന്ന സമയം."

"ഇങ്ങനെയൊന്നും കൊഞ്ചിച്ചില്ലെങ്കിലും ഡോറാമ്മയ്ക്ക് കുറച്ചു കാലം എന്നെക്കൂടെ വന്നുനിന്ന് നോക്കിക്കൂടെ. സ്വന്തം അമ്മയ്ക്ക് ആരോഗ്യവും നോക്കാൻ മനസ്സും ഉള്ളപ്പോഴാണ് പെൺകുട്ടികൾക്ക് പ്രസവവും കൊച്ചിനെ നോട്ടവും ഒരു പേടിസ്വപ്നം അല്ലാതാകുന്നത്. ഇന്നത്തെ പെണ്ണുങ്ങൾ എന്തായാലും പണ്ടത്തെപ്പോലെ പത്തും പതിനഞ്ചുമൊന്നും പ്രസവിക്കുന്നില്ലല്ലോ?" സിമിമോൾ കെഞ്ചലിന്റെ വക്കിലെത്തി.

"അതിനു ഞാനും പത്തും പതിനഞ്ചുമൊന്നും പ്രസവിച്ചിട്ടില്ല." ജനനനിയന്ത്രണത്തിന്റെ പുതിയകാലത്ത് ജീവിച്ച തന്നെ 'പ്രസവിച്ചുകൂട്ടിയ' വല്യമ്മച്ചിമാരുടെ ഗണത്തിൽ പെടുത്തേണ്ടതില്ലെന്ന നിലപാടിലാണ് ഡോറാമ്മ.

"നിനക്ക് ഡെലിവറി കഴിഞ്ഞാൽ ആറുമാസത്തേക്ക് മെറ്റേർണിറ്റി ലീവ് കിട്ടില്ലേ. കുറച്ചുകാലത്തേക്ക് ലോസ് ഓഫ് പേ ലീവ് കൂടി

യെടുക്കണം. ഇടയ്ക്കു ഞാൻ വന്നുനില്ക്കുകയും ചെയ്യാം."

"കൊള്ളാം..... എനിക്കാണേൽ കുഞ്ഞിക്കൊച്ചിനെ കുളിപ്പിക്കാൻ പോയിട്ട് ഒന്നു ചേർത്തു പിടിക്കാൻപോലും അറിയില്ല.. പേരക്കുട്ടിയെ വേണ്ടവിധം നോക്കാനറിയാതെ സ്വന്തം മോൾ കഷ്ടപ്പെടുമ്പോൾ തന്നെ വല്യമ്മയ്ക്കു തെരുവ് പട്ടികളെ സംരക്ഷിക്കണം. ഗുഡ്, എക്സലെന്റ്!" പരിഹാസത്തിലായിരുന്നു സിമിമോളുടെ പ്രതികരണം.

വ്യത്യസ്തവാദങ്ങൾ നിരത്തി ഡോറാമ്മ കുറേവർഷങ്ങളെങ്കിലും മുഴുവൻസമയവും കൂടെയുണ്ടാകണമെന്ന് സമർത്ഥിക്കാനായിരുന്നു പിന്നീടവളുടെ ശ്രമം.

കൊച്ചിനെയൊന്ന് കൈമാറി പിടിക്കാൻപോലും ആരുമില്ല, ഒട്ടുമിക്ക കൊച്ചുങ്ങളും പകൽ ഉറങ്ങിയിട്ട് രാത്രിയിൽ എഴുന്നേല്ക്കുന്നതിനാൽ അല്പമൊന്ന് മയങ്ങണമെങ്കിൽ സ്വന്തം അമ്മ കൂടെവേണം, വാശി പിടിച്ചുകരയുമ്പോൾ ഓടിവരാൻ വല്യമ്മച്ചി കൂടെയില്ലാത്തതിനാൽ ജെമിയെ കൂടുതൽ തല്ലേണ്ടി വന്നു....എന്നിങ്ങനെ പോയി വാദങ്ങൾ.

"നിങ്ങൾ രണ്ടുപേരും ജോലിക്കു പോകുമ്പോൾ കുട്ടികളെ ഡേകെയറിലും സ്കൂളിലുമൊക്കെ വിടാമല്ലോ. അങ്ങനെയല്ലേ ഈ നാട്ടിലുള്ള ജോലിക്കാരെല്ലാം പിള്ളേരെ വളർത്തുന്നത്?'' ഡോറാമ്മ തിരിച്ചു ചോദിച്ചു.

"ട്രിവാൻഡ്രത്തെ സ്കൂളുകളെക്കുറിച്ച് ഡോറാമ്മയ്ക്ക് എന്തെങ്കിലുമറിയാമോ? രാവിലെ എട്ടുമണി മുതൽ രണ്ടുമണി വരെയാണ് സ്കൂൾടൈം. ഞാനും ജോയലും ഓഫീസിൽനിന്നും വരുമ്പോൾത്തന്നെ ഏഴുമണി കഴിയും. രണ്ടുതവണ അടുപ്പിച്ചു തുമ്മിയാൽ കൊച്ചിനെ വീട്ടിലേക്ക് പറഞ്ഞുവിടും. പനിമാറി മരുന്നൊക്കെ തീർന്നിട്ടേ സ്കൂളിലേക്ക് വീണ്ടും വിടാൻ പറ്റത്തൊള്ളൂ.

കൊച്ചിന് പനിയും എനിക്കൊരു അർജന്റ് മീറ്റിങ്ങും ഒരുമിച്ചു വന്നാൽ എന്തു ചെയ്യും? ജോയലിന് ലീവ് കിട്ടുന്നതൊന്നും എളുപ്പമുള്ള കാര്യമല്ല. അല്ലെങ്കിൽത്തന്നെ ഈ കോവിഡൊക്കെ മാറിയിട്ട് ഡേകെയറും നഴ്സറിയുമൊക്കെ ഇനിയെന്ന് തുറക്കാനാ."

സിമിമോളുടെ സംസാരം കാടുകയറുകയാണ്. അവളുടെ സൗകര്യത്തിനനുസരിച്ച് പുതിയ വാദങ്ങളുണ്ടാക്കുന്നു. കുറേ നേരമായി അമ്മയും മകളും തമ്മിലുള്ള സംസാരം ഒരു മെഗാസീരിയൽ കണക്കെ കണ്ടിരുന്ന എനിക്ക് ചൊറിഞ്ഞുവന്നു.

"എടീ, നിന്റെ കൊച്ചുങ്ങളെ നോക്കാനും സ്കൂളിൽ വിടാനായും ഡോറാമ്മ കൂടെയുണ്ടാകണം എന്നാഗ്രഹിക്കുന്നത് ശരിയാണോ? ഈസ് ദാറ്റ് ഫെയർ?"

വേൾഡ്ക്ലാസ് ഡേകെയറും നഴ്സറിയുമൊക്കെ ഉണ്ടെങ്കിലും ജോലിയും കുട്ടികളെ നോട്ടവും ഒരുമിച്ചു കൊണ്ടുപോകുന്നത് യൂറോപ്പിലും ബുദ്ധിമുട്ടാണ്. ഞാനും ഹെഗെയും നന്നായിട്ട് അഡ്ജസ്റ്റ് ചെയ്തിട്ടാണ് രണ്ട് കുട്ടികളേയും മാനേജ് ചെയ്യുന്നത്.

പക്ഷേ, എന്തൊക്കെ വന്നാലും ഹെഗെയുടെ മദർ കുട്ടികളെ നോക്കുമെന്ന് ഞങ്ങൾ പ്രതീക്ഷിക്കുന്നേയില്ല. ആഴ്ചയിൽ ഒന്നോരണ്ടോ തവണ ഷോപ്പിങ്ങിനും മറ്റും പോകുമ്പോൾ രണ്ടുപേരേയും ഞാൻ അമ്മായിയമ്മയുടെ അടുത്ത് കൊണ്ടുപോയിവിടും. അവർ കുറച്ചുനേരം കുട്ടികളെ നോക്കുന്നതുതന്നെ വലിയകാര്യമായിട്ടാണ് എനിക്ക് തോന്നാറുള്ളത്."

"സിമിമോളുടെ കുട്ടികളെ നോക്കേണ്ടത് ഡോറാമ്മയുടെ ഉത്തരവാദിത്വമാണെന്ന് ചിന്തിക്കുന്നതുപോലും ശരിയല്ല" ഞാൻ പറഞ്ഞു നിർത്തി.

"സോ ദാറ്റ്സ് ഇറ്റ്... ചേട്ടായിടെ കൂടെ സപ്പോർട്ടിലാണ് ഇതൊക്കെ നടക്കുന്നത്." തനിക്കെല്ലാം മനസ്സിലായിയെന്ന മട്ടിൽ സിമിമോൾ വീടിനു പുറത്തേക്കിറങ്ങി.

ഇരുപത്തിരണ്ട്

ക്വാറന്റീൻ ഇരുപത്തിയേഴാം ദിനം.

പെസഹ വ്യാഴം.

പെസഹ തിരുനാളിലെ അപ്പം മുറിക്കലിനുവേണ്ട ഒരുക്കങ്ങളിലാണ് സേവ്യപ്പറമ്പിൽ കുടുംബം. പപ്പയുടെ മരണശേഷം ആദ്യമായിട്ടാണ് ഡോറാമ്മയും മൂന്നുമക്കളും ഒരുമിച്ചുള്ളൊരു പെസഹ ആഘോഷം.

പുളിപ്പില്ലാത്ത ഇണ്ടറി അപ്പമുണ്ടാക്കാൻവേണ്ടി വെളുത്തുള്ളി പൊളിക്കുകയാണ് സിമിമോളും സാന്ദ്രയും. ഡോറാമ്മ അരിപ്പൊടി വെള്ളമൊഴിച്ച് കുഴയ്ക്കുന്നു. ഒന്നിനുപുറകെ ഒന്നായി തേങ്ങാമുറികൾ ചുരണ്ടിത്തള്ളുകയാണ് ഞാൻ.

"നമ്മുടെ നാട്ടിൽ 'പെറ്റെഴുന്നേപ്പീര്' നോക്കേണ്ടത് പെണ്ണുവീട്ടുകാരാണെന്നു മറക്കേണ്ട. ഞാനും സാന്ദ്രയും ഉണ്ടായിക്കഴിഞ്ഞുള്ള തൊണ്ണൂറ് ദിവസം ഡോറാമ്മ എവിടെയായിരുന്നു? പെണ്ണുങ്ങൾക്ക് ആവശ്യസമയത്ത് സ്വന്തം അമ്മയുണ്ടെങ്കിലേ കാര്യമൊള്ളു." സിമിമോൾ യാതൊരു തത്വദീക്ഷയുമില്ലാതെ വീണ്ടും പ്രസവക്കാര്യം കുത്തിപ്പൊക്കി.

"ഡോറാമ്മയൊന്നും പ്രസവിച്ച കാലമല്ലിത്. പണ്ടത്തെ കൂട്ടുകുടുംബത്തിൽ ഒരു വീട്ടിൽത്തന്നെ എത്ര പെണ്ണുങ്ങളുണ്ട്? കൊള്ളാവുന്ന തറവാടുകളിൽ വീട്ടുജോലിക്ക് ആശ്രിതരും കാണും. ഇന്നത്തേതുപോലെ പെണ്ണുങ്ങൾക്ക് ജോലിയുമുണ്ടാവില്ല."

പൊട്ടിത്തെറിക്കാനൊരുങ്ങി നില്ക്കുന്ന സിമിമോളോട് സമചിത്തതയോടെ ആയിരുന്നു ഡോറാമ്മയുടെ മറുപടി.

"ഞങ്ങളുടെ കാലത്ത് പ്രസവിച്ച് ആദ്യത്തെ തൊണ്ണൂറ് ദിവസം തള്ളയേയും കുഞ്ഞിനേയും പെണ്ണുവീട്ടുകാർ തന്നെ നോക്കണം. ആ മൂന്നുമാസം ഒരു രാജകുമാരിയായി സ്വന്തം വീട്ടിൽ കഴിയാം. എന്നാൽ,

ഭർത്താവിന്റെ വീട്ടിൽ തിരിച്ചെത്തിയാൽപ്പിന്നെ കഷ്ടപ്പാടാണ്."

"കൊച്ചിനെ കൈമാറി പിടിക്കാൻ അമ്മായിയമ്മയും നാത്തൂന്മാരുമൊക്കെ കാണുമെങ്കിലും വീടിനകത്ത് കൂടെനിന്ന് സഹായിക്കാൻ ആരുമുണ്ടാവില്ല. തറവാട്ടിൽ പുറംപണികൾക്ക് ആളുണ്ടാകുമെങ്കിലും കെട്ടിയവന്റെ ഭാഗത്തുനിന്ന് ഒരു സഹായവും പ്രതീക്ഷിക്കണ്ടാ.

ഇപ്പോഴത്തെ ജോലിയുള്ള പെങ്കൊച്ചുങ്ങളുടെ കാര്യം അങ്ങനെയാണോ. കൈയിലുള്ള പൈസകൊണ്ട് ചൊൽപ്പടിക്ക് നില്ക്കുന്ന പണിക്കാരികളെ കിട്ടും. മാസാമാസം ശമ്പളം കൊണ്ടുവരുന്ന പെണ്ണുങ്ങളെ ഭർത്താക്കന്മാരും വീട്ടിലെ കാര്യങ്ങളിൽ സഹായിക്കും."

നഗരസൗകര്യങ്ങൾ ആസ്വദിച്ചുകൊണ്ട് അണുകുടുംബങ്ങളിലെ സ്വാതന്ത്ര്യം അനുഭവിക്കുന്നവർ പഴയ കൂട്ടുകുടുംബ സമ്പ്രദായത്തിലെ ചില 'പ്രിവിലജുകൾ' വേണമെന്ന് വാശിപിടിക്കുന്നത് ശരിയല്ലെന്നായിരുന്നു ഡോറാമ്മയുടെ നിലപാട്. വിവാഹസ്വപ്നങ്ങളെല്ലാം തകർന്ന് ഒരു കുഗ്രാമത്തിൽ അമ്മായിയമ്മയേയും നാത്തൂൻപോരും സഹിച്ചു ജീവിച്ചവരുടെ ബുദ്ധിമുട്ട് സ്വന്തം മകളായാലും മനസ്സിലാക്കണമത്രേ.

സിമിമോളുമായുള്ള തർക്കത്തിന് താല്ക്കാലിക വിരാമമിട്ട് ഡോറാമ്മ ഇണ്ടറിയപ്പം അടുപ്പിൽ വെക്കാനായി അടുക്കളയിലേക്കു പോയി. തിരിച്ചെത്തിയ ഡോറാമ്മ എന്റെയടുത്ത് വന്നിരുന്ന് പതിഞ്ഞ ശബ്ദത്തിൽ വാഗമണ്ണിലെ ആദ്യദിനങ്ങൾ ഓർത്തെടുത്തു.

"അന്നൊക്കെ സേവ്യപ്പറമ്പിൽ തറവാട്ടിൽ എന്നതാ മേളം....തോട്ടം ചെത്തിക്കൂട്ടാൻ ഊരാളികൾ, വയലിൽ ദിവസവും പണിക്കാർ, തൊഴുത്ത് നിറയെ പശുക്കൾ, അമ്മായിയമ്മയുടെ ഒടുക്കത്തെ ചിട്ടവട്ടങ്ങൾ, സാമ്പത്തിക ബുദ്ധിമുട്ട്....."

ഡോറാമ്മയെ വാഗമണ്ണിലേക്കു കെട്ടിക്കൊണ്ടുവരുമ്പോൾ പപ്പയുടെ തറവാട്ടിൽ വറുതിയുടെ കാലമായിരുന്നു. ഗമ പറയാൻ എസ്റ്റേറ്റൊക്കെ ഉണ്ടായിരുന്നെങ്കിലും റീപ്ലാന്റ് ചെയ്ത കാപ്പിച്ചെടിയിൽനിന്നും കമുകിൽനിന്നും വരുമാനമായി തുടങ്ങിയിരുന്നില്ല. കുരുമുളക് വിറ്റാൽ പണിക്കൂലി പോലുംകിട്ടില്ല.

ദിവസവും പാല് വിറ്റുകിട്ടുന്ന പൈസ മാത്രമാണ് പത്ത് അംഗങ്ങളുള്ള കുടുംബത്തിലെ ഏകവരുമാനം. ആനയെ പോലിരിക്കുന്ന എട്ട്-ഒൻപത് പശുക്കളെ കറന്ന് പാലെടുക്കുന്നത് വീട്ടിലെ പെണ്ണുങ്ങളുടെ ജോലിയാണ്.

എത്ര തണുപ്പാണേലും പരപരാ വെളുപ്പിനുതന്നെ ചാണകംമാറ്റി, തൊഴുത്ത് വൃത്തിയാക്കി പശുക്കളെ കറക്കണം. വല്യമ്മച്ചിക്കോ നാത്തൂന്മാർക്കോ വയ്യെങ്കിൽ പണികൂടും.

കെട്ടിവന്ന പെണ്ണിന് പശുവിനെ കറക്കാൻ വശമുണ്ടായിരുന്നത് നാത്തൂന്മാർ ശരിക്കും മുതലാക്കി.

മഞ്ഞിനെ വകവെക്കാതെ സ്ഥിരമായി തൊഴുത്തിൽ കയറിത്തുടങ്ങിയതോടെ 'പരിഷ്കാരി പെണ്ണ്' പലപ്പോഴും പനിപിടിച്ചു കിടപ്പായി.

പശുക്കളുടെ അകിട്ടിൽ അമർത്തിപ്പിടിച്ച് കൈകൾ വലിച്ചുകുടി.

"അവളെ പാലായിലെ വീട്ടിൽ കൊണ്ടുപോയി വിട്. അവിടെപ്പോയി 'എംബ്രോഡറിയും' തുന്നി കഥയും വായിച്ചിരിക്കട്ടെ" എന്നായിരുന്നു അമ്മച്ചി പറഞ്ഞത്.

"അതിനുശേഷം ഞാനൊരു നോവലും വായിച്ചിട്ടില്ല. സൂചിയും നൂലും കൈകൊണ്ടുപോലും എടുത്തിട്ടില്ല. പിന്നീടെനിക്ക് പറയത്തക്ക ഒരസുഖവും വന്നിട്ടില്ല. വീണ്ടും കിടപ്പിലായിരുന്നെങ്കിൽ എല്ലാവരും ചേർ നെന്നെ കടിച്ചു കീറിയേനേ." ഡോറാമ്മയുടെ ശബ്ദം ഇടറി.

"അങ്ങനെ താലിച്ചരട് കഴുത്തിൽ കുരുങ്ങിയതുമുതൽ ചത്ത് ജീവിച്ച എന്നോടാണോ പൂത്തകാശും ചുറ്റും വേലക്കാരുമായി ഫ്ളാറ്റിന്റെ സൗക ര്യത്തിൽ ജീവിക്കുന്ന സിമിമോൾ വന്ന് കഷ്ടപ്പാടിന്റെ കണക്കു പറ യുന്നത്?'' ഡോറാമ്മ സോഫയിൽ നിന്നെഴുന്നേറ്റ് സിമിമോൾക്ക് നേരെചെന്നു.

"കൊറച്ച് ദിവസമായിട്ട് ഞാൻ സഹിക്കുവാണ്. മകളാണെന്നു കരുതി എന്നോടെന്തും പറയാമെന്ന് നീ കരുതേണ്ടാ. നിന്നെ വയറ്റിൽ കൊണ്ടുനടന്ന് നൊന്ത് പ്രസവിച്ച് തീട്ടം കഴുകി വളർത്തി വലുതാക്കിയത് ഞാനാണ്."

"മൈ ഗോഡ്! നിങ്ങടെ തീട്ടം കോരില്ല എന്നുഞാൻ പറഞ്ഞോ തള്ളേ. നിങ്ങൾ കിടപ്പിലായാൽ നോക്കില്ലെന്ന് ഞാൻ പറഞ്ഞോ?" സിമി മോൾ ചാടി എഴുന്നേറ്റു.

ഞൊടിയിടയിൽ രണ്ടുപേരും തമ്മിൽ പിടിയുംവലിയുമായി. സിമി മോളാണ് ഡോറാമ്മയ്ക്കുനേരെ പാഞ്ഞടുത്തത്. ഞാനും സാന്ദ്രയും ചേർന്ന് ഒരുവിധമാണ് അമ്മയേയും മോളേയും പിടിച്ചു മാറ്റിയത്.

അപ്പോഴേക്കും സിമിമോളുടെ ക്യൂട്ടക്സിട്ട നഖങ്ങൾ ഡോറാമ്മ യുടെ മുഖത്തുൾപ്പെടെ പലയിടത്തും പതിഞ്ഞിരുന്നു. മനസ്സിൽ പതി ഞ്ഞതിന്റെ അത്രയും ആഴത്തിൽ ആയിരുന്നില്ലെങ്കിലും.

"പെസഹാ ആയിട്ട് ഇന്നിനി ഈ വീട്ടിൽ ആരുമൊന്നും സംസാരി ക്കേണ്ടാ. ഞാൻ കുരിശപ്പം മുറിക്കാൻ പോകുവാണ്" കുടുംബനാഥൻ ദൈവിക അധികാരത്തിന്റെ വാളെടുത്തു.

പെട്ടെന്നുതന്നെ സാന്ദ്ര അകത്തുപോയി തലയിലിടാനായി മുന്ന് ഷാൾ തപ്പിപിടിച്ചു. ഒരുനിമിഷം അറച്ചുനിന്നെങ്കിലും സിമിമോൾ പതി യെച്ചെന്ന് അലമാരിയുടെ മൂലയ്ക്കിരുന്ന *ബൈബിൾ* പൊടിതട്ടി യെടുത്തു. ഡോറാമ്മ അടുക്കളയിൽ പോയി കുരിശപ്പവും ഏലയ്ക്കയും ജീരകവും അരച്ചുചേർത്ത തേങ്ങാപ്പാലും എടുത്തുകൊണ്ടുവന്നു. പള്ളിയിൽനിന്നും കൊടുത്തുവിട്ട വെഞ്ചെരിച്ച കുരുത്തോലകൊണ്ട് ഞാനൊരു ഓലക്കുരിശ് ഉണ്ടാക്കി.

വിശുദ്ധലൂക്കായുടെ സുവിശേഷത്തിലെ 'ശിഷ്യന്മാർ പെസഹാ ഒരുക്കുന്നു' എന്ന ഭാഗം പഴയ അൾത്താര ബാലിക കൂടിയായ സിമി മോൾ ഭക്തിപുരസ്സരം വായിച്ചു.

പ്രാർത്ഥനകൾക്കുശേഷം സേവ്യപ്പറമ്പിലെ പുതിയ കാരണവർ ആദ്യവും അവസാനവുമായി തറവാട്ടിലെ അംഗങ്ങൾക്ക് കർത്താവിന്റെ തിരുശരീരവും തിരുരക്തവും പകർന്നുനല്കി.

ഇരുപത്തിമൂന്ന്

ക്വാറന്റീൻ ഇരുപത്തിയെട്ടാംദിനം.

ദുഃഖവെള്ളി.

'മരണത്തിനായി വിധിച്ചു കറയറ്റ ദൈവത്തിൻ കുഞ്ഞാടിനെ
അപരാധിയായി വിധിച്ചു കൽമഷം കലരാത്ത കർത്താവിനെ....'

കോവിഡ്മൂലം പ്രശസ്തമായ വാഗമൺ കുരിശുമലകയറ്റം ഇക്കുറിയില്ലെങ്കിലും പള്ളിയിൽനിന്നും കുരിശിന്റെ വഴി രാവിലെതന്നെ മൈക്കിൽ ഉച്ചത്തിൽ വച്ചിട്ടുണ്ട്.

തലേന്നത്തെ ബാക്കിയുണ്ടായിരുന്ന ഇണ്ടറി അപ്പവും പഴവും കഴിച്ചശേഷം ഡൈനിങ് ടേബളിനു ചുറ്റുമിരിക്കുകയാണ് സേവ്യപ്പറമ്പിലെ മൂന്ന് മക്കളും. ഡോറാമ്മ റിട്ടയർമെന്റ് ഹോം പദ്ധതിയിൽ ഉറച്ചുനില്ക്കുന്നതിനാൽ ക്വാറന്റീൻ അവസാനിക്കുന്നതിന്റെ ആവേശമൊന്നും ആരുടേയും മുഖത്തില്ല.

സാധാരണ അതിരാവിലെതന്നെ അടുക്കളയിൽ എത്താറുള്ള ഡോറാമ്മ ഇതുവരെ എഴുന്നേറ്റു വന്നിട്ടില്ല. ദുഃഖവെള്ളിയാഴ്ച ഒറ്റനേരമായതിനാൽ ഉച്ചയ്ക്കുള്ളൊരു കഞ്ഞിവെപ്പ് മാത്രമേ ഉണ്ടാവാറൊള്ളു.

ഡോറാമ്മയുടെ ആങ്ങള സണ്ണി അങ്കിളിനെയൊന്ന് വിളിച്ചുനോക്കാമെന്ന നിർദ്ദേശം സാന്ദ്ര മുന്നോട്ടുവെച്ചു. "എന്തെങ്കിലും ചെയ്യ്" എന്നായിരുന്നു സിമിമോളുടെ മറുപടി.

സാന്ദ്ര ഫോണെടുത്ത് ഡയൽ ചെയ്തു. സ്പീക്കർ ഓണാക്കി.

'നോവൽ കൊറോണ വൈറസ് രോഗം പകരാതെ തടയാനാകും. ചുമയ്ക്കുമ്പോഴും തുമ്മുമ്പോഴും വായ തൂവാല കൊണ്ടോ ടിഷ്യൂ കൊണ്ടോ മറയ്ക്കുക.....' റിങ്ടോണിനു പകരമുള്ള കോവിഡ് ബോധവല്ക്കരണ സന്ദേശം. 'ഫക്ക് ഓഫ്' എന്നുപറഞ്ഞ് സിമിമോളും.

കാൾ കണക്ടായി. 'പുന്നാരപ്പെങ്ങളെ' തീരുമാനത്തിൽനിന്നും പിന്തിരിപ്പിക്കണമെന്ന ആവശ്യം സാന്ദ്ര മുഖവുരയൊന്നും കൂടാതെ അവതരിപ്പിച്ചു.

"നിങ്ങൾ രണ്ടു പെൺപിള്ളാരേയും കെട്ടിച്ചു വിട്ടതല്ലേ? സരിനും സ്ഥിരമായി നാട്ടിലില്ല. പെങ്ങക്ക് എന്നുമിങ്ങനെ വാഗമണ്ണിൽ ഒറ്റയ്ക്ക് നില്ക്കാൻ പറ്റുമോ? ഇങ്ങനെയൊക്കെ വന്നാൽ ആരായാലുമൊരു സുരക്ഷിതയിടം തേടിപ്പോകും." സ്വതവേയുള്ള ഡിപ്ലോമാറ്റിക് ലൈൻ വിട്ടായിരുന്നു സണ്ണിയങ്കിളിന്റെ മറുപടി.

"അങ്കിളിന് രണ്ടും ആൺമക്കളാണന്നു കരുതി എന്തു തോന്ന്യാസവും പറയാമെന്ന് വിചാരിക്കരുത്. പെൺമക്കളുണ്ടാകുന്നത് എന്താ

വല്ല പുതിയ കാര്യവുമാണോ?"

"അത്രയ്ക്ക് വേണ്ടായിരുന്നെങ്കിൽ ജനിച്ചപ്പോഴേ ഞങ്ങളെയങ്ങ് കൊന്നുകളയണമായിരുന്നു." സാന്ദ്ര കാൾ കട്ട് ചെയ്തു.

"കെട്ടിച്ചുവിട്ടതാണ് പോലും. ഞങ്ങൾ പെൺമക്കൾ ആയതു കൊണ്ടല്ലേ ഇങ്ങനെ അനുഭവിക്കേണ്ടി വന്നത്." 'വെറും പെണ്ണുങ്ങളാക്കി' ഇടിച്ചുതാഴ്ത്തിയതിലുള്ള രോഷമായിരുന്നു സാന്ദ്രയ്ക്ക്.

"ചേച്ചിയും ഞാനും പഠിച്ചൊരു നിലയിലെത്തിയതുകൊണ്ട് ഒരു കാര്യവുമില്ലാതായി. സരിൻ ചേട്ടായി നാട്ടിൽത്തന്നെ ഉണ്ടായിരുന്നെങ്കിൽ ഡോറാമ്മ ഇങ്ങനെയൊക്കെ ചെയ്യാൻ ധൈര്യപ്പെടുവായിരുന്നോ?"

മറുപടിയൊന്നും പറയാതെ ഞാൻ കസേരയിൽനിന്നും എഴുന്നേറ്റ് കുരിശുമലയിലേക്കു നോക്കിക്കൊണ്ട് ഒരുനിമിഷം നിന്നു.

'ആരോട് നിന്നെ ഞാൻ സാമ്യപ്പെടുത്തും കദനപ്പെരുംകടലേ
ആരറിഞ്ഞാഴത്തിൽ അലതല്ലിനില്ക്കുന്ന നിൻ മനോവേദന....'

കുരിശിന്റെ വഴി തുടരുകയാണ്.

"ഒന്നാലോചിച്ചാൽ ഈ ഡോറാമ്മ എന്തൊരു പൊട്ടിയാണ്. മക്കളെ കഷ്ടപ്പെട്ട് വളർത്തിയൊരു നിലയിലെത്തിച്ചശേഷം അവരെ ഉപേക്ഷിച്ചു പോകുന്നു. നോക്കാൻ മനസ്സും വരുമാനവുമുള്ള പെൺമക്കളുടെ കൂടെ പ്പോയി നില്ക്കുന്നതിനപ്പുറം കേരളത്തിലെ ഒരു സ്ത്രീക്ക് എന്താണ് കിട്ടാനുള്ളത്?" തികച്ചും ശാന്തമായിട്ടായിരുന്നു സിമിമോളുടെ പ്രതി കരണം.

വരുമാനക്കാരായ പെൺമക്കൾ ഉണ്ടാവുന്നതാണ് അമ്മമാർക്ക് നല്ലതെന്നായിരുന്നു സിമിമോൾ പറഞ്ഞുവെച്ചത്. അവർക്കാകുമ്പോൾ അമ്മമാരുടെ ആവശ്യങ്ങൾ കണ്ടറിഞ്ഞു വേണ്ടത് ചെയ്യാം. ഭർത്താ വിന്റെ അടുത്തുപോയി എരക്കേണ്ട കാര്യവുമില്ല. കഴിഞ്ഞ വർഷം ഡോറാമ്മയ്ക്ക് മുട്ടുവേദന കലശലായപ്പോൾ തിരുവനന്തപുരത്ത് വാസു ദേവവിലാസത്തിൽ തിരുമ്മിക്കാൻ കൊണ്ടുപോകാൻ സിമിമോൾ ശ്രമിച്ചെ ങ്കിലും നടന്നിരുന്നില്ല.

"പപ്പയ്ക്കൊന്നും വാങ്ങിച്ചു കൊടുക്കാൻ പറ്റിയിട്ടില്ല. ആ പാവം ഇത്ര വേഗം മരിച്ചു പോകുമെന്ന് വിചാരിച്ചില്ല. കഷ്ടപ്പെട്ട് സമ്പാദിക്കു ന്നുണ്ടെങ്കിലും അപ്പനമ്മമാർക്കു വേണ്ടിയൊന്നും ചെയ്യാൻ പറ്റാത്തൊ രവസ്ഥ. ഫ്ളാറ്റിൽ വരുന്ന ജോലിക്കാരി അതിന്റെ അമ്മയ്ക്കായി ഓരോന്നും എന്നോട് ചോദിച്ചു വാങ്ങിക്കൊണ്ട് പോകുന്നത് കാണു മ്പോൾ കൊതിയാകും. ഐയാം ടോട്ടലി അൺലക്കി." സിമിമോൾ കരഞ്ഞുതുടങ്ങി.

സിമിമോൾ പറയുന്നതിലും കാര്യമുണ്ടെന്നെനിക്ക് തോന്നി. "കാർ ന്നോർമാർക്കു മരുന്നും തുണിയും മേടിച്ചുകൊടുക്കാൻ പറ്റുന്നില്ലെങ്കിൽ പിന്നെയെത്ര വരുമാനമുണ്ടെന്നു പറഞ്ഞിട്ടും വല്ല കാര്യവുമുണ്ടോ?"

"ആ 'നീഗ്രോ' കന്യാസ്ത്രീയാണ് എല്ലാത്തിനും കാരണം. അവ രാണ് പെൺമക്കൾ ബാദ്ധ്യതയാണെന്ന ധാരണ ഡോറാമ്മയിൽ

അടിച്ചേല്പിച്ചത്. ഷീ ഈസ് എ റിയൽ ഡെവിൾ." തൊള്ളായിരത്തി എൺപതുകളിൽ ആഫ്രിക്കയിൽ മിഷൻ പ്രവർത്തനം നടത്തിയിരുന്ന ഡോറാമ്മയുടെ മൂത്ത സഹോദരി ലിസാമ്മ സിസ്റ്ററിനെയാണ് സിമിമോൾ ഉന്നംവെച്ചത്.

അഞ്ച് വർഷത്തിലൊരിക്കലുള്ള അവധിക്ക് നാട്ടിലെത്തിയ സിസ്റ്റർ രണ്ടുവയസ്സുള്ള സാന്ദ്രയെ കാണാനായി വാഗമണ്ണിലെത്തിയതായിരുന്നു സന്ദർഭം.

"ദൈവമൊരു ആൺക്കൊച്ചിനേയുംകൂടി തരാതെ പ്രസവം നിർത്തിയാൽ അവസാനകാലത്ത് ദുഃഖിക്കേണ്ടിവരുമെന്ന് എന്റെ മുഖത്ത് നോക്കിക്കൊണ്ടാണ് ആ പിശാച് തട്ടിവിട്ടത്. ആ കന്യാസ്ത്രീയൊക്കെ ഒരു സ്ത്രീയാണോ?"

"അന്ന് ലിസാമ്മ സിസ്റ്റർ പറഞ്ഞതുപോലെ സംഭവിച്ചാൽ മതിയായിരുന്നു. നമുക്കൊരു ചെറിയാങ്ങള ഉണ്ടായിരുന്നെങ്കിൽ മരുമകളുമായി അഡ്ജസ്റ്റ് ചെയ്ത് ഡോറാമ്മ അടങ്ങിയൊതുങ്ങി വീട്ടിൽത്തന്നെ നിന്നേനേ." സാന്ദ്ര ചാടിക്കയറി പറഞ്ഞു.

വൈകുന്നേരം അഞ്ചു മണിയോടുകൂടി ആരോഗ്യവകുപ്പിൽനിന്നും ഹെൽത്ത് ഇൻസ്പെക്ടറും സംഘവും സേവ്യപ്പറമ്പിൽ ബംഗ്ലാവിലെത്തി. ഗേറ്റിനു മുൻപിലെ 'ഹോം അണ്ടർ ക്വാറന്റീൻ' സ്റ്റിക്കർ നീക്കിയശേഷമാണ് അവർ അകത്തേക്കു വന്നത്. നാലുപേർക്കും ആരോഗ്യപ്രശ്നങ്ങളൊന്നും ഇല്ലെന്നുറപ്പാക്കി എല്ലാവരുടേയും ക്വാറന്റീൻ അവസാനിപ്പിച്ചുകൊണ്ടുള്ള സർട്ടിഫിക്കറ്റ് നല്കി.

ലോക്ക്ഡൗണിനിടെ വാഗമണ്ണിൽനിന്നും തിരിച്ചുപോകാനുള്ള യാത്രാപെർമിറ്റ് ആർക്കൊക്കെ വേണമെന്ന് ഹെൽത്ത് ഇൻസ്പെക്ടർ ചോദിച്ചപ്പോൾ മൂന്ന് മക്കൾക്കുമൊപ്പം ഡോറാമ്മയും കൈപൊക്കി.

ഇരുപത്തിനാല്

ക്വാറന്റീൻ അവസാനിച്ചതിന്റെ പിറ്റേദിവസംതന്നെ കോട്ടയത്തുനിന്നും സേവ്യപ്പറമ്പിൽ ബംഗ്ലാവിൽ ഒരു അതിഥിയെത്തി. എന്റെയടുത്ത സുഹൃത്തും അറിയപ്പെടുന്ന സ്ത്രീപക്ഷ എഴുത്തുകാരിയുമായ എസ് മധുമതി.

എം ജി സർവ്വകലാശാലയിലെ വുമൺ സ്റ്റഡീസ് ഡിപ്പാർട്ട്മെന്റിൽ അദ്ധ്യാപികയായ മധുമതി തേയിലത്തോട്ടങ്ങളിൽ പണിയെടുക്കുന്ന സ്ത്രീകളെക്കുറിച്ചുള്ള ഗവേഷണ പ്രോജക്റ്റുമായി ബന്ധപ്പെട്ട് ഇടയ്ക്കിടെ വാഗമണ്ണിൽ എത്താറുള്ളതാണ്. അങ്ങനെ വരുമ്പോഴൊക്കെ ഡോറാമ്മയുടെ കൂടെ നില്ക്കാറുള്ളതുകൊണ്ട് സിമിമോൾക്കും സാന്ദ്രയ്ക്കും കക്ഷിയെ നന്നായറിയാം.

കഴിഞ്ഞമാസവും മധുമതി കുറച്ചുദിവസങ്ങൾ വാഗമണ്ണിലുണ്ടായിരുന്നു. ഏപ്രിൽ ആദ്യവാരം തിരിച്ചെത്തേണ്ടതിനാൽ ഫീൽഡ്നോ

ട്ട്സും സർവ്വേ സാമഗ്രികളുമടങ്ങിയ ബാഗും ഡോറാമ്മയെ ഏല്പിച്ചാണ് മടങ്ങിയത്. അതിനിടെ ലോക്ക്ഡൗൺ പ്രഖ്യാപിക്കുകയും ഞങ്ങൾ ക്വാറന്റീനിലാവുകയും ചെയ്തതോടെ ഗവേഷണം അവതാളത്തിലായി. തുടർന്നങ്ങോട്ട് ഫീൽഡ്‌വർക്ക് നടക്കുമോയെന്ന് ഉറപ്പില്ലാത്തതിനാൽ പൊലീസിൽനിന്നും പ്രത്യേക അനുമതിവാങ്ങി നിലവിലുള്ള ഗവേഷ ണസമ്പാദ്യവുമായി വാഗമണ്ണിൽനിന്നും മടങ്ങാൻ ഡ്രൈവ് ചെയ്തെത്തി യതാണ് മധുമതി.

അതിഥി എത്തിയപ്പോൾ പ്രധാന ആതിഥേയ വീട്ടിലുണ്ടായിരുന്നില്ല. ക്വാറന്റീൻ കുരുക്കിൽനിന്നും രക്ഷപ്പെട്ടയുടൻ വാഗമണ്ണിൽ ഡെന്റിസ്റ്റിനെ കാണാൻ പോയിരിക്കുകയാണ് ഡോറാമ്മ.

“എങ്ങനെയുണ്ടായിരുന്നു ക്വാറന്റീൻ അനുഭവം? കുറേക്കാലത്തിനു ശേഷമല്ലേ എല്ലാവരും ഒരുമിച്ചുണ്ടാവുന്നത്” ചെയിൻ സ്മോക്കറായ മധുമതി മാസ്ക് മാറ്റി സിഗരറ്റ് കത്തിച്ചു.

എന്തുപറയണമെന്നറിയാതെ ഡോറാമ്മയുടെ മക്കൾ പരസ്പരം നോക്കി. ഒടുവിൽ സാന്ദ്രയാണ് മറുപടി പറഞ്ഞത്.

“മധുമതി ചേച്ചിയുടെ വാഗമണ്ണിലെ റിസർച്ചൊക്കെ പതുക്കെ നിർ ത്തുന്നതായിരിക്കും നല്ലത്. ഇവിടത്തെ വിശേഷങ്ങളൊക്കെ ചേട്ടായി പറഞ്ഞുകാണുവല്ലോ, അല്ലേ?'' ഒന്നും പറഞ്ഞില്ലല്ലോ എന്നമട്ടിൽ മധുമതിയെന്നെ നോക്കി.

സാന്ദ്രതന്നെ കാര്യങ്ങൾ ചുരുക്കി വിശദീകരിച്ചു. ഫെമിനിസ്റ്റ് യാതൊരു ഭാവഭേദങ്ങളുമില്ലാതെ പുകച്ചുതള്ളിക്കൊണ്ടിരുന്നു.

“പെൺമക്കളുടെ കൂടെവന്നാലും ഡോറാമ്മയ്ക്ക് വോളണ്ടറി വർ ക്കൊക്കെ ചെയ്യാമായിരുന്നല്ലോ. ഞങ്ങളെന്താ പിടിച്ചു കെട്ടിയിടുമായി രുന്നോ?” സാന്ദ്ര വിഷമം പറഞ്ഞു.

“പെൺകുട്ടികളായതുകൊണ്ട് സ്വന്തം മക്കളുടെകൂടെ നില്ക്കാൻ പറ്റില്ലപോലും! പെൺമക്കളെ വേണ്ടാത്തൊരു സ്ത്രീജന്മം. വാട്ട് എൽസ് ടു സെ?” സിമിമോളുടെ ഊഴമായിരുന്നു പിന്നീട്.

“ഡോറാമ്മയുടെ ഇടിച്ചുതാത്തൽ ചെറുപ്പം മുതലേയുള്ളതാണ്. നല്ലൊരു ജോലി കിട്ടിയപ്പോഴെങ്കിലും പെൺമക്കൾ ബാദ്ധ്യതയാണെന്ന കാഴ്ചപ്പാട് മാറുമെന്ന് വിചാരിച്ചു.”

“ഞങ്ങളെപ്പോലെ രക്ഷപ്പെട്ട കുട്ടികൾ എത്രപേരുണ്ട് ഈ വാഗ മണ്ണിൽ? ഇവിടെയുള്ള ചെക്കന്മാരിൽ നല്ലൊരു ശതമാനത്തിനും ജോലിയും കൂലിയുമില്ല. മൂത്തുനരച്ചിട്ടും പലർക്കും പെണ്ണ് കിട്ടുന്നില്ല.”

“ഞാനും സാന്ദ്രയും നല്ല നിലയിൽ എത്തിയിട്ടും വല്ല കാര്യവുമു ണ്ടായോ? പെണ്ണുങ്ങളായിപ്പോയതുകൊണ്ട് പെറ്റമ്മയ്ക്ക് പുല്ലുവില! പെൺമക്കളുടെ കൂടെവന്നു നിന്നാൽ ഡോറാമ്മയുടെ അഭിമാനം പോകും പോലും!” വാദങ്ങൾ നിരത്തുന്നതിലെ സിമിമോൾ ബ്രില്യൻസ് വീണ്ടും. മധുമതി എങ്ങനെ പ്രതികരിക്കുമെന്ന ആകാംക്ഷയിൽ ഞാനും.

“എന്താണ് സിമിമോളുടെ പ്രശ്നം? ഡോറാമ്മ സ്നേഹിച്ചില്ല

എന്നാണോ അതോ കൂടെ വന്നുനിന്ന് സ്നേഹിച്ചില്ല എന്നാണോ?" കസേരയിൽനിന്നും എഴുന്നേറ്റ് കുരിശുമലയിലേക്കു നോക്കി മധുമതി മൂന്നാമത്തെ സിഗരറ്റ് കത്തിച്ചു.

"നിങ്ങളുടെ അമ്മയും ഒരു സ്ത്രീയാണ്. സമയവും സാഹചര്യവും ഉണ്ടെങ്കിൽ അവർക്കും ആഗ്രഹിക്കുന്നൊരു ജീവിതം ഉണ്ടാകണം." മധുമതി വിശദീകരണം തുടങ്ങി.

"പഴയ മോഹൻലാൽ സിനിമകളിലെ കവിയൂർ പൊന്നമ്മയെപ്പോലെ മാതൃസ്നേഹം വഴിഞ്ഞൊഴുകുന്ന ഒരു സ്ത്രീ ആയിരിക്കണം സ്വന്തം അമ്മയെന്ന് ആഗ്രഹിക്കുന്നതിൽ തെറ്റില്ല. പക്ഷേ, വാശിപിടിക്കാൻ പാടില്ല. റോക്കിയെപ്പോലെ ഡോറാമ്മയെ കാണരുത്." പട്ടിക്കൂട്ടിലേക്ക് നോക്കിക്കൊണ്ട് മധുമതി പറഞ്ഞു.

ഫെമിനിസത്തിന്റെ കാഴ്ചപ്പാടിൽനിന്നും നോക്കിയാൽ ഡോറാമ്മ ചെയ്യുന്നതിൽ ഒരു തെറ്റുമില്ലെന്നായിരുന്നു മധുമതിയുടെ നിലപാട്. പപ്പ മരിച്ചുപോയതുകൊണ്ട് ഡോറാമ്മ ഇനിയുള്ള കാലം സമൂഹം നിർമ്മിച്ചു കൊടുക്കുന്ന വൈധവ്യത്തിന്റെ കാരാഗൃഹത്തിൽത്തന്നെ കഴിഞ്ഞുകൂടേണ്ടതില്ല. കേരളമെന്ന പുരുഷാധിപത്യ സമൂഹത്തിന്റെ അടിച്ചമർത്തലുകൾക്ക് സ്വന്തം അമ്മയെ വിട്ടുകൊടുക്കാതെ ഇഷ്ടപ്പെട്ട രീതിയിൽ ജീവിക്കാൻ സിമിമോളും സാന്ദ്രയും അനുവദിക്കണമെന്നായിരുന്നു വാദം.

"എന്തു ഫെമിനിസമാണ് മധുമതി പറയുന്നത്? ഒരു ഫ്രീഡം ഫ്രീക്ക് ആയതുകൊണ്ടല്ലല്ലോ ഡോറാമ്മ റിട്ടയർമെന്റ് ഹോമിൽ പോകാൻ ആലോചിക്കുന്നത്. പെൺമക്കളുടെ കൂടെവന്നു നില്ക്കാൻ മനസ്സില്ലാത്തതു കൊണ്ടല്ലേ." സിമിമോൾ തിരിച്ചടി തുടങ്ങി.

"പിന്നേ, പെൺമക്കളുടെ വീട്ടിൽ ചെന്നുനില്ക്കുന്നത് കൊറച്ചിലായതുകൊണ്ട് റിട്ടയർമെന്റ് ഹോം തപ്പിപോകുന്ന തള്ളയല്ലേ ഫെമിനിസ്റ്റ്. നല്ല കഥ!" അവൾ കത്തിക്കയറുകയാണ്.

"എത്ര കഷ്ടപ്പെട്ടിട്ടാണ് ഞാനീ നിലയിലെത്തിയത്. ഡോറാമ്മ അത്രയ്ക്ക് പുരോഗമന ചിന്താഗതിക്കാരി ആണെങ്കിൽ എന്റെകൂടെ വന്നു സ്ഥിരമായി നില്ക്കണം. ശമ്പളവും പദവിയും ഉണ്ടെങ്കിൽ പെൺമക്കളുടെ കൂടെയും കാർന്നോന്മാർക്ക് നില്ക്കാമെന്ന് നമ്മുടെ നാട്ടുകാരെ കാണിച്ചുകൊടുക്കണം. അങ്ങനെവേണം പെൺമക്കളുള്ള അമ്മമാര് ഫെമിനിസ്റ്റ് ആവേണ്ടത്.

ആണുങ്ങളുമായി മത്സരിച്ച് ഇത്രയുമൊക്കെ അക്കംപ്ലിഷ് ചെയ്ത എന്നെപ്പോലും വെറും കെട്ടിച്ചുവിട്ട പെണ്ണായി കണക്കാക്കുന്ന ഡോറാമ്മയെപ്പോലുള്ള സ്ത്രീകളാണ് ഇന്നാട്ടിലെ വലിയ മെയിൽ ഷോവനിസ്റ്റ്. തനി തന്റേടമാണ് ഡോറാമ്മ കാണിക്കുന്നത്."

സിമിമോൾ അവസാനം പറഞ്ഞതിനെ കയറിപ്പിടിച്ചായിരുന്നു മധുമതിയുടെ താത്ത്വികമായ പ്രതിരോധം.

"തങ്ങളുടേതായ ഒരിടം സൃഷ്ടിക്കാൻ ശ്രമിച്ച സ്ത്രീകളെ അടിച്ചമർത്താൻ കേരളമെന്ന പുരുഷാധിപത്യസമൂഹം കണ്ടെത്തിയ പദമാണ്

'തന്റേടി.' മലയാളികൾ തന്റേടിയെന്നു വിളിച്ച പെണ്ണുങ്ങൾ പലരും പുരുഷാധിപത്യയുക്തികളെ വെല്ലുവിളിച്ച് 'തന്റെയിടം' ഉണ്ടാക്കാൻ ശ്രമിച്ചവരാണ്." കൂടുതൽ വിശദീകരണത്തിന് എന്തോ മധുമതി മുതിർന്നില്ല.

"അതെങ്ങനെയാ, ഹസ്ബൻഡുമായി തെറ്റിപ്പിരിഞ്ഞ് സ്വന്തം വീട്ടിൽതന്നെ താമസിച്ചുകൊണ്ട് അമ്മയുണ്ടാക്കിത്തരുന്ന ബ്രേക്ക്ഫാസ്റ്റും കഴിച്ച് *ഹിന്ദു* പത്രവും വായിച്ചശേഷം ജോലിക്കു പോകുന്നവരല്ലേ കേരളത്തിലെ ഫെമിനിസ്റ്റുകൾ. അവർക്ക് വല്ലവരുടേയും അമ്മ തന്നിഷ്ടപ്രകാരം റിട്ടയർമെന്റ് ഹോമിൽ പോകുന്നതൊക്കെ വലിയ വിപ്ലവമായി തോന്നും." കുട്ടികളാകും മുൻപേ ഭർത്താവുമായി പിരിഞ്ഞ് അമ്മയോടൊപ്പം താമസിക്കുന്ന മധുമതിയെ ഉദ്ദേശിച്ചുതന്നെയാണ് സിമിമോളത് പറഞ്ഞത്.

"കെട്ടിപ്പോയതുകൊണ്ടും കുട്ടികളെ ഓർത്തും കെട്ടിയോനേയും ഊട്ടി ജോലിയും ചെയ്ത് ജീവിക്കേണ്ടിവരുന്ന എന്നെപ്പോലുള്ളവരുടെ 'പെണ്ണനുഭവം' ഇവിടത്തെ ഫെമിനിസ്റ്റുകൾക്കു വിഷയമല്ലല്ലോ."

എളുപ്പന്ന് കൊമ്പുകോർക്കാവുന്നതല്ല 'സിമിമോൾ ഫെമിനിസം' എന്നു തോന്നിയിട്ടാവണം ഡോറാമ്മ വരാൻനില്ക്കാതെ മധുമതി എല്ലാവരോടും യാത്രപറഞ്ഞ് തിരിച്ചുപോകാനായി എഴുന്നേറ്റു.

ഇരുപത്തിയഞ്ച്

പപ്പയുടെ മൂത്തപെങ്ങളായ ലൂസിയാന്റിയും സെക്കൻഡ് കസിനും ഏലപ്പാറ ജി എച്ച് കോൺവെന്റിലെ അന്തേവാസിയുമായ റോസ്മി സിസ്റ്ററും ഉച്ചയോടെ വീട്ടിലെത്തി. ഡോറാമ്മ അപ്പോഴേക്കും ഡെന്റൽ ക്ലിനിക്കിൽനിന്നും തിരിച്ചെത്തിയിരുന്നു.

ലോക്ക്ഡൗണായതിനാൽ പൊലീസിന്റെ കണ്ണ് വെട്ടിച്ച് ഒരു സ്കൂട്ടിയിൽ ഊടുവഴികളിലൂടെ സാഹസപ്പെട്ടാണ് രണ്ടുപേരുമെത്തിയത്. സിമിമോളും സാന്ദ്രയും വഴി തറവാട്ടിലെ കാര്യങ്ങൾ പപ്പയുടെ ബന്ധുക്കൾ അറിയുന്നുണ്ടായിരുന്നു.

ക്ഷേമാന്വേഷണങ്ങൾക്കുശേഷം സിസ്റ്റർ നേരിട്ട് ഉപദേശത്തിലേക്കു കടന്നു. വിശദമായിത്തന്നെ.

"മക്കളെ വിശ്വാസത്തിൽ എടുത്തുകൊണ്ട് റിട്ടയർമെന്റ് ഹോമിലേക്ക് പോകാൻ പറ്റുമെന്ന് ഇസഡോറയ്ക്ക് തോന്നുന്നുണ്ടോ? ഇത് കുറേക്കാലമായി ഒറ്റയ്ക്ക് താമസിക്കുന്ന നിന്റെ മനസ്സിന്റെയൊരു ചാഞ്ചാട്ടമായിട്ടാണ് എനിക്ക് തോന്നുന്നത്.

ആണൊരുത്തൻ മദാമ്മയെ കെട്ടി നാടുവിട്ടെങ്കിലും വല്യേട്ടൻ കൊടുത്തേച്ചുപോയ രണ്ട് പെൺമക്കളില്ലേ നിനക്ക്. ദൈവം സഹായിച്ച് രണ്ടുപേർക്കും നല്ല ജോലിയും ജീവിക്കാനുള്ള സാഹചര്യവുമുണ്ട്." തൊട്ടപ്പുറത്തിരിക്കുന്ന എനിക്കെന്ത് തോന്നുമെന്നത് സിസ്റ്റർക്ക് വിഷയമല്ലായിരുന്നു.

"വല്യമ്മമാർ കൊച്ചുമക്കളെ നോക്കാൻ ചെന്നുനില്ക്കുന്നത് നമ്മുടെ നാട്ടിലെ ഒരു രീതിയാണ്. നിനക്ക് അതിനുള്ള സാഹചര്യവു മുണ്ട്." ഡോറാമ്മയുടെ മുഖത്തേക്ക് പോലും നോക്കാതെ സിസ്റ്റർ സംസാരം തുടർന്നു.

"ഓരോ പ്രായത്തിലും അവരവർക്കുള്ള ഉത്തരവാദിത്വം എന്താ ണെന്ന് അറിഞ്ഞുവേണം സ്ത്രീകൾ പെരുമാറാൻ. എങ്കിലേ വീട്ടിലും നാട്ടിലുമൊക്കെ ഒരു വിലയുണ്ടാകൂ, വേണ്ടപ്പെട്ടവർ വകവയ്ക്കൂ."

സ്വയമൊരു സ്വതന്ത്രവ്യക്തിയായി കണ്ട് വാർദ്ധക്യകാലം ചെല വഴിക്കാൻ ആലോചിക്കുന്നത് ശരിയല്ലെന്ന് സിസ്റ്റർ തുടർന്നുപറഞ്ഞു. കുടുംബവും കുട്ടികളും ഒന്നുമില്ലാത്ത കന്യാസ്ത്രീകൾക്കുപോലും അങ്ങനെയൊന്നും പറ്റാറില്ല. സ്വന്തം ചോരയെ കണക്കിലെടുക്കാതെ നിലവിലുള്ള ഇൻസ്റ്റിറ്റ്യൂഷണൽ ഫ്രെയിംവർക്കിന് വെളിയിൽ പോകു ന്നതൊരു നല്ല കാര്യമേയല്ല. മക്കളേയും കൊച്ചുമക്കളേയും വഴിയാ ധാരമാക്കി സ്വന്തംകാര്യം നോക്കിപ്പോകാൻ ചിന്തിക്കുന്നതുതന്നെ അബദ്ധമാണ്.

സിസ്റ്റർ പറയുമ്പോഴെല്ലാം 'അതാണ് ശരി' എന്നമട്ടിൽ ലൂസിയാന്റി തലകുലുക്കുന്നുണ്ട്.

"സ്വന്തം ഈഗോയെ തൃപ്തിപ്പെടുത്താൻ മാത്രമാകരുത് ഒരമ്മയും ഈ പ്രായത്തിൽ തീരുമാനങ്ങൾ എടുക്കേണ്ടത്. പെൺമക്കളുടെ കൂടെ പ്പോയി നില്ക്കാൻ താല്പര്യമില്ലെങ്കിൽ ഇവിടെത്തന്നെ നില്ക്കുക." റോസ്മി സിസ്റ്റർ സംസാരം നിർത്തി.

"ഞാനിവിടെ ചാവുന്നതുവരെ ഒറ്റയ്ക്ക് നില്ക്കുന്നത് പ്രായോ ഗികമാണോ? തനിച്ചു താമസിക്കുന്ന എത്രയെത്ര സ്ത്രീകളെയാണ് അന്യസംസ്ഥാന തൊഴിലാളികൾ കൊന്നിട്ടേച്ചു പോകുന്നത്. വാഗ മണ്ണിലെ തോട്ടങ്ങളിൽ ഇപ്പം കൂടുതലും ബംഗാളികളാണ്." ഡോറാമ്മ പിടികൊടുക്കാതെ വഴുതിമാറി.

"നാത്തൂനേ, ഇനിയെന്ത് പുതിയ ജീവിതം? ആയുസ്സിന്റെ മുക്കാലും കഴിഞ്ഞുപോയി. ബാക്കിയുള്ള കുറച്ചുകാലം പിള്ളേരുടെ കൂടെയങ്ങ് ജീവിക്കുക. കോവിഡൊക്കെയുള്ള ഈ കാലത്ത് നമ്മളൊക്കെ ഇനി യെത്രനാൾ ഉണ്ടാവുമെന്ന് ദൈവത്തിനറിയാം." തുടർന്നങ്ങോട്ട് ലൂസി യാന്റിയാണ് സംസാരിച്ചത്.

"മരിച്ചുപോയന്നു കരുതി ഞങ്ങളുടെ ആങ്ങളയോട് എന്തും ചെയ്യാമെന്ന് വിചാരിക്കരുത്. വല്യാങ്ങള കൊടുത്തേച്ചുപോയ പെൺമക്ക ളുടെ കാര്യങ്ങളൊക്കെ തീരാതെ നിക്കുമ്പം നാത്തൂന് അങ്ങനെയങ്ങ് പോകാൻ പറ്റുമോ?"

ഡോറാമ്മ തിരിച്ചൊന്നും പറഞ്ഞില്ല. നിർവ്വികാരയായി എല്ലാം കേട്ടി രുന്നു.

"സ്നേഹിക്കാനുള്ളൊരു മനസ്സുണ്ടെങ്കിലേ അതൊക്കെ നടക്കൂ. നാത്തൂന് പണ്ടുമുതലേ അങ്ങനെയൊരു സാധനമില്ലല്ലോ."

കൂടുതൽ സംസാരിച്ചിട്ട് കാര്യമില്ലെന്നു തോന്നിയിട്ടാകണം ലൂസിയാന്റിയും റോസ്മി സിസ്റ്ററും തിരിച്ചുപോകാനായി മുറ്റത്തേക്കിറങ്ങി.

"വല്യാങ്ങളയാണ് നിങ്ങളെയൊക്കെ വളർത്തി നല്ല നിലയിലെത്തിച്ചത്. നിങ്ങടെ അമ്മ മച്ചിൽക്കിടന്ന സായിപ്പിന്റെ പുസ്തകോം വായിച്ച് ചെടീം വളർത്തി സ്വപ്നോം കണ്ട് നടക്കുവായിരുന്നു. പഴമക്കാർ പറയുംപോലെ നൊന്ത കണ്ണിലേ മോളേ അന്തം പായുകയൊള്ളു." സ്കൂട്ടി സ്റ്റാർട്ടാക്കിക്കൊണ്ട് എന്നോടും സാന്ദ്രയോടുമായി ലൂസിയാന്റി പറഞ്ഞു.

ഡോറാമ്മയെ തീരുമാനത്തിൽനിന്നും പിന്തിരിപ്പിക്കാനുറച്ചായിരുന്നു വൈകുന്നേരമുള്ള കൂട്ടുകാരി ലാലിയുടെ വരവ്. വാഗമണ്ണിലേക്ക് കെട്ടിവന്ന കാലംമുതലേയുള്ള ഡോറാമ്മയുടെ ബെസ്റ്റ് ഫ്രണ്ടാണ് ലാലി. ഒരു അകന്ന ബന്ധുകൂടിയായ ലൂസിയാന്റി പറഞ്ഞാണ് ലാലിച്ചേച്ചി കാര്യങ്ങളറിഞ്ഞത്.

"ശരി... മക്കളുടെ കാര്യം വിട്.... ആ ജെമി മോള് അമ്മച്ചീന്ന് വിളിക്കുന്നതിലെ സ്നേഹം നോക്ക്. അയിറ്റുങ്ങളുടെ കളിയുംചിരിയും മാത്രം കണ്ടാൽ മതിയല്ലോ ഇനിയുള്ള കാലം ജീവിക്കാൻ." ഉപദേശത്തിന്റെ വഴിയിലായിരുന്നു ഫ്രണ്ടിന്റെയും സഞ്ചാരം.

"പെൺമക്കളുടെ കല്യാണം കഴിഞ്ഞെങ്കിലും കാര്യങ്ങളൊന്നും ആയിട്ടില്ലല്ലോ? കാർന്നോന്മാർക്ക് ആവുന്നകാലത്ത് മക്കൾക്ക് വേണ്ട കാര്യങ്ങൾ ചെയ്തുകൊടുക്കണം. അതാണ് അവരുടെ കടമ."

ഭർത്താവിന്റെ മരണശേഷം ഒരു 'ഫുൾടൈം അമ്മ' ആയിമാറിയ വടക്കേലെ ഷേർളിയുടെ ജീവിതമാണ് ലാലിച്ചേച്ചി ഉദാഹരിച്ചത്.

ആദ്യത്തവളുടെ രണ്ടാമത്തെ പ്രസവം, മൂത്തകുട്ടിയുടെ ഓപ്പറേഷൻ, രണ്ടാമത്തവളുടെ ആദ്യപ്രസവം, ഐ ഇ എൽ ടിസ് പഠിത്തം, മൂത്തവളുടെ വീടുപണി. ഇടയ്ക്കു മാത്രം ഷേർളി വാഗമണ്ണിൽ വരും. ബാക്കിസമയം മുഴുവൻ ഈരാറ്റുപേട്ടയിലും കോട്ടയത്തുമുള്ള രണ്ടു പെൺമക്കളുടെയും വീടുകളിലുമായി ഷട്ടിൽ അടിക്കും.

"ഞാനെപ്പോഴും ഷേർളിയോടു പറയാറുണ്ട്. നിന്നെക്കൊണ്ട് മക്കൾക്ക് ഇത്രയും പ്രയോജനം ഉണ്ടാവുന്നതുകണ്ട് അങ്ങേര് സ്വർഗ്ഗത്തിലിരുന്ന് സന്തോഷിക്കുന്നുണ്ടാകും." അയൽക്കാരിയുടെ പ്രാഥമിക വാദം പൂർത്തിയായി.

"എടീ ലാലി നിനക്ക് ആൺമക്കളായതുകൊണ്ട് അറിയാത്തതാണ്. സിമിമോളുടെ പ്രസവത്തിനു പോയിനിന്നപ്പോൾ എനിക്കെല്ലാം മനസ്സിലായതാണ്." ഡോറാമ്മ പറഞ്ഞുതുടങ്ങി.

"നമ്മൾ അവിടുത്തെ ആരാ? വെറും പണിക്കാരി. ചെറുക്കന്റെ വീട്ടുകാർക്കും കൂട്ടുകാർക്കും വച്ചുവിളമ്പി കൊടുക്കാനുള്ള പണിക്കാരി. കൊച്ചിന്റെയും തള്ളയുടെയും ആരോഗ്യം നോക്കുകയും വേണം. പെൺമക്കളുടെ കൂടെപ്പോയി സ്ഥിരമായി നിന്നാലുള്ള നിലയും വിലയും കൂടിപ്പോകും."

“വയസ്സാൻകാലത്ത് ഒറ്റയ്ക്കാകുമ്പോഴും പെൺമക്കൾക്കൊപ്പം നില്ക്കാൻ കൂട്ടാക്കാത്ത അമ്മമാർ ഈ നാട്ടിൽ വേറെയുമുണ്ട്. പക്ഷേ, അവരാരും ഓൾഡേജ് ഹോമിലേക്ക് ഇറങ്ങിപ്പുറപ്പെടാറില്ല.” ലാലിച്ചേച്ചിയും വിട്ടുകൊടുത്തില്ല.

“പെൺമക്കളുടെ കൂടെപ്പോയി സ്ഥിരമായി നില്ക്കാൻ പറ്റത്തില്ലെങ്കിൽ ഒരു ജോലിക്കാരിയേയുംകൂട്ടി നീ വാഗമണ്ണിൽത്തന്നെ നില്ക്ക്. തൊടുപുഴയിലും തിരുവനന്തപുരത്തും ഇടയ്ക്ക് വന്നുംപോയുമായി.

നിനക്കിനി രണ്ടു പെൺമക്കളേയും വേണ്ടെന്നാണോ? സിമിമോളും സാന്ദ്രയും ഇനിയുമങ്ങോട്ട് ‘അമ്മ’ എന്നു വിളിക്കണമെങ്കിൽ നീയൊരു ഹോമിലും പോവരുത്.” ലാലിച്ചേച്ചി പറഞ്ഞു മുഴുമിപ്പിക്കുന്നതിനു മുൻപേ മുഖത്തടിച്ചതുപോലെ മറുപടിവന്നു.

“എവിടെ താമസിക്കണം എന്നതൊക്കെ ഒരാളുടെ പ്രൈവറ്റ് കാര്യമല്ലേ. എന്തിനാണ് അതിലൊക്കെ അയൽപക്കത്തുള്ളവർ അഭിപ്രായം പറയുന്നത്?”

ഡോറാമ്മ മുറിയിൽക്കയറി വാതിലടച്ചു.

ആട്ടിയിറക്കപ്പെട്ട കലിപ്പിൽ വീട്ടിലേക്കു മടങ്ങിയ ലാലി അടുപ്പക്കാരുമായി സേവ്യപ്പറമ്പിലെ പുതിയ വിശേഷങ്ങൾ പങ്കുവച്ചു. ബി ബി സി തോറ്റുപോകുന്ന വാർത്താ വിതരണശൃംഖല വാഗമണ്ണിൽ കൈമുതലായിട്ടുള്ളവരായിരുന്നു അവരിൽ പലരും.

ഇരുപത്തിയാറ്

ഉയർപ്പ് ഞായറാഴ്ച.

കോടമഞ്ഞ് മാറി വെയിൽ പരക്കുംമുൻപേ ഡോറാമ്മയുടെ പുനരുത്ഥാനത്തെക്കുറിച്ചുള്ള വാർത്ത വാഗമണ്ണിൽ കാട്ടുതീപോലെ പടർന്നിരുന്നു.

“എന്റെ മാതാവേ, ഇങ്ങനെയൊരു തള്ള ഈ ലോകത്തിൽ എവിടെയെങ്കിലും കാണുമോ? ഭ്രാന്ത് പിടിച്ച് ഓരോന്നും കാട്ടിക്കൂട്ടും. ആ പാവം മക്കൾ വേണം കിടന്ന് അനുഭവിക്കാൻ.”

നാല് പതിറ്റാണ്ടായി ഡോറാമ്മയെ പരിചയമുണ്ടായിരുന്ന ഗ്രേസിക്ക് കേട്ടകാര്യങ്ങൾ സഹിക്കാവുന്നതിലും അപ്പുറത്തായിരുന്നു. കന്യാമാതാവിന് മുൻപിൽ തലയിൽ കൈവച്ചുകൊണ്ടവർ രോഷംകൊണ്ടു.

“എല്ലാത്തിനുമൊരു നാട്ടുനടപ്പൊക്കെ ഇല്ലേ? ഒന്നിനേയും മാനിക്കാതെ ഒരു കാർന്നോത്തി ഇങ്ങനെ തുടങ്ങിയാൽ എന്തുചെയ്യും?” ഗ്രേസിയുടെ ചോദ്യങ്ങൾക്ക് കന്യാമാതാവിനും ഉത്തരമില്ലായിരുന്നു.

ഡോറാമ്മയുടെ റിട്ടയർമെന്റ് ഹോമിലേക്ക് പോകാനുള്ള തീരുമാനം നാട്ടിലെങ്ങും പാട്ടായെങ്കിലും കാര്യങ്ങളുടെ ‘ഗുട്ടൻസ്’ ആർക്കും പിടികിട്ടിയില്ല. കോളേജിലെ കൂട്ടുകാരെ വീണ്ടും കണ്ടതും പീറ്ററിൽ ചേർന്നതുമെല്ലാം ഏവർക്കും അജ്ഞാതമായിരുന്നു. അതുകൊണ്ടുതന്നെ

ഡോറാമ്മയുടെ നാടകീയമായ നീക്കം വാഗമണ്ണിലെങ്ങും പ്രചരിക്കപ്പെട്ടത് വിചിത്രഭാവനകളുടെ കൂട്ടുപിടിച്ചായിരുന്നു.

"അവര് ഒരുപാട് വായിക്കുന്നൊരു സ്ത്രീയല്ലേ. വായിച്ച നോവലിലെ ഏതെങ്കിലുമൊരു കഥാപാത്രം ഇങ്ങനെ ചെയ്തുകാണും. നമ്മൾ കരുതിയതുപോലെ ഡോറാമ്മ വെറുമൊരു 'മോഡേൺ' സ്ത്രീയല്ല. അതുക്കും മേലെയാണ്." പോസ്റ്റ്മോഡേൺ എന്നൊന്നും കേട്ടിട്ടുള്ളവർ ഭാഗ്യത്തിന് അക്കൂട്ടത്തിൽ ആരുമുണ്ടായിരുന്നില്ല.

"നമ്മൾ ഡോറാമ്മ എന്നൊക്കെ വിളിക്കുമെങ്കിലും അവർ ശരിക്കും ഇസഡോറയാണ്. ആധുനിക നൃത്തത്തിന് തുടക്കംകുറിച്ച, സ്ത്രീസമത്വവാദിയുമായിരുന്ന ഇസഡോറ ഡങ്കനെക്കുറിച്ച് കേട്ടിട്ടില്ലേ." പഞ്ചായത്ത് മെമ്പർ ശശിയേട്ടൻ തന്റെ ചരിത്രഅവബോധം വെളിവാക്കി.

ഡോറാമ്മയുടെ പടപ്പുറപ്പാട് വാഗമണ്ണിലെ താലിയറ്റ വൃദ്ധകളിൽ ഒരു 'ഇളക്കം' ഉണ്ടാക്കിയോ എന്നുപോലും സംശയിക്കപ്പെട്ടു.

"ഡോറാമ്മയെപ്പോലെ റിട്ടയർമെന്റ് ഹോമിലേക്ക് പോകണമെന്ന് തോന്നുന്നുണ്ടോ?" ജീവിതസായാഹ്നത്തിലുള്ള പലരോടും മക്കളും കൊച്ചുമക്കളും പകുതി തമാശയായും പകുതി കാര്യമായും ചോദിച്ചു.

തൊണ്ണൂറ് കഴിഞ്ഞ് നാട്ടുഭാഷയിൽ കുഴിയിലേക്ക് കാലും നീട്ടിയിരിക്കുന്ന അമ്മിണിയമ്മയെ വരെ മക്കൾ വെറുതെ വിട്ടില്ല. നന്നേ കേൾവിക്കുറവുള്ള വാഗമണ്ണിന്റെ മുത്തശ്ശി വളരെ പണിപ്പെട്ടാണ് കാര്യങ്ങൾ മരുമകളോട് ചോദിച്ചറിഞ്ഞത്.

"എന്താ തള്ളേ, ഉള്ളതെല്ലാം വിറ്റുപെറുക്കി റിട്ടയർമെന്റ് ഹോമിലേക്ക് പോകുന്നതിന് എൺപത്തിയഞ്ചും തൊണ്ണൂറുമൊന്നും ഒരു പ്രശ്നമല്ലെന്നാണ് പള്ളീലച്ചൻ പറഞ്ഞത്. എന്താ ഒരു കൈ നോക്കണോ?"

നാടിനെ നടുക്കിയ ഡോറാമ്മയുടെ നാടുവിടൽ വാർത്ത അറിയാനുള്ള അമ്മിണിയമ്മയുടെ തിടുക്കവും അറിഞ്ഞപ്പോൾ കണ്ണുകളിലുണ്ടായ തിളക്കവുമാണ് ഇളയമകനെ ചൊടിപ്പിച്ചത്.

അതിനിടെ ജിജ്ഞാസുക്കളായ ഒരുകൂട്ടം നാട്ടുകാർ ലോക്ക്ഡൗൺ ലംഘിച്ച് ഡോറാമ്മയുമായി അടുത്തബന്ധം പുലർത്തുന്നവരെ തേടിയിറങ്ങി. ഇക്കൂട്ടരുടെ ചോദ്യശരങ്ങളേറ്റവരിൽ അധികവും അയൽപക്കത്തുള്ള സ്ത്രീകളായിരുന്നു. പ്രത്യേകിച്ച് തൊട്ടയൽപക്കമായ ലിസിയും മകളും.

ആദ്യമെത്തിയവരെ ലിസി 'ഞങ്ങൾക്കൊന്നുമറിയില്ല' എന്നു പറഞ്ഞ് ഒഴിവാക്കി വാതിലടച്ചെങ്കിലും ക്രമേണ വീടിനുമുൻപിൽ ചെറിയൊരു ആൾക്കൂട്ടം രൂപപ്പെട്ടു. ഒടുവിൽ ഗത്യന്തരമില്ലാതെ പുറത്തുവന്ന് ബാംഗ്ലൂരിൽ സോഫ്റ്റ്വെയർ എഞ്ചിനീയറായ മകളെ ചേർത്തുനിർത്തി ലിസി നാട്ടുകാരോടായി ഇങ്ങനെ പറഞ്ഞു:

"നെഞ്ചിൽ കൈവച്ചു ഞാൻ പറയാം, എന്റെ മകളെപ്പോലെ ഒരു കുറ്റവും പറയാനില്ലാത്ത രണ്ടു പെൺകുട്ടികളായിരുന്നു സിമിമോളും സാന്ദ്രയും. നല്ല രീതിയിൽ പഠിച്ചു, ചെറിയ പ്രായത്തിൽത്തന്നെ നല്ല

ജോലിയും നേടി. എന്നിട്ടും എന്തിനാണീ കാർന്നോത്തി തലകുത്തിമറയാൻ പോകുന്നതെന്ന് സത്യമായിട്ടും എനിക്കറിയില്ല."

ഭാവിജീവിതം ഒരു വൃദ്ധസദനത്തിൽ പോയിക്കിടന്നു തീർക്കേണ്ട കാര്യമൊന്നും ഡോറാമ്മയ്ക്ക് ഇല്ലെന്നു സ്ഥാപിക്കാനായിരുന്നു ലിസിയുടെ പിന്നീടുള്ള ശ്രമം.

"നല്ല തങ്കപ്പെട്ട മരുമക്കളാണ് ജോയലും ഷൈനും. സേവ്യപ്പറമ്പിൽ നിന്നും കല്യാണം കഴിച്ച ആ പാവം ചെക്കന്മാരുടെ കാര്യമാണ് കഷ്ടം. സ്വത്ത് അടിച്ചെടുക്കാൻവേണ്ടി രണ്ട് മരുമക്കളും ചേർന്ന് അമ്മായിയമ്മയെ ഏതോ ഒരു കേന്ദ്രത്തിൽ കൊണ്ടുപോയി തട്ടിയെന്നേ നാട്ടുകാര് പറയൂ." ലിസി പറഞ്ഞുനിർത്തി.

"എന്റെ ലിസിച്ചേച്ചീ ഡോറാമ്മയിപ്പോഴും ചെറുപ്പമല്ലേ. കൊച്ചിയിലൊക്കെ പോയി ജീവിതം അടിച്ചു പൊളിക്കാമല്ലോ?" പറഞ്ഞുതീർന്നതും ടീ ഫാക്ടറിയിൽ ജോലിചെയ്യുന്ന മോളിയുടെ മുഖത്ത് ഊളച്ചിരി പടർന്നു.

"ഇക്കണെക്കിന് എനിക്ക് എന്തൊക്കെ ആവാമായിരുന്നു. അമ്മുക്കുട്ടിയുടെ അച്ഛൻ ഏതുകാലത്തേ വേറൊരുത്തിയുടെ കൂടെപ്പോയതാണ്. അന്നൊക്കെയെന്റെ ആയ പ്രായമല്ലേ. എത്ര ആണുങ്ങളെ വേണമെങ്കിലും വീട്ടിൽ വിളിച്ചു കയറ്റാമായിരുന്നു." തയ്യൽക്കട നടത്തുന്ന ഓമന വിവരമറിഞ്ഞ് ഒറഞ്ഞുതുള്ളി.

"പലരും 'നീ ചെറുപ്പമാണ്, നല്ല സൗന്ദര്യവുമുണ്ടല്ലോ'എന്നൊക്കെ പറഞ്ഞെങ്കിലും രണ്ടാമതൊരു വിവാഹത്തെക്കുറിച്ചു ഞാൻ ചിന്തിച്ചിട്ടു പോലുമില്ല. ആരൊക്കെ എന്തൊക്കെ പറഞ്ഞാലും മക്കളുടെ കാര്യം കഴിഞ്ഞിട്ടല്ലേ അമ്മമാർക്ക് എല്ലാമൊള്ളൂ."

"എന്തായാലും ആ പെമ്പ്രന്നോത്തി പാഠം പഠിക്കും. സ്വന്തം സുഖം നോക്കി പോയവരെല്ലാം വെള്ളം കുടിക്കത്തേയൊള്ളൂ." ആകാശത്തേക്കു നോക്കിക്കൊണ്ട് ഓമന ഡോറാമ്മയെ ശപിച്ചു.

"ഇത്രയും സ്വാർത്ഥയായ ഒരു തള്ളയെ എങ്ങനെയെന്റെ മോന്റെ കല്യാണത്തിന് വിളിക്കും? വിളിക്കാതിരിക്കാനും പറ്റില്ലല്ലോ, നമ്മുടെ ജോസേട്ടന്റെ കൂടെ കുറേക്കാലം ജീവിച്ചതല്ലേ." എല്ലാം കേട്ടുനിന്നൊരു കുടുംബശ്രീ അംഗം ധർമ്മസങ്കടത്തിലായി.

പെൺമക്കൾക്കൊപ്പം ശിഷ്ടകാലം കഴിച്ചുകൂട്ടാൻ ഡോറാമ്മയ്ക്ക് താല്പര്യമില്ലെന്ന് കൂട്ടുകാരി ലാലിയുടെ വെളിപ്പെടുത്തലിനെ പരമപുച്ഛത്തോടെയാണ് വാഗമണ്ണുകാർ കണ്ടത്.

"ഈ ഇരുപത്തിയൊന്നാം നൂറ്റാണ്ടിൽ ആൺപിള്ളേര്-പെൺപിള്ളേര്, മകൻ-മരുമകൻ എന്നൊന്നുമില്ല. എല്ലാവരും മക്കൾ. അതുകൊണ്ടുതന്നെ മരുമക്കളുടെ കീഴിൽ നില്ക്കാൻപറ്റില്ല, പെൺമക്കളുടെ കൂടെപ്പോയെങ്ങനെ നില്ക്കും എന്നൊന്നും പറയുന്നതിൽ ഒരു കാര്യവുമില്ല." കൂട്ടത്തിലുണ്ടായിരുന്ന സൈമൺ സാർ പലരോടായി വിശദീകരിച്ചു.

"സാറ് പറഞ്ഞതാണ് ശരി. മോന്റെ ഫ്ളാറ്റിൽ താമസിക്കുന്ന ശാരദ

യാന്റി യു കെയിലും അമേരിക്കയിലുമുള്ള മക്കളുടെ കാര്യം പറയുന്നത് കേട്ടാൽ സ്വന്തം മക്കളേത് മരുമക്കളേത് എന്നൊന്നും മനസ്സിലാവത്തു പോലുമില്ല." ഇടയ്ക്കിടെ കൊച്ചിയിലുള്ള മകനോടൊപ്പം പോയി നില്ക്കാറുള്ള സെലീനയാന്റി ആധികാരികമായി പറഞ്ഞു.

അതിനിടെ റിട്ടയർമെന്റ് ഹോമിലേക്കു പോകാനുള്ള ഡോറാമ്മയുടെ തീരുമാനത്തിനു പിന്നിൽ പള്ളീലച്ചന്റെ ഒത്താശയുണ്ടെന്ന വാർത്ത നാട്ടുകാർക്കിടയിൽ പടർന്നു. പള്ളിയിലേക്കുള്ള വഴിയിൽ വട്ടംകൂടി നിന്നവർ വികാരിയച്ചനെതിരെ കുശുകുശുത്തു. ദൈവഹിതത്തെ കൂട്ടുപിടിച്ച് കുഴിയിലേക്കു കാലുനീട്ടി തുടങ്ങിയ ഒരു കിളവിയുടെ 'പേക്കൂത്തിന്' പള്ളീലച്ചൻ ഓശാന പാടിയതിലുള്ള അമർഷം എല്ലാവരിലും പ്രകടമായിരുന്നു.

"എന്നാലുമൊരു പുരോഹിതൻ ഇങ്ങനെയൊക്കെ ചെയ്യുവാണെന്ന് വെച്ചാൽ. ദൈവമൊരാൾ മുകളിലുണ്ടെന്ന വിചാരമെങ്കിലും വേണ്ടേ." പലരും അടക്കം പറഞ്ഞു.

"ദൈവഭയമൊക്കെ വിശ്വാസികൾക്കല്ലേ ഒള്ളൂ. അച്ചന്മാർക്ക് അതുണ്ടാവില്ലല്ലോ. അവർക്ക് മനസ്സിലാകുന്ന ഒരേയൊരു ഭാഷയേ ഒള്ളു... പണം....." കൂട്ടത്തിലുണ്ടായിരുന്ന ബേബികുട്ടി മാഷിന്റെ മറുപടി ഉടൻ വന്നു.

നാട്ടിലെ അറിയപ്പെടുന്ന നാസ്തികനും പള്ളിവിരുദ്ധനുമാണ് കക്ഷി. കത്തോലിക്ക സഭയുമായി ഇടഞ്ഞുനില്ക്കുന്ന വൈദികരേയും കന്യാസ്ത്രീകളേയും വീട്ടിൽ വിളിച്ചു സൽക്കരിക്കലാണ് പ്രധാന വിനോദം. മാഷിന്റെ അഭിപ്രായത്തിൽ രണ്ടുതരം പുരോഹിതരാണ് എല്ലാ മതങ്ങളിലും ഉള്ളത്: 'ദൈവം ഇല്ലായെന്ന് ഉറപ്പുള്ളവരും, ദൈവം ഉണ്ടോയെന്ന് ഉറപ്പില്ലാത്തവരും.'

ഇരുപത്തിയേഴ്

പള്ളിമേടയിലെത്തി ഇടവകവികാരിയെ കാത്തിരിക്കുകയാണ് ഞാനും സിമിമോളും. ഒരു അവസാനവട്ടശ്രമം എന്നനിലയിൽ വികാരിയച്ചനെക്കൊണ്ട് ഡോറാമ്മയോട് സംസാരിപ്പിക്കുകയാണ് ആഗമനോദ്ദേശ്യം. കടിച്ചുവെന്ന് കരുതുന്ന പാമ്പിനെ കൊണ്ടുതന്നെ വിഷമിറക്കാം എന്നൊരു ചിന്ത.

കപ്യാർക്കൊപ്പം പള്ളിക്കുള്ളിലുള്ള റോഷിയച്ചൻ ഉടനെയെത്തുമെന്നാണ് അറിയിച്ചിട്ടുള്ളത്. സിമിമോൾ ഗ്രോട്ടോയുടെ പുറകിലേക്കു മാറിനിന്ന് ജോയലുമായി സംസാരിക്കുകയാണ്. പതിവില്ലാത്തവിധം നന്നായി കോടയിറങ്ങിയിട്ടുണ്ട്.

ആരെക്കൊണ്ടെങ്കിലും പറയിപ്പിച്ച് ഡോറാമ്മയെ പിന്തിരിപ്പിക്കാമെന്ന പ്രതീക്ഷയൊന്നും ഇസഡോറയെ അറിയാവുന്ന എനിക്കില്ല. സേവ്യപ്പറമ്പിൽ ബംഗ്ലാവിന്റെയും ജോയിന്റ് ഓണർഷിപ്പിലുള്ള തോട്ട

ത്തിന്റെയും കാര്യത്തിലൊരു നീക്കുപോക്കുണ്ടാക്കി എത്രയുംപെട്ടെന്ന് നോർവേയിലേക്ക് തിരിച്ചുപോകാനാണ് എന്റെ പ്ലാൻ.

പുതിയൊരു പ്രമാണം തയ്യാറാക്കാൻ വാഗമണ്ണിലെ ആധാരമെഴുത്തുകാരനെ ഞാൻ പറഞ്ഞേല്പിച്ചിട്ടുണ്ട്. പാലായിലുള്ള ഒരു ട്രാവൽ ഏജൻസി വഴി വന്ദേഭാരത് മിഷന്റെ ഭാഗമായുള്ളൊരു ഫ്ളൈറ്റിൽ യൂറോപ്പിലേക്കൊരു ടിക്കറ്റിനായും ശ്രമിക്കുന്നുണ്ട്.

"സരിനേ, എന്നെ തെറ്റിദ്ധരിക്കരുത് കേട്ടോ. ഞാൻ പറഞ്ഞിട്ടൊന്നുമല്ല ഡോറാമ്മ റിട്ടയർമെന്റ് ഹോമിലേക്ക് പോകുന്നത്. നാട്ടുകാർക്കിടയിൽ അങ്ങനെയൊരു സംസാരമുണ്ടെന്ന് കപ്യാര് പറഞ്ഞു." കോടമഞ്ഞായതിനാൽ തൊട്ടടുത്ത് എത്തിയപ്പോഴാണ് റോഷിയച്ചനെ കണ്ടത്.

"പപ്പ മരിച്ച ഞങ്ങൾക്കിനി അമ്മ മാത്രമല്ലേയൊള്ളു. എത്രകാലം വേണമേലും അമ്മയെ പൊന്നുപോലെ നോക്കാൻ ഞാനും സാന്ദ്രയും തയ്യാറുമാണ്. ഞങ്ങളെവിട്ടു പോകരുതെന്ന് ഡോറാമ്മയോടൊന്ന് പറയണം." ഫോൺ വിളിനിർത്തി ഓടിവന്ന സിമിമോൾ വികാരിയച്ചന്റെ കൈയിൽ പിടിച്ചു.

"കാർന്നോന്മാരെ സംരക്ഷിക്കാൻ മനസ്സ് കാണിക്കുന്നതൊക്കെ വല്യകാര്യം തന്നെയാണ്. അപ്പനമ്മമാരുടെ ഉത്തരവാദിത്വം ഏറ്റെടുത്ത് നിറവേറ്റിയവർക്കെല്ലാം ദൈവാനുഗ്രഹം മാത്രമേ ഉണ്ടായിട്ടൊള്ളു. നമ്മുടെ തെക്കേമറ്റത്തെ കുഞ്ഞുമോന്റെ കാര്യംമാത്രം നോക്കിയാൽ മതി." മാസ്ക് മാറ്റിക്കൊണ്ടായിരുന്നു റോഷിയച്ചന്റെ മറുപടി.

പള്ളിയുടെ പിറകിൽ താമസിച്ചിരുന്ന കുഞ്ഞുമോൻ ചേട്ടൻ കിടപ്പിലായിരുന്ന അപ്പനമ്മമാർക്ക് പുറമെ അമ്മായിയമ്മയേയും അവസാനം വരെ നന്നായിനോക്കി. നാട്ടുകാരുടെ ഭാഷയിൽ പറഞ്ഞാൽ 'ആവുന്ന കാലം മൊത്തം തീട്ടവും മൂത്രവും കോരിത്തീർന്നു.' ആദ്യം കുട്ടികളുടെ, പിന്നീട് കാർന്നോന്മാരുടെ, ഒടുക്കം കൊച്ചുമക്കളുടെ. ഇടവകാംഗങ്ങൾ വർഷത്തിലൊരിക്കൽ നടത്താറുള്ള വേളാങ്കണ്ണി തീർത്ഥാടനത്തിൽ അപൂർവ്വമായേ കുഞ്ഞുമോനും ഭാര്യയും പങ്കെടുത്തിട്ടൊള്ളൂ. വീടിനു പുറത്തേക്കുതന്നെ അവരധികം ഇറങ്ങാറില്ലായിരുന്നു.

അവരുടെ ജീവിതത്തിൽ പിന്നീട് നല്ലതുമാത്രമാണ് സംഭവിച്ചിട്ടുള്ളത്. കുഞ്ഞുമോൻ ചേട്ടന്റെ മൂന്ന് കുട്ടികളും പഠിച്ച് ഉയർന്നജോലികൾ സമ്പാദിച്ചു. നല്ലരീതിയിൽ മൂന്നുപേരുടേയും കല്യാണങ്ങൾ നടന്നു. ചുറുചുറുക്കുള്ള പേരക്കുട്ടികളുണ്ടായി. മാതാപിതാക്കളെ സംരക്ഷിക്കുന്നവരുടെ മേൽ ദൈവത്തിന്റെ പ്രത്യേക കരുതൽ ഉണ്ടാകുമെന്നാണ് റോഷിയച്ചൻ പറഞ്ഞുവച്ചത്.

"മോളുടെ നല്ല മനസ്സൊക്കെ കൊള്ളാം. ഡോറാമ്മയേയും സംരക്ഷിച്ച് കേരളത്തിൽത്തന്നെ ഒതുങ്ങിക്കൂടാൻ നിങ്ങൾക്കാവുമോ? നീയും കെട്ടിയവനും ലോകം മുഴുവൻ കറങ്ങിനടക്കുകയല്ലേ?" ജോയലിനൊപ്പമുള്ള സിമിമോളുടെ സിംഗപ്പൂർ ഫോട്ടോകൾ ഫേസ്ബുക്കിൽകണ്ട് ലൈക്ക് അടിച്ചവരിൽ അച്ചനുമുണ്ടായിരുന്നു.

"കൊറച്ച് വർഷങ്ങൾ ഡോറാമ്മയ്ക്കായി മാറ്റിവയ്ക്കുന്നത് ഞങ്ങൾക്കൊരു പ്രശ്നമേയല്ല. പാരീസും ലണ്ടനുമൊക്കെ കണ്ടിട്ടുള്ള ഞങ്ങളാണോ അച്ചാ ഇനി ഡോറാമ്മയെ തനിച്ചാക്കി ലോകസഞ്ചാരത്തിനിറങ്ങുന്നത്?" ഒരല്പം നീരസത്തോടെയായിരുന്നു സിമിമോളുടെ മറുചോദ്യം.

"ഞാനിനി ടെക്നോപാർക്കിൽനിന്നും മൂവ് ചെയ്യാൻ ആലോചിക്കുന്നില്ല. ജോയലും ഇനിയുള്ള കാലം ട്രിവാൻഡ്രം ഇൻഫോസിസിൽ തന്നെയായിരിക്കും. ഞങ്ങളൊരു ത്രീബെഡ്റൂം ഫ്ളാറ്റും വാങ്ങിയിട്ടുണ്ട്." സിമിമോൾ വാദത്തെ ബലപ്പെടുത്തുകയാണ്.

"വാഗമണ്ണിലും രണ്ടു പെൺകുട്ടികളുടേയും വീടുകളിലുമായി ഡോറാമ്മയ്ക്ക് മാറിമാറി നില്ക്കാം. ഈ കാട്ടുമുക്കിൽ ഒറ്റയ്ക്ക് കിടക്കുന്ന ഒരു സ്ത്രീയെ സംബന്ധിച്ച് ഇതിൽ കൂടുതൽ എന്തുവേണം?"

"ഞാനും അതൊക്കെ പറഞ്ഞു നോക്കിയതാണ്. ഡോറാമ്മ പക്ഷേ, റിട്ടയർമെന്റ് ഹോമിലേക്ക് പോകാനുള്ള തീരുമാനത്തിൽ ഉറച്ചു നില്ക്കുവാണ്." അത്രയും പറഞ്ഞശേഷം റോഷിയച്ചൻ എന്റെ നേരെ തിരിഞ്ഞു.

"മൃഗങ്ങൾക്കു വേണ്ടി ഡോറാമ്മ ചെയ്യാൻ ആഗ്രഹിക്കുന്നതും ഒരു ശുശ്രൂഷ തന്നെയാണ്. നിങ്ങളുടെ അമ്മയ്ക്ക് ഒന്നിനുംവയ്യാത്ത പ്രായമൊന്നും ആയിട്ടില്ലല്ലോ.

പിന്നേ കുർബ്ബാനയ്ക്കു വരുമ്പം മുട്ടുകുത്താനോ ഇരുന്നിടത്തുനിന്ന് എഴുന്നേല്ക്കാനോ ബുദ്ധിമുട്ടാണെന്നു പറയുന്നയാളാണ് വോളണ്ടറി വർക്കിനായി ഇറങ്ങിയേക്കുന്നത്." കൂടുതലൊന്നും പറയാൻ നില്ക്കാതെ സിമിമോൾ പള്ളിമേടയിൽനിന്നും പുറത്തേക്കിറങ്ങി. റോഷിയച്ചനോട് യാത്രപറഞ്ഞ് ഞാനും.

പള്ളിമുറ്റത്ത് നിന്നും ഇറങ്ങുംമുമ്പേ ട്രാവൽ ഏജന്റിന്റെ ഫോൺ വന്നു. മറ്റെന്നാൾ രാത്രിയുള്ള ഫ്ളൈറ്റിൽ കൊച്ചിയിൽനിന്നും ഫ്രാങ്ക്ഫർട്ടിലേക്കൊരു ടിക്കറ്റ് ശരിയായിട്ടുണ്ട്. ആറു മണിക്കൂർ ഗ്യാപ്പിൽ ബർഗനിലേക്ക് കണക്ഷൻ ഫ്ളൈറ്റുമുണ്ട്.

ഒന്നാലോചിച്ച ശേഷം ഞാൻ ഓക്കേ പറഞ്ഞു. ഗൂഗിൾ പേ വഴി ടിക്കറ്റിനുള്ള പൈസയും ട്രാൻസ്ഫർ ചെയ്തു.

"ഡോറാമ്മയുടെ മനസ്സ് മാറുമെന്ന് സിമിമോൾ കരുതരുത്. നമ്മുടെ അമ്മയാകുന്നതിന് മുൻപുള്ള ഇസഡോറയെ നിനക്കറിയില്ല. കുടുംബസ്വത്ത് കൈമോശം വരാതെ നോക്കണം." വീട്ടിലേക്കു നടക്കുന്നതിനിടെ ഞാൻ പറഞ്ഞു.

"ഞാൻ മറ്റെന്നാൾ നോർവേയിലേക്ക് തിരിച്ചുപോവുകയാണ്. പുതിയൊരു പ്രമാണം തയ്യാറാക്കാൻ ആധാരമെഴുത്തുകാരനെ പറഞ്ഞേല്പിച്ചിട്ടുണ്ട്. ആ റിസോർട്ടുകാരൻ മാത്യൂസിനോടും വരാൻ പറഞ്ഞിട്ടുണ്ട്."

"എനിക്കും നാളെ തിരുവനന്തപുരത്തേക്ക് തിരിക്കണം. എന്തേ

വരാത്തതെന്ന് ചോദിച്ച് ജോയലും ജെമിയും വിളിയോട് വിളിയാണ്. റോക്കിയുടെ കാര്യത്തിൽ എന്തെങ്കിലും ചെയ്യണം." സിമിമോളും പ്രതീക്ഷ കൈവിട്ടിരുന്നു.

വീട്ടിൽ തിരിച്ചെത്തിയ ഉടൻ ഞാൻ സ്വത്തിന്റെ കാര്യങ്ങൾ സംസാരിക്കാനായി അടുക്കളയിലേക്കു ചെന്നു.

"ഡോറാമ്മയെ സ്വാധീനിച്ച് സ്വത്തെല്ലാം എഴുതി വാങ്ങിച്ചശേഷം ആ റിട്ടയർമെന്റ് ഹോം പൂട്ടിപ്പോയാലെന്ത് ചെയ്യും? എല്ലാം നഷ്ടപ്പെടുത്തി തിരിച്ചു വന്നാലും ഡോറാമ്മയെ നോക്കേണ്ട നിയമപരവും ധാർമ്മികവുമായ ബാദ്ധ്യത ഞങ്ങൾക്കുണ്ടാവില്ലേ?"

ഡോറാമ്മയ്ക്ക് കൂടി അവകാശപ്പെട്ട വാഗമണ്ണിലെ തോട്ടത്തിന്റെ കാര്യത്തിൽ മക്കൾ കടുത്ത നിലപാടിലേക്കു പോകുമെന്ന സൂചന നല്കുകയായിരുന്നു എന്റെ ലക്ഷ്യം.

"അല്ലെങ്കിൽത്തന്നെ റിട്ടയർമെന്റ് ഹോമിൽ പോകുന്നതിന് എന്തു സുരക്ഷിതത്വമാണുള്ളത്? വല്ല ക്യാൻസറും വന്നാൽ റിട്ടയർമെന്റ് ഹോമുകാർ നന്നായി നോക്കുമെന്നാണോ? ഞാനെന്തായാലും ആധാരമെഴുത്തുകാരനോട് വൈകുന്നേരം വരാൻ പറഞ്ഞിട്ടുണ്ട്."

"സേവ്യപ്പറമ്പിൽ കുടുംബത്തിൽനിന്നുള്ള ഒരു സ്വത്തുമെനിക്ക് വേണ്ടാ. എന്റെയപ്പൻ വാങ്ങിച്ചുതന്ന കാപ്പിത്തോട്ടമാണ് ഞാൻ വിറ്റത്." ആലോചിച്ച് ഉറപ്പിച്ചിരുന്നതു പോലെയായിരുന്നു ഡോറാമ്മയുടെ മറുപടി.

ആധാരം എഴുത്തുകാരൻ പ്രമാണവുമായി പറഞ്ഞസമയത്തു തന്നെയെത്തി. വീട്ടിലുള്ളവരെയെല്ലാം പേരെടുത്ത് വിളിച്ചശേഷം അയാൾ മാസ്ക് മാറ്റി ഉച്ചത്തിൽ ഒഴിമുറി ആധാരത്തിന്റെ വായന ആരംഭിച്ചു.

"വാഗമൺ ദേശത്തെ പള്ളിക്ക് കിഴക്ക് വശത്തുള്ള തോടിനു സമാന്തരമായി കിടക്കുന്ന പത്തേക്കർ സ്ഥലം കൈവശം വച്ചുവന്നിരുന്ന എന്റെ ഭർത്താവും, നിങ്ങളുടെ പിതാവുമായിരുന്ന സേവ്യപ്പറമ്പിൽ ജോസ് മരണപ്പെട്ടു പോവുകയാൽ ആ അവകാശം അദ്ദേഹത്തിന്റെ ഭാര്യ-മക്കളായ നമ്മൾക്ക് പിന്തുടർച്ചാവകാശം വഴിക്ക് ലയിച്ചു സിദ്ധിച്ചതും നമ്മൾ കൂട്ടായി കൈവശം വെച്ചു നികുതിയടച്ചു വരുന്നതും നമ്മൾക്ക് മാത്രം കൂട്ടവകാശപ്പെട്ടതുമാകുന്നു."

ഞാൻ ഡോറാമ്മയേയും പെങ്ങമ്മാരേയും സൂക്ഷിച്ചു നോക്കി. മൂന്നുപേരും പരസ്പരം നോക്കാതെ അനങ്ങാതെയിരുന്ന് കേൾക്കുകയാണ്. യന്ത്രമനുഷ്യർ കണക്കെ ഇടയ്ക്കിടെ മാത്രം തല കുലുക്കുന്നു.

"എന്നാൽ, മേല്പറഞ്ഞ വസ്തുവിൽ നമ്മൾക്കുള്ള പട്ടയം, കൈവശം മുതലായ സമസ്താവകാശങ്ങളിൽ എനിക്കുള്ള നാലിലൊന്ന് ഇടകലർന്ന സമസ്താവകാശങ്ങളും എന്റെ മക്കളും കൂട്ടവകാശികളുമായ സരിൻ, സിമിമോൾ, സാന്ദ്ര എന്നിവർക്കായി ഒഴിമുറിയായി വിട്ടൊഴിഞ്ഞു തരുവാൻ ഞാൻ തീർച്ചപ്പെടുത്തിയിരിക്കുന്നു."

ഇത്രയും വായിച്ചുകേട്ടതും ഡോറാമ്മ പോകാനായി എഴുന്നേറ്റ

ങ്കിലും "തീർന്നിട്ടില്ല, കുറച്ചു കൂടിയുണ്ട്" എന്നു പറഞ്ഞ് ആധാരമെഴുത്തുകാരൻ കയർത്തു. നിന്നുകൊണ്ടാണ് ഡോറാമ്മ ബാക്കിയുള്ള ഭാഗം കേട്ടത്.

"മേല്പറഞ്ഞ വസ്തു കൈവശം വച്ചും ഇതൊന്നിച്ചു ബോധിപ്പിക്കുന്ന ഹർജിപ്രകാരം ജമതിരിപ്പിച്ചു വാങ്ങിയും, സർക്കാർ നികുതിയടച്ചും യഥേഷ്ടം ക്രയവിക്രയാധികാരമായി അടക്കി അനുഭവിച്ചു വരുന്നതിനും മറ്റും മേലിൽ നിങ്ങൾക്കല്ലാതെ മറ്റാർക്കും യാതൊരാവകാശ ബാദ്ധ്യതയും തേർച്ചയും ചോദ്യവും കൈവശവും പ്രവേശനവും ഇല്ല."

പ്രമാണത്തിൽ ഒപ്പിടുമ്പോൾ ഡോറാമ്മ സാരിത്തുമ്പ് കൊണ്ട് കണ്ണുകൾ തുടയ്ക്കുന്നുണ്ടായിരുന്നു. സിമിമോളും സാന്ദ്രയും ചുരിദാറിന്റെ ഷാൾകൊണ്ടും.

യൂറോപ്യൻ പാരഡൈസ്

ഇരുപത്തിയെട്ട്

ആധാരമെഴുത്തുകാരൻ തിരികെ പോയശേഷം സേവ്യപ്പറമ്പിൽ ബംഗ്ലാവിൽ കണ്ടത് പുതിയൊരു ഡോറാമ്മയെയാണ്. അടുക്കളവാതിൽ വഴി പുറത്തേക്കിറങ്ങിയ ഡോറാമ്മ വീടിനകത്തേക്കു കയറാൻ കൂട്ടാക്കാതെ ചന്ദനമരത്തിന്റെ ചുവട്ടിൽ കുറേനേരം നിന്നു. ബഡ്ഡ് മാവിന്റെയടുത്ത് കുറച്ചുസമയം.

സപ്പോട്ട, റംബുട്ടാൻ, അവക്കാഡോ, മധുരച്ചാമ്പ, ഇന്ദിര ഗാന്ധി കൊല്ലപ്പെട്ട ദിവസം നട്ട നെല്ലി, അനാഥത്വത്തിന്റെ നിഴലിൽ പിന്നെയും കുറേ വൃക്ഷ-സസ്യ ജന്മങ്ങൾ.

എല്ലാം ഡോറാമ്മ തന്നെ നട്ടുനനച്ചതാണ്. കാപ്പിയും കുരുമുളകുമൊഴികെ മറ്റൊന്നിലും പപ്പയ്ക്ക് താല്പര്യമില്ലായിരുന്നു.

ഏറെ ശ്രമപ്പെട്ട് വളർത്തിയെടുത്ത പാഷൻ ഫ്രൂട്ട് കൂടാരത്തിൽ നിന്നും പുറത്തേക്കു വരുമ്പോൾ ഡോറാമ്മ കരയുകയായിരുന്നു. എല്ലാം കണ്ടുനില്ക്കുന്ന എന്നോടൊന്നും മിണ്ടാതെ വേരിൽനിന്നും കിളിർത്ത കറിവേപ്പ് തൈകളെ തഴുകി നിന്നു.

“എന്താ വീടിനുള്ളിലേക്കു വരുന്നില്ലേ?” ഞാൻ ചോദിച്ചു.

“എനിക്കിനി ഈ മണ്ണിൽ പ്രവേശനം ഇല്ലല്ലോ. ഞാൻ അകത്തു കയറുന്നത് അവളുമാർക്ക് ഇഷ്ടപ്പെട്ടില്ലെങ്കിലോ.” ഉത്തരം ഉടനെത്തി.

“അതിന് ഡോറാമ്മയ്ക്ക് ഈ വീട്ടിലുള്ള അവകാശം ഏതെങ്കിലും നിയമത്തിന്റെ അടിസ്ഥാനത്തിലാണോ?” ഞാൻ കൈപിടിച്ച് ഗൃഹനാഥയെ ബലമായി വീടിനകത്തേക്കു കൊണ്ടുപോയി.

ഡോറാമ്മ അടുക്കളയിലെ കസേരയിൽ ഇരുന്നു. അനങ്ങാതെ, ഒരു പ്രതിഷ്ഠ കണക്കെ.

സിമിമോളും സാന്ദ്രയും തിരികെപ്പോകാനുള്ള തയ്യാറെടുപ്പിലാണ്. സാന്ദ്രയെ തൊടുപുഴയിലെ വീട്ടിലാക്കിയശേഷം തിരുവനന്തപുരത്തേക്കു ഡ്രൈവ് ചെയ്യാനാണ് സിമിമോളുടെ പ്ലാൻ.

വീട്ടിൽനിന്നും ഇറങ്ങുംമുൻപ് സിമിമോൾ അടുക്കളയിലെ പ്രതിഷ്ഠയുടെ മുൻപിലെത്തി.

"റോക്കിയെ കൊണ്ടുപോകാനായി ഭാസ്കരേട്ടൻ ഇപ്പംവരും. പപ്പയുടെ 'ഉശിരൻ' അങ്ങനെ കൊച്ചിയിലെ കില്ലപ്പട്ടികൾക്കൊപ്പം കിടന്നു മരിക്കണ്ടാ. ഇനിയുള്ള കാലം അവനെങ്കിലും സ്വന്തം ചോരക്കൊപ്പം ജീവിക്കട്ടെ."

ഡോറാമ്മയതിന് മറുപടിയൊന്നും പറഞ്ഞില്ല. പകരം എപ്പോഴും കൈയിൽ കൊണ്ടുനടക്കുന്ന കൊച്ചുപഴ്സിൽ നിന്നുമൊരു താക്കോലെടുത്ത് സിമിമോൾക്ക് നേരെ നീട്ടി.

"ഇനിയുള്ളൊരു കീ ഞാൻ സരിന് കൊടുത്തോളാം. എനിക്കിനി ഈ മണ്ണിൽ യാതൊരു അവകാശവും വേണ്ടാ." തിരിച്ചെന്തോ പറയാൻ തുടങ്ങിയ സിമിമോളെ 'ചേച്ചിയിങ്ങുവാ' എന്നു പറഞ്ഞുകൊണ്ട് സാന്ദ്ര വലിച്ചു പുറത്തേക്കിറങ്ങി.

ഭാസ്കരേട്ടനൊപ്പം റോക്കി ആറാമനെ കൂട്ടാൻ റോമി എത്തിയിട്ടുണ്ട്. ചെറുപ്പത്തിലേ വേർപിരിഞ്ഞ സ്വന്തം ചോരക്കൊപ്പമാണ് ഇനിയുള്ള ജീവിതമെന്നറിയാതെ റോക്കിയുടെ മണം പിടിച്ചു നില്ക്കുകയാണവൾ.

കടുത്ത നായപ്രേമിയായ ഭാസ്കരേട്ടൻ നേരത്തേതന്നെ റോക്കിയെ നോട്ടമിട്ടിരുന്നതാണ്. തോട്ടവും ബംഗ്ലാവുമെല്ലാം വിറ്റുപെറുക്കി ഡോറാമ്മ മക്കളുടെകൂടെ പോകുമെന്നും നായയെ തനിക്കു കിട്ടുമെന്നും പപ്പയുടെ മരണശേഷം മൂപ്പര് പലരോടും പറഞ്ഞിട്ടുണ്ട്. റോമിയുമായി ഇണചേർത്ത് 'ഉശിരൻ' നായ്ക്കുട്ടികളെ ജനിപ്പിക്കുകയാണ് ലക്ഷ്യം.

ഭാസ്കരേട്ടനും പപ്പയും ഒരുമിച്ചാണ് കൊടൈക്കനാലിൽനിന്നും ഒറ്റപ്രസവത്തിലുള്ള നായ്ക്കളെ കൊണ്ടുവന്നതെങ്കിലും റോക്കിയെ റോമിയുമായി ഇണചേർക്കാൻ പപ്പയ്ക്ക് താല്പര്യമില്ലായിരുന്നു.

"റോമിയുടെ കാര്യങ്ങൾ നോക്കാൻ പോലുമെനിക്ക് സമയമില്ല. ഇങ്ങനെയൊരു സമയത്ത് അയൽപക്കത്തിരുന്ന് നിങ്ങളെ സഹായിച്ചില്ലെങ്കിൽ പിന്നെയെങ്ങനെയാ. ആരുടേതായാലും വളർത്തുനായയെ കാട്ടിൽ കൊണ്ടുപോയി കളയാൻ പറ്റില്ലല്ലോ."

ഒരു ബാദ്ധ്യത ഏറ്റെടുക്കുന്നവണ്ണം വാഗമണ്ണിലെ എണ്ണംപറഞ്ഞ ശൗര്യക്കാരനെ സ്വന്തമാക്കിയാൽ പണമായോ പ്രത്യുപകാരമായോ തിരിച്ചൊന്നും ചോദിക്കില്ലെന്ന കണക്കുകൂട്ടലിലാണ് അയൽക്കാരൻ. ഭാസ്കരേട്ടന്റെ വീട്ടിൽ റോക്കിയൊരു തമ്പുരാനായി വാഴുമെന്ന് ഉറപ്പു

ള്ളതുകൊണ്ടാണ് ഡോറാമ്മയും സിമിമോളുടെ നീക്കത്തെ എതിർക്കാത്തത്.

പുതിയ ഉടമസ്ഥനാണ് റോക്കിയെ കൂട്ടിൽനിന്ന് ഇറക്കിയത്. നാളിതുവരെ നിഷിദ്ധമായിരുന്ന പെൺസൗഹൃദത്തിന്റെ ത്രില്ലിൽ കുറച്ചുനേരം നിന്നെങ്കിലും തന്റെ സ്ഥാവരജംഗമവസ്തുക്കളുടെ കൈമാറ്റം ആരംഭിച്ചതോടെ അവൻ അസ്വസ്ഥനായി. തുടലിനൊപ്പം സ്ഥിരമായി കൊടുക്കുന്ന വിരമരുന്നും രോമം ചീകിയൊതുക്കാനുള്ള ചീപ്പുകളും സിമിമോളിൽനിന്നും ഭാസ്കരേട്ടൻ സ്വീകരിച്ചപ്പോൾത്തന്നെ മുരൾച്ച തുടങ്ങി.

"ഇവനിതിൽ കൊടുത്താലേ കഴിക്കൂ" എന്നു പറഞ്ഞുകൊണ്ട് സ്ഥിരമായി ഭക്ഷണം കൊടുക്കാറുള്ള ചീനച്ചട്ടി കൈമാറിയതോടെ കാര്യങ്ങൾ കൈവിട്ടു. വെറുമൊരു കാമുകൻ എന്നതിനപ്പുറം റോക്കി അന്തസ്സുള്ളൊരു നായായി.

പ്രണയാതുരയായി നില്ക്കുന്ന കൂട്ടുകാരിയേയും മാടിവിളിക്കുന്ന പുതിയ ഉടമയേയും വിട്ട് സിറ്റ്ഔട്ടിൽ കയറിനിന്നവൻ ആഞ്ഞുകുരച്ചു. ഫലിക്കാതെ വന്നപ്പോൾ ചാരിക്കിടന്ന വാതിൽ തള്ളിത്തുറന്നവൻ സേവ്യപ്പറമ്പിൽ ബംഗ്ലാവിനുള്ളിൽ കയറി. ആദ്യവും അവസാനവുമായി.

ഞാൻ പിന്നാലെ ചെന്നപ്പോൾ കണ്ടത് ഡോറാമ്മയുടെ കാൽച്ചുവട്ടിൽ അനങ്ങാതെ കിടക്കുന്ന റോക്കിയെയാണ്. ഉടമസ്ഥ പക്ഷേ, അനങ്ങാതിരിപ്പാണ്.

ഞാൻ റോക്കിയെ ബെൽറ്റിൽ പിടിച്ചുവലിച്ച് ബലമായി വീടിനു പുറത്തിറക്കി. ടൈൽസിൽ കാലുറയ്ക്കാത്തതിനാൽ അവൻ കാര്യമായി എതിർത്തില്ല. എന്നാൽ, ഔദ്യോഗികമായി ഭാസ്കരേട്ടനെ ഏല്പിച്ചതോടെ നിലവിളിയിലെത്തി കാര്യങ്ങൾ.

"റോക്കിയിൽനിന്നും പുറത്തുവരുന്ന 'ബ്വേ...ബ്വേ' വിളികൾ ശരിക്കും 'അമ്മേ...അമ്മേ' വിളികൾ തന്നെയല്ലേ?"

എന്നെ കെട്ടിപ്പിടിച്ച് കുറെനേരം കരഞ്ഞശേഷമാണ് പെങ്ങമ്മാർ കാറിൽ കയറിയത്. പപ്പ മരിച്ചപ്പോൾപ്പോലും അവരിത്രയും കരഞ്ഞിട്ടില്ല. ഫേസ്മാസ്ക്കുകൾ ഒരു മഴയെത്തന്നവണ്ണം കുതിർന്നിരുന്നു.

കാർ സ്റ്റാർട്ട് ചെയ്യുന്ന ശബ്ദം കേൾക്കുമ്പോൾ ഡോറാമ്മ പുറത്തേക്കു വരുമെന്ന് ഞാൻ കരുതിയെങ്കിലും അതുണ്ടായില്ല.

"ഞാനും നാളെ സരിന്റെകൂടെ വരുവാണ്. എന്നെ രവിപുരത്ത് വിട്ടേച്ച് നിനക്ക് നെടുമ്പാശ്ശേരിയിലേക്കു പോകാമല്ലോ." പെങ്ങമ്മാരെ യാത്രയാക്കിയശേഷം വീട്ടിലേക്കു കയറിയപ്പോൾ ഡോറാമ്മ അടുത്തു വന്നു പറഞ്ഞു.

"ആ... ശരി." ഞാൻ കൂടുതലൊന്നും പറഞ്ഞില്ല.

ഞങ്ങൾക്കിടയിൽ പിന്നീട് സംസാരമൊന്നും ഉണ്ടായില്ല. രാത്രി വൈകിയും പായ്ക്കിങ്ങിന്റെ തിരക്കിലായിരുന്നു രണ്ടുപേരും. കോട

മഞ്ഞിന്റെ പുതപ്പിനുള്ളിൽ വാഗമൺ ഉറങ്ങുമ്പോൾ ഒരു അമ്മയുടെയും മകന്റെയും 'ഒടുക്കത്തെ' കെട്ടിപ്പെറുക്കൽ.

ബ്രിട്ടീഷ് ഫർണീച്ചറുകളും ഉപകരണങ്ങളും ഒഴികെയുള്ള വീട്ടു സാധനങ്ങളെല്ലാം അടുക്കളയ്ക്ക് പുറകിലുള്ള മുറിയിൽവച്ച് പൂട്ടണം. നാളെമുതൽ സേവ്യപ്പറമ്പിൽ ബംഗ്ലാവൊരു കൊളോണിയൽ റിസോർട്ടായി മുഖം മാറാനൊരുങ്ങുകയാണ്.

വെളുപ്പിനാണ് പായ്ക്കിങ്ങും സാധനങ്ങൾ മാറ്റുന്നതും ഏകദേശമൊന്ന് ഒതുങ്ങിയത്. ഒന്ന് നടുവ് നിവർത്തിയപ്പോൾ സമയം നാലര കഴിഞ്ഞിരുന്നു. സരിൻ കാരണവരുടെ തറവാട്ടിലെ അവസാനയുറക്കം.

വിറങ്ങലിച്ചൊരു മ്യാവൂ-മ്യാവൂ ശബ്ദം കേട്ടാണ് ഒൻപതുമണിയോടെ ഞാനും ഡോറാമ്മയും ഉണർന്നത്.

പോർട്ടിക്കോയിലെ വിക്ടോറിയൻ കിളിവാതിലിലൂടെ അകത്തേക്കു കയറിയ മിച്ചു സാധനങ്ങൾ ഒഴിഞ്ഞ ബംഗ്ലാവിലൂടെ തലങ്ങുംവിലങ്ങും പായുകയാണ്. എന്തോ അപകടം മണത്ത അവൻ യജമാനത്തിയുടെ മടിയിലേക്ക് ഓടിക്കയറിയതേയില്ല.

ഞങ്ങളുടെ ക്വാറന്റീൻ നാളുകളിൽ വീടിനുള്ളിലും തോട്ടത്തിലുമായി ഒതുങ്ങിക്കൂടിയ മിച്ചു വീണ്ടും ഊരുതെണ്ടി തുടങ്ങിയിട്ട് ദിവസങ്ങളേ ആയിട്ടൊള്ളൂ.

ഡോറാമ്മ അടുക്കളയിൽപോയി രാത്രിയിൽ തിളപ്പിച്ച് വെച്ചിരുന്ന പാൽ എടുത്തുകൊണ്ടുവന്നു.

"പാവം പൂച്ച! ഇവന്റെ കാര്യം ഇനിയെന്താവും?" ഡോറാമ്മയുടെ തലോടലേറ്റ് മിച്ചു പാൽപാത്രം നക്കി തുടയ്ക്കുന്നതിനിടെ ഞാൻ ചോദിച്ചു.

"ഇവനൊക്കെ എത്രയോ ഭാഗ്യവാൻ! റിസോർട്ടുകാർ തല്ലിയോടിച്ചാലും വാഗമണ്ണിൽ മിച്ചു ഒരിക്കലും അധികപ്പറ്റാവില്ല." എന്റെ നേരെ നോക്കിക്കൊണ്ട് ഡോറാമ്മ പറഞ്ഞു.

പാല് കൂടുതലുണ്ടായിരുന്നതിനാൽ മിച്ചുവിന്റെ വയറൊരു വീപ്പകണക്കെ വീർത്തു. തലയിളക്കി വാലാട്ടിക്കൊണ്ടവൻ ഡോറാമ്മയുടെ കാൽക്കീഴിൽനിന്നും അനാഥത്വത്തിന്റെ പോർട്ടിക്കോയിലേക്കു ചാടി.

പതിനൊന്ന് മണിയോടെ കാഞ്ഞിരപ്പള്ളിക്കാരൻ മാത്യൂസ് കാറോടിച്ചെത്തി. രാഷ്ട്രീയ സ്വാധീനമുപയോഗിച്ച് പൊലീസിൽനിന്നും സ്പെഷ്യൽ അനുമതി വാങ്ങിയാണ് ലോക്ക്ഡൗണിനിടെയുള്ള യാത്ര.

ബാംഗ്ലൂരിൽനിന്നും എം ബി എ കഴിഞ്ഞയുടൻ ടൂറിസം ഫീൽഡിലേക്ക് എടുത്തുചാടിയ ആളാണ് മാത്യൂസ്. ഒന്നിരിക്കുകപോലും ചെയ്യാതെ ബംഗ്ലാവിന് അകത്തും പുറത്തും ചെയ്യാനുദ്ദേശിക്കുന്ന കാര്യങ്ങൾ ആയാൾ ആവേശത്തോടെ വിശദീകരിച്ചു:

പപ്പയുടെ മുറിയിൽ ബില്യാർഡ്സ് ടേബിൾ സെറ്റ് ചെയ്യും. ബെഡ്റൂമുകളിലെ പൊളിഞ്ഞുകിടക്കുന്ന ഫയർപ്ലേസ് ശരിയാക്കിയെ

ടുക്കും. ഡോറാമ്മയുടെ അടുക്കളത്തോട്ടം വെട്ടിക്കളഞ്ഞ് പഴയ ടെന്നീസ് കോർട്ട് പുനരുജ്ജീവിപ്പിക്കും. ടെമ്പറേച്ചർ അറിയാനുള്ള വെറ്റ്/ ഡ്രൈ ബൾബുകൾ നന്നാക്കും. സ്വാതന്ത്ര്യാനന്തരം സേവ്യപ്പറമ്പിൽ തറവാട്ടിലെ ഉണക്കക്കപ്പ കുത്തൻ പിടിക്കാതെ സൂക്ഷിച്ചിരുന്ന ലണ്ടൻ നിർമ്മിത ബെർക്ക്ഫീൽഡ് ഗീസർ റെഡിയാക്കിയെടുക്കും.....

ഞാൻ വല്യ താല്പര്യമൊന്നും കാണിക്കാതെ വന്നപ്പോഴാണ് പുള്ളിക്കാരൻ നിർത്തിയത്.

'കോഫി ബീൻസ് പ്ലക്കിങ് പാക്കേജ്' ഉൾപ്പെടുന്ന ഫാം ടൂറിസവും ഉദ്ദേശിക്കുന്നതിനാൽ തോട്ടം നാശമാകാതെ നോക്കിക്കൊള്ളാമെന്ന വാക്കും മാത്യൂസ് തന്നു. കുരുമുളക് ചെടികളും കമുകുമൊക്കെ പക്കയായി സംരക്ഷിച്ചാലേ ഒരു എസ്റ്റേറ്റ് ഫീൽ ടൂറിസ്റ്റുകൾക്ക് ഉണ്ടാവുകയൊള്ളത്രേ.

"നമ്മുടെ റിസോർട്ടിന് 'യൂറോപ്യൻ പാരഡൈസ്' എന്ന പേരിടാനാണ് ഞാനുദ്ദേശിക്കുന്നത്. എന്താണ് സാറിന്റെ അഭിപ്രായം?" ചായ കുടിച്ചുകൊണ്ട് മാത്യൂസ് ചോദിച്ചു.

"പേരൊക്കെ കൊള്ളാം. പിന്നെ പലരും കരുതുംപോലെ യൂറോപ്പ് ഒരു സ്വർഗ്ഗമൊന്നുമല്ല. നമ്മുടെ നാട്ടിലെ ജീവിതം തന്നെയാണ് നല്ലത്."

"സ്വർഗ്ഗത്തിൽ സെറ്റിൽ ചെയ്തവർക്ക് അങ്ങനെയൊക്കെ തോന്നുമായിരിക്കും. ഇവിടെ നരകത്തിൽ താമസിക്കുന്ന ഞങ്ങളുടെ കാര്യം അങ്ങനെയല്ലല്ലോ?" എന്റെ മറുപടി റിസോർട്ട് മുതലാളിക്കൊട്ടും ബോധിച്ചില്ല.

"നിങ്ങളുടെ ചാർജ്ജൊക്കെ എത്രയായിരിക്കും. വാഗമണ്ണിൽ കുറച്ചുദിവസം വന്നു നില്ക്കണമെന്ന് തോന്നിയാൽ എനിക്കൊരു മുറി ബുക്ക് ചെയ്യാനാണ്." ഞാൻ വിഷയം മാറ്റി.

"അതിന് സാർ റും അഡ്വാൻസായി ബുക്ക് ചെയ്താൽ മതി. ഓഫ് സീസണിൽ വന്നാൽ ഞാൻ നല്ലൊരു ഡിസ്കൗണ്ടും തരാം." മാത്യുസിലെ ബിസിനസുകാരൻ ഉണർന്നു. കണ്ണുകൾ വിടർന്നു.

"സർ, ഇത് പത്ത് വർഷത്തെ ലീസ് അഗ്രീമെന്റാണ്. മാസവാടക നമ്മൾ സംസാരിച്ചതുപോലെ അറുപതിനായിരം. ഏത് അക്കൗണ്ടിലേക്കാണ് ഞാൻ പൈസ ഇടേണ്ടത്? ബാങ്കിന്റെ ഐ എഫ് എസ് ഇ കോഡും വേണം." മാത്യൂസ് ഒപ്പിടാനായി പ്രമാണം എന്റെ നേരെ നീട്ടി.

ഞാൻ ഫോണിൽനിന്നും വാഗമണ്ണിലെ എൻ ആർ ഇ ബാങ്ക് അക്കൗണ്ടിന്റെ ഡീറ്റെയിൽസ് തപ്പിയെടുത്തു. അത് മാത്യൂസിനു ഫോർവേഡ് ചെയ്യാനായി വാട്ട്സ്ആപ്പ് തുറന്നെങ്കിലും പെട്ടെന്നുള്ളൊരു ചിന്തയിൽ വേണ്ടെന്നു വച്ചു.

"ഡോറാമ്മയുടെ കൊച്ചിയിലെ ബാങ്ക് അക്കൗണ്ടിന്റെ പാസ്ബുക്ക് എടുത്തുകൊണ്ടുവാ." ഞാനുച്ചത്തിൽ വിളിച്ചുപറഞ്ഞു.

ഇരുപത്തിയൊൻപത്

ഞങ്ങളുടെ കാർ തൊടുപുഴ ബൈപ്പാസിൽ ഒരു ലേഡീസ് ടൈയ്ലറിങ് ഷോപ്പിനു സമീപം നിർത്തിയിട്ടിരിക്കുകയാണ്. സ്റ്റിച്ചിങ്ങിനായി കൊടുത്തിരുന്ന ഡ്രസ് വാങ്ങാനായി ഡോറാമ്മ പോയിട്ട് അരമണിക്കൂർ കഴിഞ്ഞു. ടാക്സി ഡ്രൈവർ വീണുകിട്ടിയ സമയത്ത് മരത്തിന്റെ മറവിൽനിന്ന് സിഗരറ്റ് പുകയ്ക്കുന്നു.

റോഡിൽ സമയം നഷ്ടപ്പെടുന്നതിൽ ഞാൻ അസ്വസ്ഥനാണ്. ട്രാഫിക് ബ്ലോക്കിന് സാദ്ധ്യതയില്ലെങ്കിലും സെക്യൂരിറ്റി-ഇമിഗ്രേഷൻ പരിശോധനകൾക്കു പുറമേ കോവിഡ് ചിട്ടവട്ടങ്ങളുമുള്ളതിനാൽ ഒരഞ്ചു മണിക്കൂർ മുൻപെങ്കിലും എയർപോർട്ടിലെത്തണം. ഡോറാമ്മയെ റിട്ടയർമെന്റ് ഹോമിൽ കൊണ്ടാക്കിയിട്ടു വേണം നെടുമ്പാശ്ശേരിയിലെത്താൻ.

തൊട്ടടുത്ത ജങ്ഷനിൽ ലോക്ക്ഡൗണിനിടെ നാട്ടിലേക്കു നടന്നു മടങ്ങുന്ന ഉത്തരേന്ത്യൻ തൊഴിലാളികളുടെ നീണ്ടനിര. അരവയറും ഭാണ്ഡക്കെട്ടുകളുമായി ആയിരക്കണക്കിനു കിലോമീറ്ററുകൾ താണ്ടാനിറങ്ങിയ സ്ത്രീകളും കുട്ടികളുമടങ്ങുന്ന ചെറുസംഘങ്ങൾ. ദുരന്തജന്മങ്ങളുടെ കൂട്ടപ്പലായനത്തിനിടയിൽ ഒരു 'പ്രിവിലേജ്ഡ്' അമ്മയുടേയും മകന്റെയും ഒന്നാംലോക പലായനം.

ടാക്സിക്കാരൻ സിഗരറ്റ് പൊടുന്നനെ നിലത്തിട്ടു ചവിട്ടിയശേഷം ഓടിയെത്തിയപ്പോഴാണ് എനിക്കൊരു കാര്യം മനസ്സിലായത്. ടൈയ്ലറിങ് ഷോപ്പിൽനിന്നും പലാസ്സോയും ടോപ്പുമിട്ട് നടന്നുവരുന്ന സ്ത്രീ ഡോറാമ്മയാണ്. രണ്ടു കൈയിലും വലിയ കൂടുകളുമുണ്ട്.

സാരി ധരിച്ച് അകത്തേക്കു പോയയാൾ പുതിയ രൂപത്തിൽ, പുതിയ ഭാവത്തിൽ. ഞാനിതുവരെ സാരിയുടുത്തോ നൈറ്റിയിട്ടോ അല്ലാതെ ഡോറാമ്മയെ കണ്ടിട്ടില്ല.

"എങ്ങനെയുണ്ടടാ...... ഈ വേഷം കൊള്ളാമോ?" കാറിൽ കയറുന്നതിനിടെ ഡോറാമ്മ ചോദിച്ചു.

"ആ... കുഴപ്പമില്ല." ഞാൻ പറഞ്ഞുതീരും മുൻപേ വിശദീകരണമെത്തി.

"ലോക്ക്ഡൗണിനു മുൻപേ കുറച്ചു ചുരിദാർ മെറ്റീരിയൽ തയ്ക്കാൻ കൊടുത്തിരുന്നു. ഈ പലാസ്സോയും ടോപ്പും ഇവിടെ സെയിലിനു വെച്ചിരുന്നതാണ്."

"ചുരിദാർ തുന്നികൊടുക്കുന്ന സ്ഥലങ്ങൾ വാഗമണ്ണിലും ഉണ്ടാകുമല്ലോ. തുണിയെടുത്ത് അവിടെയെങ്ങാനും കൊടുത്തിരുന്നെങ്കിൽ ഇന്നിത്രയും സമയം കളയേണ്ടി വരുമായിരുന്നോ?" ഞാനെന്റെ ദേഷ്യം മറച്ചുവച്ചില്ല.

"നീയൊക്കെ ഏതു കോത്താഴത്തെ സാമൂഹികശാസ്ത്രജ്ഞനാടാ? കെട്ടിയോൻ മരിച്ച, സാരിയിൽ മാത്രം പുറത്തിറങ്ങാറുള്ള

ഏതു സ്ത്രീക്കാണ് നാട്ടിൻപുറത്തൊരു ചുരിദാർ തുന്നിക്കാൻ പറ്റുന്നത്? അളവ് ബ്ലൗസ് കൊണ്ടുവന്നിട്ടുണ്ടോന്നാണ് നമ്മളെ കാണുമ്പോഴേ ചോദിക്കുന്നതു തന്നെ.

അവിടെയിരിക്കുന്ന ഏഷണിക്കാരികളുടെ കൈയിലെങ്ങാനും ഒരു ചുരിദാർ തയ്ക്കാൻ കൊടുത്താൽ നാട്ടുകാർ എന്തൊക്കെ പറഞ്ഞുണ്ടാക്കുമെന്ന് ആർക്കറിയാം?" വിധവയായ ഒരു വീട്ടമ്മയ്ക്ക് സ്വന്തം ഗ്രാമത്തിൽ എത്രമാത്രം വസ്ത്രസ്വാതന്ത്ര്യമുണ്ടെന്ന ചോദ്യമാണ് ഡോറാമ്മ ഉയർത്തിയത്.

"പണ്ട് കോളേജിൽ ഹാഫ് സാരിയുടുത്ത് നടക്കുമ്പോൾ ജീവിതത്തിന്റെ മുക്കാൽ ഭാഗവും ഫുൾ സാരിക്കുള്ളിൽ തീർന്നുപോകുമെന്നു വിചാരിച്ചതേയില്ല. ഇനിയുള്ള കാലമെങ്കിലും ആ നശിച്ച സാധനത്തിൽ നിന്നും പുറത്തു കടക്കേണ്ടേ."

പിൻസീറ്റിൽ ചാരിയിരുന്ന് ചെറിയൊരു നെടുവീർപ്പോടെ ഡോറാമ്മയതു പറയുമ്പോൾ ഇന്നോവ കൊച്ചി ലക്ഷ്യമാക്കി കുതിക്കുകയായിരുന്നു. കോവിഡ് ഒഴിപ്പിച്ച ബൈപ്പാസിലൂടെ, ഫിഫ്ത് ഗിയറിൽ.

"ഡോറാമ്മയെപ്പോലെ കുറച്ചുപേർ മാംസാഹാരം ഉപേക്ഷിക്കുന്നതൊന്നും വല്യ കാര്യമാണെന്ന് എനിക്ക് തോന്നുന്നില്ല. മൃഗങ്ങളോട് മനുഷ്യർ കരുണയുള്ളവരായിരിക്കുക എന്നതാണ് പ്രധാനം." അങ്ങാടിയിൽ തോറ്റതിന് അമ്മയോടെന്നപോലെ പീറ്റയോടുള്ള അടിസ്ഥാനപരമായ വിയോജിപ്പിൽ ഞാൻ കയറിപ്പിടിച്ചു.

"കുറച്ചുപേരുടെ വീഗൻ ജീവിതചര്യയുമായി ബന്ധപ്പെട്ടുമാത്രം നീ പീറ്റയെ കാണരുത്. കൂടുതലാളുകൾ സസ്യാഹാരത്തിലേക്ക് വരുന്നതോടെ അന്തരീക്ഷത്തിലെത്തുന്ന ഹരിത വാതകങ്ങളുടെ അളവ് കുറച്ച് ആഗോളതാപനം ചെറുക്കാനാകും. അതൊന്നും നിനക്കറിയാത്തതല്ലല്ലോ." ഒന്നാലോചിച്ച ശേഷമായിരുന്നു ഡോറാമ്മയുടെ മറുപടി.

പിന്നീട് ഡോറാമ്മ കേരളത്തിലെ ആനകളുടെ ദുരവസ്ഥയെക്കുറിച്ചും പീറ്റയുടെ ഇടപെടലുകളെക്കുറിച്ചും വാചാലയായി. ഉത്സവസമയത്തെ എഴുന്നെള്ളിപ്പിനിടെ ഗജരാജന്മാർ നേരിടുന്ന പീഡനങ്ങളും ആനപ്രേമി സഹായ സംഘവുമായി ചേർന്നുള്ള പീറ്റയുടെ പ്രവർത്തനങ്ങളുമായിരുന്നു പ്രതിപാദ്യം.

"നമ്മുടെ മലയോരമേഖലകളിലൊക്കെ കാട്ടാനകൾ നാട്ടിലിറങ്ങി കൃഷി നശിപ്പിക്കുന്നതും ജീവനെടുക്കുന്നതും പതിവായിരിക്കുകയാണ്. അതെല്ലാം കണ്ടില്ലെന്നുവെച്ച് നിങ്ങളീ പീറ്റക്കാര് നാട്ടാനകൾക്കെതിരെയുള്ള ക്രൂരതയെപ്പറ്റി പറയുന്നത് ശരിയാണോ?" ഞാനും വിട്ടുകൊടുത്തില്ല.

"എടാ ഈ നാട്ടാന-കാട്ടാന വ്യത്യാസമൊക്കെ മനുഷ്യനുണ്ടാക്കിയതല്ലേ. നാട്ടിലുള്ള ആനകളെല്ലാം ശരിക്കും കാട്ടാനയാണ്. എവിടെ ജീവിക്കുന്ന ആനയും വന്യജീവിയാണെന്നാണ് നിയമത്തിൽ പറയുന്നത്.

നമ്മുടെ വനഗവേഷണ കേന്ദ്രത്തിലെ ഈസ സാർ പറയുംപോലെ

ഒരു സാധാരണ മനുഷ്യനും ജയിൽപുള്ളിയും തമ്മിലുള്ള വ്യതാസമാണ് കാട്ടാനയും നാട്ടാനയും തമ്മിലുള്ളത്. കുറ്റമൊന്നും ചെയ്തിട്ടില്ലെങ്കിലും ജയിൽ ജീവിതമാണ് നമ്മൾ നാട്ടിലുള്ള ആനകൾക്കു കൊടുക്കുന്നത്. മനുഷ്യസാമിപ്യം ഒട്ടുമാഗ്രഹിക്കാത്ത ഒരു വന്യജീവിയെയാണ് കെട്ടിയെഴുന്നെള്ളിച്ച് ജനക്കൂട്ടത്തിൽ നിർത്തുന്നത്." ഡോറാമ്മ മനോഹരമായി, യുക്തിസഹമായി തന്റെ വാദങ്ങൾ വിശദീകരിച്ചു.

കാറിനുള്ളിലെ ആശയസമരം കെട്ടടങ്ങിയപ്പോഴേക്കും എന്റെയുള്ളിലൊരു അഗ്നിപർവ്വതം രൂപപ്പെട്ടിരുന്നു.

പരന്ന വായനയുള്ള, കാര്യങ്ങൾ വസ്തുനിഷ്ഠമായി വിലയിരുത്തുന്നൊരു വ്യക്തിയാണെന്ന് അറിയാമായിരുന്നെങ്കിലും വെറുമൊരു അമ്മയായി മാത്രമേ നാളിതുവരെ ഞാൻ ഡോറാമ്മയെ കണ്ടിട്ടൊള്ളൂ. കാണാൻ ഇഷ്ടപ്പെട്ടിട്ടൊള്ളൂ.

കുടുംബപ്രശ്നങ്ങളിൽ തർക്കിച്ചിട്ടുണ്ടെങ്കിലും ഞാനിന്നുവരെ ഡോറാമ്മയുമായി ഒരു ആശയസംവാദത്തിനു മുതിർന്നിട്ടില്ല. അക്കാദമിക് പരിശീലനമില്ലെങ്കിലും ധൈഷണിതയുടെ ഏതു ത്രാസുകൊണ്ട് തൂക്കിയാലും ഹെഗെയെക്കാൾ ഒരു പണത്തൂക്കം മുൻപിലാണ് ഡോറാമ്മ.

'ലിംഗസമത്വത്തിന്റെ കാര്യത്തിൽ പൊളിറ്റിക്കലി കറക്റ്റാകാൻ എത്രമാത്രമാണ് ഹെഗെയുമായുള്ള സംഭാഷണങ്ങളിൽ ഞാൻ സൂക്ഷ്മത പുലർത്താറുള്ളത്?'

എഴുപതുകളിലെ നക്സൽ അനുഭാവികൾ അന്നത്തെ ചെറുപ്പക്കാരിലെ ക്രീം ആയിരുന്നുവെന്ന് എവിടെയോ വായിച്ചത് ഓർമ്മവന്നു.

പപ്പയുടെ മരണശേഷമുള്ള ഏകാന്ത വർഷങ്ങൾ മുറിച്ചുകടക്കാൻ കൂടുതൽ പുസ്തകങ്ങൾ വാങ്ങിനല്കി ഡോറാമ്മയിലെ വായനക്കാരിയെ ഉണർത്തണമായിരുന്നു. മക്കളുമായി ആശയസംവാദങ്ങൾക്കുള്ള അവസരമൊരുക്കണമായിരുന്നു. വായനയിലൂടെ പുതുചിന്തകൾ മുളപൊട്ടിയിരുന്നെങ്കിൽ വീഗനിസവും റിട്ടയർമെന്റ് ഹോമും പോലുള്ള പാഴ്മരങ്ങൾ തഴച്ചുവളരില്ലായിരുന്നു.

കാർ കൊച്ചി നഗരത്തിലൂടെ കടവന്ത്ര വഴി രവിപുരം ഭാഗത്തേക്ക് നീങ്ങുകയാണ്. സിവിൽ സ്റ്റേഷനടുത്തുള്ള റിട്ടയർമെന്റ് ഹോമാണ് ലക്ഷ്യം. ഡ്രൈവർക്ക് സംശയം തോന്നുമ്പോഴൊക്കെ ഡോറാമ്മയാണ് വഴികാട്ടി.

"റോഡൊന്നും മാറിപ്പോകില്ലല്ലോ അല്ലേ. ഞാൻ വേണമെങ്കിൽ ഗൂഗിൾ മാപ്പിടാം. കൊച്ചിയിപ്പോൾ പഴയ കൊച്ചിയല്ല." തെല്ലൊരു പരിഹാസത്തോടെയാണ് ഞാനതു പറഞ്ഞത്.

"ഒരു നഗരം എത്ര മാറിയാലും പ്രധാനറോഡുകളൊക്കെ അവിടെത്തന്നെ കാണും" ഗൂഗിളിനു മുൻപേ കൊച്ചിയെ അറിഞ്ഞതിന്റെ ആത്മവിശ്വാസം.

കാറൊരു ഇടവഴിയിലൂടെ നീങ്ങവേ പെട്ടെന്നെന്തോ കണ്ട്

ഡോറാമ്മ ആവേശഭരിതയായി.

"എടാ, ഇതാണ് പ്രഭയുടെ ഡോഗ് ഹോസ്റ്റൽ. അവള് ഫോട്ടോ അയച്ചിരുന്നു."

ഞാൻ തലയുയർത്തി നോക്കിയെങ്കിലും സ്ഥാപനത്തിന്റെ മതിലും 'ഗോ വീഗൻ' എന്ന ബോർഡും മാത്രമേ കാണാൻ പറ്റിയൊള്ളൂ. ഏതായാലും മതിലിനപ്പുറത്തുള്ള നായ്ക്കൾക്ക് ഇനി വാഗമണ്ണിൽ നിന്നൊരു അമ്മയുണ്ട്.

"ചേച്ചി ഇതാണോ സ്ഥലം?" അധികം പഴക്കം തോന്നിക്കാത്തൊരു മൂന്ന് നില കെട്ടിടത്തിന്റെ മുൻപിൽ കാർ നിർത്തിക്കൊണ്ട് ഡ്രൈവർ ചോദിച്ചു.

"സർ, ഇസഡോറ മാഡത്തെ കൊണ്ടാക്കാൻ വന്നതല്ലേ. വരുമെന്ന് പ്രഭ മാഡം പറഞ്ഞിരുന്നു." വിനീത വിധേയനായി സെക്യൂരിറ്റിക്കാരൻ ഗേറ്റ് തുറന്നു.

'മാഡം' വിളികളുടെ പുതിയൊരു ലോകം ഡോറാമ്മയ്ക്കായി തുറക്കുകയാണ്.

'ഫ്രീഡം ഹൗസ് എ റിട്ടയർമെന്റ് ഹോം' എന്നൊരു ബോർഡ് പുറത്തുണ്ട്. സെക്യൂരിറ്റിയുമായി സംസാരിക്കാനായി ഞാൻ പുറത്തിറങ്ങി.

എൻട്രൻസിനു മുൻപിൽത്തന്നെ ഇസഡോറയെ കാത്ത് കൂട്ടുകാരികൾ പ്രഭയും രേണുകയും നിലയുറപ്പിച്ചിരുന്നു.

"എന്തൊക്കെ പ്രശ്നങ്ങൾ ഉണ്ടായാലും നീ വരുമെന്ന് ഞങ്ങൾക്കറിയാമായിരുന്നു. അല്ലെങ്കിലും ഒരു തീരുമാനമെടുത്താൽ അത് മാറ്റുന്ന രീതി ഡോറയ്ക്കില്ലല്ലോ." ഡോറാമ്മ കാറിൽ നിന്നിറങ്ങിയതും കൂട്ടുകാർ ഓടി അടുത്തെത്തി.

"പഴയ മനക്കട്ടിയൊന്നും ഇപ്പോഴില്ല പ്രഭേ. ഇവൻ കട്ടയ്ക്കു കൂടെ നിന്നതുകൊണ്ടുമാത്രം നടന്നതാണ്." ഡോറാമ്മയുടെ തീരുമാനത്തോട് ഞാനുയർത്തിയ എതിർപ്പൊന്നും കൂട്ടുകാരികളോട് പറഞ്ഞിട്ടില്ലെന്നു തോന്നുന്നു.

അമ്മയെ സ്വന്തം ഇഷ്ടപ്രകാരം ജീവിക്കാൻ വിട്ടിട്ട് എയർപോർട്ടിലേക്കു പോകുന്ന യൂറോപ്യൻ മകനെ അവർ കൺകുളിർക്കെ കണ്ടു.

ഡോറാമ്മയുടെ ബാഗുകൾ എടുത്തുനല്കി എയർപോർട്ടിലെത്തേണ്ട കാരണംപറഞ്ഞ് ഞാൻ കാറിൽക്കയറി. കൂട്ടുകാർക്കൊപ്പം കൈവീശിയെന്നെ യാത്രയാക്കുമ്പോൾ ഡോറാമ്മയുടെ മുഖത്ത് ഭാവവ്യത്യാസങ്ങളൊന്നും ഇല്ലായിരുന്നു. യാത്രയ്ക്കിറങ്ങുമ്പോൾ ചെറുപ്പം മുതലേ പറയാറുള്ളതുപോലെ 'സൂക്ഷിക്കണം' എന്നുമാത്രം പറഞ്ഞു.

അങ്ങനെ ബ്രിട്ടീഷുകാർ വിട്ടൊഴിഞ്ഞ വാഗമണ്ണിലെ ഒരു വീട്ടമ്മ, ഒരു വിധവ മാതൃത്വത്തിന്റെ അടിമച്ചങ്ങല പൊട്ടിച്ചെറിഞ്ഞു. സിവിൽ സ്റ്റേഷനു മുകളിലെ സ്വാതന്ത്ര്യത്തിന്റെ ത്രിവർണ്ണ പതാക അപ്പോൾ കാറ്റത്തു പാറിക്കളിക്കുകയായിരുന്നു.

മുപ്പത്

രവിപുരത്തുനിന്നും അരമണിക്കൂറിലേറെ സമയമെടുത്താണ് നെടുമ്പാശ്ശേരിയിൽ എത്തിയത്. 'ഡോറാമ്മയും പെങ്ങമ്മാരും തമ്മിലുള്ള ബന്ധം ഇനിയെന്താകും?' ഈയൊരു ഒറ്റച്ചോദ്യമായിരുന്നു കാറിലിരിക്കുമ്പോൾ മനസ്സിൽ മുഴുവൻ. ചിന്തിച്ചു കാടുകയറി ഇടയ്ക്കെപ്പോഴോ മയങ്ങിപ്പോയി.

"സർ, എയർപോർട്ടെത്തി." ഡ്രൈവർ വിളിച്ചപ്പോഴാണ് ഞാനുണർന്നത്.

പുതിയ ടെർമിനലിലേക്കുള്ള ഫ്ളൈഓവറും പാർക്കിങ് ബേയുമെല്ലാം ഏറക്കുറെ വിജനമാണ്. വന്ദേഭാരത് മിഷനിൽപ്പെട്ട വിമാനങ്ങൾ മാത്രമാണ് സർവ്വീസ് നടത്തുന്നത്. ഭീതിപ്പെടുത്തുന്ന ശൂന്യതയും നിശ്ശബ്ദതയുമാണ് എയർപോർട്ട് പരിസരമാകെ.

സെമിനാറുകൾക്കും മറ്റുമായി ലോകമെങ്ങും സഞ്ചരിക്കാറുള്ള ഈ വാഗമണ്ണുകാരനെ സംബന്ധിച്ച് ഭൂമിക്കും ആകാശത്തിനും മദ്ധ്യേയുള്ള ഇടത്താവളങ്ങൾ ഒരു യാത്രാസങ്കേതം മാത്രമല്ല; ഊർജ്ജദായനി കൂടിയാണ്.

ദൂരെ ദിക്കുകളിലേക്കു യാത്ര പോകുന്നവർ, പ്രിയപ്പെട്ടവരെ കാത്തു നില്ക്കുന്നവർ, ഒരു നഗരത്തിലെ ഏറ്റവും മികച്ച വെളിച്ചം, മുന്തിയ ഭക്ഷണങ്ങളുടെ വാസന, ഭ്രമിപ്പിക്കുന്ന ആഭിജാത്യം..... ജീവിതത്തിലെ പല പ്രതിസന്ധിക്കാലത്തും എനിക്ക് മുൻപോട്ടുപോകാനുള്ള ഊർജ്ജം നല്കിയത് വിമാനത്താവളങ്ങളാണ്.

ഇന്നിപ്പോൾ, ജീവിതത്തിൽ ഏറ്റവും നിസ്സഹായനായി നില്ക്കുമ്പോൾ 'അയാം സോറി' എന്നമട്ടിൽ ആളും ആരവവും ഒഴിഞ്ഞ് സ്വന്തം എയർപോർട്ട്.

ഡിപ്പാർച്ചർ ടെർമിനലിന് പുറത്ത് എന്നെ വിട്ടശേഷം കാർ പോയി. നേരം ഇരുട്ടിത്തുടങ്ങി.

ഫ്രാങ്ക്ഫർട്ടിലേക്കുള്ള യാത്രക്കാരെല്ലാം പുറത്തുണ്ട്. സാമൂഹിക അകലം പാലിച്ചുള്ളൊരു ക്യൂവിൽനിന്ന് കോവിഡ് പരിശോധനയും ലഗ്ഗേജിൽ അണുനശീകരണവും നടത്തി വേണം ടെർമിനലിനുള്ളിൽ പ്രവേശിക്കാൻ.

ക്യൂവിൽ നില്ക്കുമ്പോൾ ഡോറാമ്മയെ റിട്ടയർമെന്റ് ഹോമിൽ കൊണ്ടുചെന്നാക്കിയ കാര്യം പറയാൻ സിമിമോളേയും സാന്ദ്രയേയും വിളിച്ചു. രണ്ടുപേരും വിശദാംശങ്ങളൊന്നും ചോദിച്ചില്ല. ഞാൻ പറഞ്ഞതുമാത്രം കേട്ടു.

കോവിഡ് ചിട്ടവട്ടങ്ങൾ പാലിച്ച് ചെക്ക്-ഇൻ പൂർത്തിയാക്കി സെക്യൂരിറ്റി ക്ലിയറൻസിനായി നടക്കുമ്പോഴൊരു ഫോൺ കാൾ ഡോറാമ്മയാണ്. ഞാൻ ഫ്ളൈറ്റിൽ കയറിയോ എന്നാണറിയേണ്ടത്. റിട്ടയർമെന്റ് ഹോമിന്റെ ഒന്നാമത്തെ നിലയിൽ തന്നെ റൂം കിട്ടിയെന്നും

കോവിഡ് കാരണം ലഞ്ച് റൂമിൽ സേർവ് ചെയ്തെന്നും ആവശത്തോടെ പറഞ്ഞു.

ബോർഡിങ് പാസ് വാങ്ങി ഗേറ്റിലേക്കു നടക്കുന്നതിനിടെ ഞാൻ വാട്സ്ആപ്പിൽ പെങ്ങമ്മാരെ വീണ്ടുംവിളിച്ചു. ഡോറാമ്മ എത്തിപ്പെട്ടിരിക്കുന്ന സ്ഥലം അത്ര മോശമല്ലെന്നും നമ്മൾ ആശങ്കപ്പെടേണ്ടതില്ലെന്നും അവരെ ബോദ്ധ്യപ്പെടുത്തുകയായിരുന്നു ലക്ഷ്യം.

'ഡോറാമ്മ എവിടെയായാലും സന്തോഷമായിരിക്കട്ടെ. മറ്റൊന്നും നമ്മളിപ്പോൾ ആലോചിക്കേണ്ടാ.' ഫ്ളൈറ്റിൽ കയറുംമുൻപ് അവരെ ഒന്നുകൂടി സമാധാനിപ്പിക്കണമെന്നു തോന്നി.

"ചേട്ടായിക്ക് ഇതൊക്കെ പറഞ്ഞിട്ടങ്ങ് ഉത്തരധ്രുവത്തിലേക്ക് പോവാം. ഞങ്ങള് വേണം ഈ നാട്ടിൽക്കിടന്ന് കഷ്ടപ്പെട്ടും ആളുകളുടെ വായിലുള്ളത് കേട്ടും ജീവിക്കേണ്ടത്." സിമിമോളാണ് മറുപടി പറഞ്ഞത്.

ബോർഡിങ് പൂർത്തിയായി. കോവിഡ് മാനദണ്ഡങ്ങൾ പാലിച്ചു കൊണ്ടാണ് യാത്രക്കാരെ ഫ്ളൈറ്റിനുള്ളിൽ പ്രവേശിപ്പിക്കുന്നതും ഇരിപ്പിടങ്ങൾ ക്രമീകരിച്ചിരിക്കുന്നതും. യാത്രക്കാരെല്ലാം പി പി ഇ കിറ്റും ഫേസ്ഷീൽഡും ധരിച്ചാണ് എത്തിയിരിക്കുന്നത്.

തലേദിവസത്തെ ഉറക്കക്ഷീണം ഉള്ളതുകൊണ്ടാകാം ഫ്ളൈറ്റ് ടേക്ക് ഓഫ് ചെയ്ത് അധികംവൈകാതെ കണ്ണിൽ മയക്കം പിടിച്ചു.

ഉറക്കമുണർന്നപ്പോൾ വാച്ചിൽ ഇന്ത്യൻ സമയം ആറര കഴിഞ്ഞിരുന്നു. വിമാനം തുർക്കിയുടെ മുകളിലൂടെ യൂറോപ്പിലേക്കു കടന്നതായി സ്ക്രീനിൽ കാണിക്കുന്നുണ്ട്.

ഞാൻ വിൻഡോ ഷേഡ് മെല്ലെയുയർത്തി. വസന്തകാലസൂര്യൻ അതിരാവിലെതന്നെ യൂറോപ്യൻ ചക്രവാളത്തിൽ തലകാണിക്കാൻ ഒരുങ്ങുകയാണ്. പഞ്ഞിക്കെട്ടുകൾ കൂട്ടിയിട്ടിരിക്കുന്നതുപോലെ ഒഴുകി കിടക്കുന്ന മേഘങ്ങൾക്കിടയിൽ വെള്ളിവെളിച്ചം പടർന്നിട്ടുണ്ട്.

ഒരു മേഘപാളി കണക്കേ മൂടിപ്പുതച്ചുറങ്ങുന്ന ഹെഗെ പെട്ടെന്നെന്റെ മനസ്സിലേക്കു വന്നു. അവൾക്കിനി ഉറങ്ങാൻ ഒരുപാടു സമയമില്ല.

കോവിഡ് കേസുകൾ കൂടുന്നുണ്ടെങ്കിലും നോർവേയിൽ ഇനിയും ലോക്ക്ഡൗൺ പ്രഖ്യാപിച്ചിട്ടില്ല. ഒരു നാലുമണിക്കെങ്കിലും എഴുന്നേറ്റാലെ കുട്ടികളെ സ്കൂളിലാക്കി എട്ടുമണിക്കുതന്നെ അവൾക്ക് ഓഫീസിൽ എത്താനാവൂ. വീട്ടിലെ ജോലിയെല്ലാം തീർത്ത് രാത്രി വൈകിയാകും പാവം കിടന്നിട്ടുണ്ടാവുക.

ഓസ്ലോ ഓപ്പൺ ടെന്നീസിൽ കളിച്ചിട്ടുള്ള ഹെഗെ റാക്കറ്റ് കൈയിലെടുത്തിട്ടുതന്നെ ആഴ്ചകളായി.

'ബെർഗനിൽ തിരിച്ചെത്തിയാലുടൻ വീടിന്റെ ചുമതല ഏറ്റെടുക്കണം. ഹെഗെയെ കൂടുതൽ ഫ്രീയാക്കണം.' ഞാൻ മനസ്സിൽ പറഞ്ഞു.

ക്യാബിനുള്ളിലെ ലൈറ്റുകളെല്ലാം തെളിഞ്ഞു. വിമാനം ജർമ്മനിയിൽ പ്രവേശിച്ചിരിക്കുന്നു.

'ദിസ് ഈസ് യുവർ ക്യാപ്റ്റൻ സ്പീക്കിങ്. ദി ഫ്ളൈറ്റ് വിൽ ബി ലാൻഡിങ് സൂൺ ഇൻ ഫ്രാങ്ക്ഫർട്ട്' പൈലറ്റിന്റെ അനൗൺസ്മെന്റ് വൈകാതെയെത്തി.

ഒട്ടും സുഖകരമല്ലാത്ത ഒരുപാട് ഓർമ്മകളുമായാണ് ഇക്കുറി യൂറോപ്പിലേക്കുള്ള മടക്കം. ഡോറാമ്മയുടേയും പെങ്ങമ്മാരുടേയും മുഖം മനസ്സിൽ പെട്ടെന്ന് തെളിഞ്ഞെങ്കിലും അവർക്കിടയിലെ അസ്വാരസ്യങ്ങളൊന്നും ഭാഗ്യത്തിന് തികട്ടി വന്നില്ല. കോട്ടിട്ട് പാശ്ചാത്യനായപ്പോൾ ആയിരക്കണക്കിന് കാതങ്ങൾക്കപ്പുറം വാഗമണ്ണിൽ നടന്നതൊക്കെ അപ്രധാനമായതുപോലെ.

അങ്ങനെ സംഭവബഹുലമായ ഒരു കേരള യാത്രയ്ക്കുശേഷം ഞാനൊരിക്കൽക്കൂടി യൂറോപ്യൻ വൻകരയിൽ വിമാനമിറങ്ങി. നാട്ടിൽ നിന്നുള്ള അസുഖകരമായ ഓർമ്മകളെല്ലാം ഏഷ്യാമൈനറിൽ എവിടെയോ മറന്നുവച്ച്.

മുപ്പത്തിയൊന്ന്

ഫ്ളൈറ്റിൽനിന്നും ആളുകൾ പുറത്തിറങ്ങിത്തുടങ്ങി.

വിമാനം കണ്ടുപിടിച്ചശേഷം ആദ്യമായി ഇന്ത്യക്കാർ തിക്കിത്തിരക്കാതെ ലഗ്ഗേജ്ജുമെടുത്ത് ഡോറിനടുത്തേക്കുള്ള ക്യൂവിൽ നില്ക്കുന്നു. എയ്റോബ്രിഡ്ജിലൂടെ പതിയെ തീണ്ടലാകാതെ അകലം പാലിച്ച് നടക്കുന്നു.

ചീനയിൽനിന്നും പട്ടുപാത കടന്നെത്തിയ ഒരു സൂക്ഷ്മജീവി യൂറോപ്പിനെ എങ്ങനെ കശക്കിയെറിഞ്ഞു എന്നതിനുള്ള ഉത്തരമായി നില്ക്കുകയാണ് തിരക്കൊഴിഞ്ഞ ഫ്രാങ്ക്ഫർട്ട് എയർപോർട്ട്.

ഏപ്രണിലും റൺവേയിലുമായി നൂറു കണക്കിന് ലുഫ്താൻസ പക്ഷികൾ പറക്കമറ്റ് കിടക്കുന്നു. യാത്രികർ നന്നേ കുറവായതിനാൽ മൂവിങ് വാക്ക്വേകളൊന്നും പ്രവർത്തിക്കുന്നില്ല. ടെർമിനലിനുള്ളിലെ ഷോപ്പുകളിൽ ഏറിയപങ്കും അടഞ്ഞുകിടക്കുന്നു. വിജനത തികച്ചും അന്യമായിരുന്ന ഇന്റർനാഷണൽ ടെർമിനലിനുള്ളിൽ ഒരു പ്രേതനഗരം രൂപപ്പെട്ടിരിക്കുന്നു.

പാസ്പോർട്ട് കൺട്രോളിനടുത്തുള്ള ബെഞ്ചിൽ *E = mc2* എന്നെഴുതിയ പുസ്തകവും കൈയിലേന്തി ഏകനായിരിക്കുന്ന ആൽബർട്ട് ഐൻസ്റ്റീൻ. കൊറോണയെ പിടിച്ചുകെട്ടാനാകാതെ ശാസ്ത്രലോകം കുഴങ്ങുമ്പോൾ പുതിയ സൂത്രവാക്യങ്ങളൊന്നും കൈയിലില്ലാതെ പമ്മിയിരിക്കുകയാണ് വിഖ്യാത ശാസ്ത്രജ്ഞൻ.

ഐൻസ്റ്റീന്റെ വെങ്കല പ്രതിമയ്ക്കൊപ്പം ഒരു സെൽഫിയെടുത്തശേഷം ഞാൻ എയർപോർട്ടിനകത്തുള്ള 'മൈ ക്ളൗഡ് ട്രാൻസിറ്റ് ഹോട്ടലിലേക്കു നടന്നു. അവിടെ ഫ്രഷാകാനായി രണ്ട് മണിക്കൂർ നേരത്തേക്ക് മുറി ലഭിക്കും.

ഹോട്ടലിലെത്തി ചെക്ക്-ഇൻ ചെയ്തു. മുൻപും പലതവണ വന്നിട്ടുള്ള സ്ഥലമായതിനാൽ അപരിചിതത്വം തീരെയില്ല. ഫേസ് ഷീൽഡും മാസ്കും ഗ്ലൗസുമെല്ലാം ഊരിമാറ്റി സ്വതന്ത്രനായി. കണ്ടമാനം മുഷിഞ്ഞതിനാൽ ഡ്രെസ്സെല്ലാം അവിടെത്തന്നെ പറിച്ചിട്ട് പിറന്നപടി കുളിമുറിയിലേക്ക്.

കുളികഴിഞ്ഞിറങ്ങി ഉടുതുണിക്കായി പെട്ടി തുറന്നപ്പോൾ ഡോറാമ്മ മാജിക്ക്. ഒരു ജോഡി പാന്റും ഷർട്ടും വെവ്വേറെ തേച്ചുമടക്കി വച്ചിട്ടുണ്ട്. കണിശത ഒട്ടും കുറയാതെയുള്ള തേപ്പും *മനോരമ* പത്രം ഇടയ്ക്കുവച്ചുള്ള ചുളിയാത്ത മടക്കും. ഇന്നലത്തെ വട്ടുപിടിച്ച പായ്ക്കിങ്ങിനിടെ 'നിന്റെ പാന്റും ഷർട്ടുമൊന്നും എടുക്കാൻ മറക്കേണ്ട' എന്നുപറഞ്ഞ് ഡോറാമ്മ ഒരു കവർ പെട്ടിയിൽ വെക്കുമ്പോൾ ഇത്രയും പ്രതീക്ഷിച്ചില്ല.

ജീവിതത്തിൽ അവസാനമായി ഡോറാമ്മ തേച്ചുതന്ന ഡ്രസുമിട്ട് കുറച്ചുനേരം ബെഡ്ഡിലിരുന്നു.

നോർവേയിലെ മലയാളി സുഹൃത്തുക്കളോട് ഡോറാമ്മയുടെ റിട്ടയർമെന്റ് ഹോം വാസത്തെക്കുറിച്ച് എങ്ങനെ പറയുമെന്ന ചിന്തയായിരുന്നു എന്റെയുള്ളിൽ. 'വീട്ടിൽ അമ്മച്ചിയൊക്കെ സുഖമായിരിക്കുന്നോ?' പലരുടേയും കാണുമ്പോഴേയുള്ള ചോദ്യംതന്നെ ഇങ്ങനെയാണ്.

'മക്കളൊന്നും ഏതായാലും നോക്കാൻ പോകുന്നില്ല. നമ്മുടെയൊക്കെ അവസാനം ഏതെങ്കിലും കെയർ ഹോമിലായിരിക്കും' എന്നു പറഞ്ഞ് പരിതപിക്കുന്നവരാണ് കൂടുതലും.

നോർവീജിയൻ മലയാളികളുടെ സംഘടനയായ 'നന്മ'യുടെ ജനറൽ ബോഡി ഓസ്ലോയിൽ അടുത്ത മാസമുണ്ട്. സാധാരണ മീറ്റിങ് കഴിഞ്ഞ് അസോസിയേഷൻ ട്രഷറർ സ്റ്റീഫൻ കുമ്പനാടിന്റെ വീട്ടിൽ ഒരുദിവസം തങ്ങിയിട്ടേ ഞാൻ ബർഗനിലേക്കു മടങ്ങാറൊള്ളൂ.

മദാമ്മയെ കെട്ടിയെങ്കിലും സ്വന്തം നാട്ടിലെ നന്മകളും ഓർമ്മകളും കെട്ടിപ്പിടിച്ചാണ് സ്റ്റീഫച്ചായന്റെ നോർവേ ജീവിതം. കേരളത്തിൽ വച്ച് മരിക്കണമെന്നതാണ് ഏറ്റവും വലിയ ആഗ്രഹം.

"ഇവിടെങ്ങാനും അടക്കിയാൽ ഫ്രാൻസിസ് സേവ്യറിനെപ്പോലെ ഞാനങ്ങനെയങ്ങ് കിടക്കും. എന്നെ അഴുകിക്കാൻ ഈ നോർവീജിയൻ മണ്ണിനൊന്നും പറ്റത്തില്ലടാ. അതിനൊക്കെ നമ്മുടെ കുമ്പനാട്ടെ കൃമികൾ തന്നെവേണം." ഷിവാസ് റീഗൾ വിട്ടിട്ട് തുല്യദുഃഖിതന്റെ കണ്ണുകളിലേക്കു നോക്കിക്കൊണ്ട് അച്ചായൻ പറയും.

രണ്ടെണ്ണം അകത്തുചെന്നാൽ ഞാനെല്ലാം സ്റ്റീഫച്ചായനോട് തുറന്നുപറയും. ഡോറാമ്മ വാഗമൺ വിട്ട് വോളണ്ടറി വർക്ക് ചെയ്യാൻ കൊച്ചിയിലെ റിട്ടയർമെന്റ് ഹോമിലേക്ക് പോയെന്ന വാർത്തയൊന്നും പുള്ളിക്കാരൻ താങ്ങില്ല.

ചെറുതായി വിശക്കുന്നുണ്ട്. പ്രമുഖ ഇറ്റാലിയൻ റെസ്റ്റോറന്റായ

ലിയനാർഡോ തൊട്ടടുത്താണ്. യൂറോപ്യൻ ഭക്ഷണത്തിന്റെ രുചി അറിഞ്ഞിട്ട് മാസങ്ങളായി.

ഞാൻ ഹോട്ടൽ ചെക്ക്ഔട്ട് ചെയ്ത് ഡാവിഞ്ചിയുടെ 'വിട്രുവിയൻ മാൻ' പ്രത്യക്ഷപ്പെടുന്ന നെയിംബോർഡ് നോക്കിനടന്നു.

റെസ്റ്റോറന്റിൽ തിരക്കൊട്ടുമില്ല. ക്ലാസിക് ഇറ്റാലിയൻ ഡിഷ് പാസ്ത കാർബൊണാറ ഓർഡർ ചെയ്തിരിക്കുമ്പോൾ നോർവേയിലെ ആദ്യകാല മലയാളികളിൽ ഒരാളായ ഐസക്ക് ചാക്കോയുടെ ജീവിതം പെട്ടെന്നെന്റെ മനസ്സിലേക്കു വന്നു.

ആയിരത്തിതൊള്ളായിരത്തി അറുപതുകളിൽ ജർമ്മനിയിൽനിന്നും ഡോക്ടറേറ്റുമായി നോർവേയിലെത്തിയ ഐസക്ക് സാർ ബർഗൻ ഓഷ്യാനോഗ്രാഫിക് ഇൻസ്റ്റിട്യൂട്ടിൽനിന്നും സീനിയർ സയന്റിസ്റ്റായാണ് വിരമിച്ചത്. സ്വീഡിഷ് ഭാര്യയിലുണ്ടായ തന്റെ രണ്ടുമക്കളും 'തനി സായിപ്പും മദാമ്മയും' ആണെന്നത് സാറിന്റെ എക്കാലത്തെയും വലിയ വേദനയായിരുന്നു.

പേരക്കുട്ടികളെ ഏറെ ഇഷ്ടപ്പെട്ടിരുന്ന മൂപ്പർക്ക് ഭാര്യയുടെ മരണ ശേഷം ഇളയമകനോടൊപ്പം നില്ക്കാനായിരുന്നു താല്പര്യം. പക്ഷേ, കാര്യങ്ങളെല്ലാം സ്കാൻഡിനേവിയൻ മുറപോലെതന്നെ നടന്നു.

പാലാട്ടുകുന്നേൽ കൊച്ചുതോമാ മകൻ ഐസക് ചാക്കോ എഴുപതാം വയസ്സിൽ പാർക്കിൻസൺസ് രോഗബാധയുമായി ഫാൻറ്റോഫ്ട് കെയർ ഹോമിലെ ഒറ്റമുറി ഫ്ളാറ്റിലേക്കു ചേക്കേറി. കൂടെനിന്നു പരിചരിക്കാൻ സർക്കാർ നിയോഗിച്ച ഒരു ഉഗാണ്ടൻ നേഴ്സും.

ബർഗൻ മെഡിക്കൽ കോളേജിലെ ഡോ. കോശി ചാണ്ടി, നോർവേ മലയാളികളുടെ പ്രിയപ്പെട്ട കോശിച്ചായൻ മാത്രമായിരുന്നു ഫ്ളാറ്റിലെ നിത്യസന്ദർശകൻ. കോശിച്ചായനോടു മാത്രമാണ് അദ്ദേഹം മനസ്സ് തുറന്നിരുന്നത്.

'മക്കൾക്ക് വേണ്ടാത്ത എന്നെയീ കറുമ്പിയുടെ കൂടെയിട്ടിങ്ങനെ നരകിപ്പിക്കാതെടാ! നീയുമൊരു മലയാളിയല്ലേ? എന്നെയൊന്നു കൊന്നുതാടാ ഡോക്ടറേ......' കോശിച്ചായന്റെ കൈയിൽ വിടാതെപിടിച്ച്, വിറച്ചുകൊണ്ട് ഐസക് സർ കെഞ്ചുമായിരുന്നത്രേ.

കഴിഞ്ഞ വർഷമാണ് ഐസക് ചാക്കോ എന്ന സവർണ്ണമലയാളി കെയർ ഹോമിൽ കിടന്ന് മരിച്ചത്. തണുത്തുറഞ്ഞൊരു ജനുവരി രാത്രിയിൽ, ഉഗാണ്ടൻ നേഴ്സിന്റെ 'കറുകറുത്ത' കൈകളിൽക്കിടന്ന്.

ഞാൻ ബില്ല് ക്ലിയർ ചെയ്തശേഷം ലിയനാർഡോയിൽനിന്ന് പുറത്തിറങ്ങി മുന്നോട്ടു നടന്നു. സ്കാൻഡിനേവിയൻ എയർലൈൻസിന്റെ ബർഗനിലേക്കുള്ള എസ് കെ–165 ഫ്ളൈറ്റിൽ ബോർഡിങ് തുടങ്ങാൻ ഇനി അധികനേരമില്ല.

മുപ്പത്തിരണ്ട്

നോർത്ത് സീയും ഫ്യോഡുകളും കടന്ന് മഞ്ഞുമൂടിക്കിടക്കുന്ന മലനിരകൾക്കിടയിലൂടെ വിമാനം ബർഗനിൽ ലാന്റ് ചെയ്യുമ്പോൾ എല്ലാം നഷ്ടപ്പെട്ട് ലോകത്തിന്റെ അറ്റത്തെത്തിയ പ്രതീതിയായിരുന്നു എനിക്ക്. ഓരോ നിശ്വാസത്തിലും കൂടെയുണ്ടായിരുന്ന വാഗമണ്ണും സേവ്യപ്പറമ്പിൽ തറവാടും കൈവിട്ട് വെറുമൊരു വരത്തനായി എന്നെ ഞാനാക്കിയ നഗരത്തിലേക്ക്.

എയർപോർട്ടിൽനിന്നും വീട്ടിലേക്കു ടാക്സി വിളിച്ചു. വൈകിയെത്തിയ വസന്തത്തെ വരവേല്ക്കാൻ ഒരുങ്ങിനില്ക്കുന്ന നിരത്തുകളോട് മുഖംതിരിച്ചിരുന്നു.

ടാക്സി ലോവ്സ്റ്റക്കൻ വാലിയിലെ തേർഡ് സ്ട്രീറ്റിലേക്കു തിരിഞ്ഞപ്പോൾ പരിചിതമായൊരു ആഫ്രിക്കൻ മുഖം.

അബിഷിർ എന്ന അയൽപക്കക്കാരൻ സുഡാനി. എല്ലാവർഷവും കാറിന്റെ വിന്റർ–സമ്മർ ടയറുകൾ മാറാൻ ഞാനവന്റെ സഹായം തേടാറുണ്ട്.

സുഡാനിലെ ആഭ്യന്തരയുദ്ധത്തിൽ വീടുംകൂടും നഷ്ടപ്പെട്ട് അഭയാർത്ഥിയായി നോർവേയിലെത്തിയതാണ് അബിഷിർ. നാടിനെക്കുറിച്ച് ചോദിക്കുമ്പോൾ മുറി ഇംഗ്ലീഷിൽ നിഷ്കളങ്കമായി ചിരിച്ചുകൊണ്ട് അവൻ പറയും 'നോ ഹോം....നോ റൂട്ട്സ്.' ഖാത്ത് ഇലകൾ ചവച്ചു ചുവന്ന പല്ലുകളുള്ള കറുത്ത മോണകാട്ടി.

'ഒരു അഭയാർത്ഥി ആയിട്ടല്ലേ ഇക്കുറി സരിൻ സേവ്യപ്പറമ്പിലിന്റെയും നോർവെയിലേക്കുള്ള മടക്കം?'

എന്നെ വീടിനുമുമ്പിൽ ഇറക്കിയശേഷം ടാക്സി തിരികെപ്പോയി. ഞാൻ പെട്ടികളും തൂക്കി മറ്റൊരു ക്വാറന്റീനിനായി താഴത്തെ നിലയിലേക്ക്.

ജോലി കഴിഞ്ഞ് സ്കൂളിൽനിന്നും കുട്ടികളേയുംകൂട്ടി ഹെഗെ എത്തുമ്പോൾ ഉച്ചകഴിയും. ലെറ്റർബോക്സിന് മുകളിലുണ്ടായിരുന്ന താക്കോലെടുത്ത് വാതിൽതുറന്നു.

കുളികഴിഞ്ഞു ഡ്രസ് മാറാനായി അലമാരി തുറന്നപ്പോൾ ഹെഗെ മാജിക്ക്. എന്റെ മുറിയിലിരുന്ന വസ്ത്രങ്ങളെല്ലാം തരംതിരിച്ചു അടുക്കിവെച്ചിരിക്കുന്നു.

അടുക്കളയിൽ എന്തുണ്ടാകുമെന്ന ആകാംക്ഷയിൽ ഫ്രിഡ്ജ് തുറന്നുനോക്കി. ബ്രൗൺ ചീസ്, പുൾസ, കവിയാർ, ബഗറ്റ്, സ്മോക്ഡ് സാൽമൺ. എനിക്കു പ്രിയപ്പെട്ട യൂറോപ്യൻ വിഭവങ്ങളെല്ലാം വാങ്ങി കുത്തിനിറച്ചിട്ടുണ്ട്.

എന്റെ ഇഷ്ടമദ്യം, അക്വാവീറ്റ്, ഡൈനിങ് ടേബിളിലുണ്ട്. പലതരം ബ്രഡുകൾ, ഫ്രൂട്ട്സ്, നട്സ്, ക്വിക്ക് ലഞ്ച് ബാറുകൾ. രണ്ടാഴ്ച ആഘോഷമായി ജീവിക്കാൻ വേണ്ടതെല്ലാം ഹെഗെ ഒരുക്കിവെച്ചിട്ടുണ്ട്.

ഒരു സാൻഡ്‌വിച്ച് ഉണ്ടാക്കി കഴിച്ചശേഷം ഞാൻ കുപ്പിയും ഗ്ലാസു മെടുത്ത് പുറത്തെ ലോണിലേക്കിറങ്ങി.

ലോണിൽ പുല്ല് വളർന്നിട്ടുണ്ട്. പുല്ല് വെട്ടാനായി കഴിഞ്ഞവർഷം വാങ്ങിയ റോബോട്ടിക് ലോൺമോവർ രണ്ടുമാസമായി വിശ്രമത്തിൽ ആയിരുന്നിരിക്കണം.

റോബോട്ടിനെ പുല്ലിൽ മേയാൻ വിട്ടിട്ട് ഞാൻ പൂത്തുനില്ക്കുന്ന ആപ്പിൾ മരത്തിനുചുവട്ടിലുള്ള ലോൺ ചെയറിൽ ഇരുന്നു. പതിവുള്ള തുപോലെ അക്വാവീറ്റ് മെല്ലെ സിപ് ചെയ്തുകൊണ്ട് ബർഗനു ചുറ്റുമുള്ള ഏഴ് മലകളിലേക്ക് നോക്കിയിരിക്കാൻ.

രണ്ടു പെഗ്ഗെടുത്ത ശേഷം മൂന്നാമത്തേത് ഒഴിച്ചുവെങ്കിലും പെട്ടെന്ന് ഗ്ലാസ് താഴെ വച്ചു.

ഞങ്ങളുടെ പുതിയ ടെസ്‌ല കാറിന്റെ മൂളൽ ശബ്ദം. ഹെഗെയും എന്റെ സായിപ്പ് കുട്ടികളും എത്തിയിരിക്കുന്നു. ഞാൻ പതിയെ കസേര യിൽ നിന്നെഴുന്നേറ്റു.

വീടിനകത്തു കയറിയ കുട്ടികൾ അടുക്കളയുടെ ബാക്ക് സൈഡി ലുള്ള ബാൽക്കണിയിലേക്ക് ഓടിവന്നു.

“ഹായ് പപ്പ, വുർഡാൻ ഗോർ ഡേ മേ ദായ്?” മൂത്തവൻ അപ്പന്റെ ക്ഷേമം അന്വേഷിച്ചു.

“ദേ ഗോർ ബ്രാ കൊംപ്പിസ്” കുഴപ്പമൊന്നും ഇല്ലടാ എന്ന് ചെറി യവന്റെ മുഖത്തേക്ക് സൂക്ഷിച്ചു നോക്കിക്കൊണ്ട് ഞാൻ പറഞ്ഞു. “അവൻ കൂടുതൽ പൂച്ചക്കണ്ണൻ ആയിട്ടുണ്ടോ?”

വീടിനുള്ളിൽ നോർവീജിയൻ ഉപയോഗിക്കുന്നത് എനിക്ക് ചതുർ ത്ഥിയാണെന്ന് അറിയാവുന്നതുകൊണ്ടാകണം ഹെഗെ ഇംഗ്ലീഷിലാണ് സംസാരിച്ചത്. ഫ്രാങ്ക്ഫർട്ട്-ബർഗൻ എയർപ്പോർട്ടുകളിലെ കോവിഡ് നിയന്ത്രണങ്ങളെക്കുറിച്ചു തിരക്കി.

ക്വാറന്റീൻ മുറിയിൽ നടത്തിയിട്ടുള്ള അറേഞ്ച്മെന്റുകൾ വിശ ദീകരിച്ചശേഷം ഹെഗെ കുശലാന്വേഷണത്തിലേക്കു കടന്നു.

“ഹൗ ഈസ് ഡോറാമ്മ?”

എന്തു പറയണമെന്നറിയാതെ ആദ്യമൊന്നു പകച്ചെങ്കിലും ഒരു ടിപ്പിക്കൽ യൂറോപ്യൻ മറുപടി മനസ്സിൽ തെളിഞ്ഞു.

“ഐ ഹാവ് സം ന്യൂസ് ഫോർ യു. ഡോറാമ്മ ഹാസ് ഷിഫ്റ്റഡ് ടു കൊച്ചി ഫോർ വോളണ്ടറി വർക്ക്. ആൻഡ് ഷി ഹാസ് മൂവ്ഡ് ടു എ റിട്ടയർമെന്റ് ഹോം.”

“ഓ.....റിയലി. ഗുഡ് ഫോർ ഹേർ. ഈസ് ദാറ്റ് കോമൺ ഇൻ ഇന്ത്യ?” ഹെഗെ ജിജ്ഞാസുവായി.

“ഇറ്റ്സ് ഗെറ്റിങ് കോമൺ. ഇന്ത്യ ഹാസ് ചേഞ്ച്ഡ് എ ലോട്ട് ഡ്യൂറിങ് ഗ്ലോബലൈസേഷൻ.” ഞാൻ വിശദീകരിക്കാൻ ശ്രമിച്ചു.

“ആർ സാന്ദ്ര ആൻഡ് സിമിമോൾ ഓൺ ബോഡ്?” മാറിയ ഇന്ത്യ

യുടെ ഒരു പരിച്ഛേദമാണ് അമ്മായിയമ്മയും നാത്തൂന്മാരുമെന്ന് വിശ്വ സിക്കാൻ എന്തോ അവൾക്കാവുന്നില്ല.

മദാമ്മയുടെ ക്യൂരിയോസിറ്റി അടങ്ങുന്ന മട്ടില്ല. വാഗമണ്ണിൽ വേരറ്റ സേവ്യപ്പറമ്പിലെ ആൺതരിക്ക് നോർവീജിയൻ മഞ്ഞിൽ അതിജീവിച്ചേ പറ്റൂ. നെപ്പോളിയനെ അകത്താക്കി പോത്തിന്റെ തലമണ്ട പിളർക്കാൻ കൂടവുമായി നില്ക്കുന്ന പപ്പയുടെ മുഖം മനസ്സിലേക്കു വന്നു.

"ദേ ഹാവ് നോ ഇഷ്യൂസ്. ഇറ്റ്സ് ഡോറാമ്മാസ് ലൈഫ്. ആഫ്റ്റർ ഓൾ കേരള ഈസ് ദി മോസ്റ്റ് പ്രോഗ്രെസ്സീവ് സ്റ്റേറ്റ് ഇൻ ഇന്ത്യ." കാലംതെറ്റി മഞ്ഞ് പെയ്തുകിടക്കുന്ന ഉൾറിക്കൺ മലയിലേക്കു നോക്കി ക്കൊണ്ട് ഞാൻ ഒറ്റവലിക്ക് മൂന്നാമത്തെ പെഗ്ഗെടുത്തു.

www.ingramcontent.com/pod-product-compliance
Lightning Source LLC
LaVergne TN
LVHW040813051026
849519LV00007BA/2616
* 9 7 8 9 3 9 4 7 5 3 4 4 0 *